INSIGHT PUBLICA
നവോത്ഥാന പരമ്പര

Nadakkave, Kozhikode, Kerala
Tel:0495–4020666
www.insightpublica.com
e-mail: insightpublica@gmail.com
Arivanu Swathanthryam
Chattampi Swamikal
(Malayalam)
Santhosh Vallikkad
I[st] Edition: February 2017
This Edition: March 2020
Copyright©Reserved

ISBN 978-93-85899-80-5

Published by
Insightinpublica Publishers Pvt. Ltd.
Printed at Repro India Limited, India
₹159/-

അറിവാണ് സ്വാതന്ത്ര്യം

ചട്ടമ്പി സ്വാമികൾ

സന്തോഷ് വള്ളിക്കാട്

നവോത്ഥാന പരമ്പര

നവോത്ഥാന പരമ്പര

അനീതിയും അസമത്വവും അയിത്തവും അനാചാരവും തളം കെട്ടി നിന്ന, ഭ്രാന്താലയമെന്ന് പേരുകേട്ട കേരളീയ സമൂഹത്തിൽ നവോത്ഥാന കാഹളം മുഴക്കി സമൂഹത്തെ മാറ്റിമറിച്ച നവോത്ഥാന പോരാളികളുടെ ജീവിതവും ഇടപെടലുകളുമാണ് ഈ നവോത്ഥാന പരമ്പരയിൽ സമാഹരിക്കുന്നത്. ശ്രീനാരാണ ഗുരു, ചാവറയച്ചൻ, വക്കം അബ്ദുൽ ഖാദർ മൗലവി, ചട്ടമ്പി സ്വാമികൾ, സഹോദരൻ അയ്യപ്പൻ, വാഗ്ഭടാനന്ദൻ, അയ്യങ്കാളി, വി.ടി. ഭട്ടതിരി പ്പാട്, പി. കൃഷ്ണപിള്ള, ആര്യാപള്ളം തുടങ്ങി പത്ത് പേരാണ് ഈ പരമ്പരയിലുള്ളത്.

ഇത്തരമൊരു സംരംഭത്തിന് അകമഴിഞ്ഞ് പ്രോത്സാഹനമേകിയ സുമനസ്സുകളെ സ്നേഹപൂർവ്വം സ്മരിക്കുന്നു. യഥാസമയം പുസ്തകങ്ങൾ തയ്യാറാക്കി നൽകിയ പ്രിയ എഴുത്തുകാർക്ക് സ്നേഹം.

സുമേഷ് ഇൻസൈറ്റ്

1971 മെയ് 30ന് ജനനം. അച്ഛൻ വള്ളിക്കാട്ട് ഗോവിന്ദൻകുട്ടി മേനോൻ, അമ്മ മീനാക്ഷി. പട്ടാമ്പി ഗവ:സംസ്കൃത കോളേജിൽനിന്ന് മലയാള സാഹിത്യത്തിൽ ബിരുദാനന്തരബിരുദം, കാലിക്കറ്റ് സർവ്വകലാശാലയിനിന്ന് വിദ്യാഭ്യാസത്തിൽ ബിരുദാനന്തര ബിരുദം, മധുരകാമരാജ് യൂണിവേഴ്സിറ്റിയിനിന്ന് വിദ്യാഭ്യാസത്തിൽ എം.ഫിൽ ബിരുദം, കാലിക്കറ്റ് സർവ്വകലാശാലയിനിന്ന് ഗവേഷണ ബിരുദം എന്നിവ നേടി.. വിദ്യാഭ്യാസത്തിലും മലയാള സാഹിത്യ ത്തിലും യു.ജി.സി. നടത്തുന്ന നാഷണൽ എഡ്യൂക്കേഷണൽ ടെസ്റ്റ് പാസായി.

പ്രൈമറി, സെക്കണ്ടറി, ഹയർസെക്കണ്ടറി തുടങ്ങിയ രംഗത്ത് അധ്യാപന പരിചയം. 17 വർഷം അധ്യാപക പരിശീലനരംഗത്ത് പ്രവർത്തിച്ചു. കോട്ടയ്ക്കൽ ഫാറൂഖ് ബി.എഡ് കോളേജിന്റെ പ്രിൻസി പ്പലായി 7 വർഷം ജോലിചെയ്തു. ചങ്ങനാശ്ശേരി എൻ.എസ്.എസ് ട്രെയിനിംഗ് കോളേജിൽ അധ്യാപകനായിരുന്നു. ഇപ്പോൾ മഞ്ചേരി എൻ.എസ്.എസ് കോളേജിൽ മലയാള വിഭാഗം അസിസ്റ്റന്റ് പ്രൊ ഫസ്സറായി ജോലി ചെയ്യുന്നു. മത്സരപരീക്ഷകൾക്കും, മാനേജ്മെന്റ് പരിശീലനങ്ങൾക്കും, അധ്യാപക പരിശീലനങ്ങൾക്കും റിസോഴ്സ് പേഴ്സൺ. വിദ്യാഭ്യാസരംഗവ്വുമായി ബന്ധപ്പെട്ട പതിനാറോളം പുസ്ത കങ്ങൾ ഇംഗ്ലീഷിൽ പ്രസിദ്ധീകരിച്ചിട്ടുണ്ട്

കൃതികൾ: *വിവരവിനിമയ സാങ്കേതികവിദ്യ സർഗ്ഗാത്മക വിദ്യാഭ്യാസത്തിൽ, ഇൻഫർമേഷൻ കമ്മ്യൂണിക്കേഷൻ ടെക്നോളജി, നിന്നെ ഞാനറിയുന്നു, നാട്ടരങ്ങ്, പുരാവൃത്തവും കവിതയും*

ഭാര്യ: ദീപ സന്തോഷ് (എടരിക്കോട് പി.കെ.എം.എം. ഹയർ സെക്കണ്ടറി സ്ക്കൾ അധ്യാപിക)

മക്കൾ: ശിശിര, ശശിന

വിലാസം: മാനസ, കോട്ടയ്ക്കൽ (തപാൽ), മലപ്പുറം – 676 503

ഫോൺ: 0483-2860647, 9447353421

svallikkad@gmail.com

ഡോ. സന്തോഷ് വള്ളിക്കാട്

ഉള്ളടക്കം

ജനനവും വിദ്യാഭ്യാസവും 9

ജ്ഞാനപ്രജാഗരം 16

ശ്രീനാരായണഗുരു 21

സുഹൃദ് സംഘങ്ങൾ 24

ശിഷ്യഗണം 26

അഗ്നിസ്പൎശം ചെയ്ത ഗ്രന്ഥങ്ങൾ 30

കേരളീയ നവോത്ഥാനത്തിന്റെ പിതാമഹൻ 41

സമാധി 48

ഉപസംഹാരം 50

അനുബന്ധം

പീഠിക ആദിഭാഷ 57

ആദിഭാഷ 71

ചാതുർവർണ്യാഭാസവും ബ്രാഹ്മണമതവും 73

പരശുരാമൻ മലയാളഭൂമിയെ ദാനം ചെയ്തിട്ടില്ല 91

വേദസ്വരൂപം വേദാധികാര നിരൂപണം 104

യുക്തിവിചാരം വേദാധികാര നിരൂപണം 111

പ്രപഞ്ചത്തിൽ സ്ത്രീപുരുഷന്മാർക്കുള്ള സ്ഥാനം 118

ജനനവും വിദ്യാഭ്യാസവും

തിരുവനന്തപുരത്തെ കണ്ണൻ മൂലയിൽ 1853 ആഗസ്റ്റ് 25 നാണ് പരമ ഭട്ടാരക വിദ്യാധിരാജ ചട്ടമ്പിസ്വാമികൾ ജനിച്ചത്. അച്ഛൻ താമരശ്ശേരി ഇല്ലത്ത് വാസുദേവ ശർമ്മ കൊല്ലൂർ മഠം വക ക്ഷേത്രത്തിൽ പൂജാരിയായിരുന്നു. അമ്മ നങ്ങമ്മപിള്ളയും. അച്ഛനമ്മാർ ഇട്ടപേര് അയ്യപ്പൻ എന്നായിരുന്നു. കുഞ്ഞൻ എന്ന ഓമനപ്പേരിലാണ് കുട്ടിക്കാലത്ത് അദ്ദേഹം അറിയപ്പെട്ടത്. വളരെ പാവപ്പെട്ട ഒരു കുടുംബമായിരുന്നു ഇവരുടേത്. അമ്മ ഒരു നമ്പൂതിരി ഭവനത്തിൽ വീട്ടുജോലിക്ക് പോയാണ് കുടുംബം പുലർത്തിയിരു ന്നത്. അച്ഛൻ പൂജാരിയായ ബ്രാഹ്മണനായിരിക്കുകയും സംബന്ധം രീതിയിലുള്ള വിവാഹമാവുകയും ചെയ്തതിനാൽ യാതൊരുതരത്തില്ല മുള്ള ഉത്തരവാദിത്തം ഉണ്ടായിരുന്നില്ല. മക്കൾക്ക് തൊട്ടുതീണ്ടാൻ പാടില്ലാത്ത പിതാവിൽനിന്നു തന്നെ ജാതിവ്യവസ്ഥയുടെ ഉച്ചനീച ത്വങ്ങൾ മനസ്സിലാക്കാൻ സ്വാമിക്ക് അവസരം ലഭിച്ചു. ബാല്യകാലം കഴിച്ചുകൂട്ടിയത് സാധാരണക്കാരുടെ ഇടയിലായിരുന്നതിനാൽ ജാതിയിൽ താഴ്ന്നവരുമായും ദരിദ്രരുമായും കൂട്ടുകൂടാൻ സ്വാമിക്ക് ധാരാളം അവസരം ലഭിച്ചു. കുട്ടിക്കാലം മുതൽ തന്റെ വീട്ടിൽ നിന്നും കൂട്ടുകാരുടെ ദൈന്യസ്ഥിതിയിൽ നിന്നും ലഭിച്ച തീക്ഷ്ണമായ അനുഭ വങ്ങൾ സ്വാമിയുടെ വ്യക്തിത്വത്തെ രൂപപ്പെടുത്തുന്നതിൽ നിർണ്ണാ യകമായി സ്വാധീനിച്ചു.

വാസുദേവ ശർമ്മ പണ്ഡിതനും വേദശാസ്ത്രങ്ങളിൽ നിപുണനുമാ യിരുന്ന അച്ഛൻ തന്നെയാണ് കുഞ്ഞനെ എഴുത്തിനിരുത്തിയത്. പഠിപ്പിക്കാനുള്ള ചിലവ് നടത്താൻ ധനസ്ഥിതിയില്ലാത്ത കുടുംബ മായിരുന്നതിനാൽ കുഞ്ഞന് പള്ളിക്കൂടത്തിൽ പോകാൻ ഭാഗ്യം ലഭിച്ചില്ല.

കൊല്ലൂർ മഠം ഒരു വിദ്യാസങ്കേതമായിരുന്നു. ചുറ്റുമുള്ള ഇല്ലങ്ങളിലെ കുട്ടികളെ ഓത്തുചെല്ലിക്കുന്നതും സംസ്കൃതം പഠിപ്പിക്കുന്നതും അവിടെ വെച്ചായിരുന്നു. അതിന് ഒരു ശാസ്ത്രിയെ അവിടെ പാർപ്പിച്ചിരുന്നു. കുട്ടികൾ കളരിയിൽ പോയി തിരിച്ചവരുന്നവഴിയിൽ കാത്തുനിന്ന് കുഞ്ഞൻ അവരിൽ നിന്ന് അക്ഷരം പഠിച്ചു. ശാസ്ത്രികൾ പഠിപ്പി ക്കുന്നത് മഠത്തിന്റെ പുറംച്ചുമരിന്നു പിന്നിൽ ഒളിഞ്ഞിരുന്ന് കേട്ട് കുഞ്ഞൻ ഹൃദിസ്ഥമാക്കി. ശിഷ്യൻമാരെ പരീക്ഷിക്കുന്നതിനായി ഒരു ദിവസം ശാസ്ത്രികൾ ഒരു ചോദ്യം ചോദിച്ചു. ശിഷ്യന്മാരാരും ഉത്തരം പറഞ്ഞില്ല. കേട്ടുപഠിച്ച ശിഷ്യൻ പുറത്തുനിന്ന് അറിയാതെ ഉത്തരം വിളിച്ചുപറഞ്ഞത് ഗുരുകേൾക്കുകയും പിടിക്കുടി ചോദ്യം ചെയ്യുകയും ചെയ്തു. കേട്ടുപഠിക്കുന്നതുപോലും പാപമായി കരുതിയിരുന്ന ഒരു കാലമായിരുന്നു അത്. ഗുരുവിന്റെ എല്ലാ ചോദ്യങ്ങൾക്കും ഉത്തരം നൽകിയ കുഞ്ഞന്റെ ബുദ്ധിശക്തിയിൽ ശാസ്ത്രികൾ അത്ഭുതപരത ന്ത്രനായി. അങ്ങനെ ദക്ഷിണവാങ്ങാതെ കുഞ്ഞൻ ശാസ്ത്രികളുടെ ശിഷ്യനായി പഠനമാരംഭിച്ചു.

കുട്ടിക്കാലത്ത് പിടിപെട്ട വരട്ടുചൊറി ദേഹമാസകലം വന്നപ്പോൾ കുഞ്ഞൻ ക്ഷേത്രത്തിൽ ഭജനമിരിക്കണമെന്ന് ആരോ നിർദേശിച്ചു. ഭക്തിയുടെ ബാലപാഠങ്ങൾ ഈ ഭജനം പാർക്കലിലൂടെ കുഞ്ഞന്റെ ജീവിതത്തിലേക്ക് കടന്നുവന്നു. കൊല്ലൂർ മഠത്തിലെ പഠനത്തിനു ശേഷം സന്തുഷ്ടനായ ഗുരുനാഥൻ തന്നെ കുഞ്ഞനെ പോട്ടയിലെ രാമൻപിള്ള ആശാന്റെ സമീപത്തേക്കയച്ചു. അത് കുഞ്ഞന്റെ ജീവി തത്തിലെ ഒരു വഴിത്തിരിവായിരുന്നു. പഠനത്തോടൊപ്പം മറ്റെല്ലാ കാര്യത്തിലും മികവു പുലർത്തിയ കുഞ്ഞനെ 'ചട്ടമ്പി' എന്ന സ്ഥാ നത്തിന് അർഹനാക്കി. അക്കാലത്ത് ക്ലാസ് ലീഡർമാരെ ചട്ടമ്പി എന്നായിരുന്നു വിളിച്ചിരുന്നത്. ചട്ടമ്പി ചട്ടങ്ങളെ നിയന്ത്രിക്കുന്നവൻ എന്ന അർത്ഥത്തിൽ മുതിർന്നപ്പോഴും പേരിനൊപ്പം ചേർത്തു.

രാമൻപിള്ള ആശാന്റെ കളരിയിലെ വിദ്യാഭ്യാസത്തിനുശേഷം അക്കാലത്തെ ശ്രേഷ്ഠ പണ്ഡിതന്മാരുമായി ചട്ടമ്പി ബന്ധം പുലർത്തി. ഹൈന്ദവദർശനങ്ങളെക്കുറിച്ച് കൂടുതൽ അറിയാനും അതിൽ ആകൃ ഷ്ടനാവാനും ഇടവന്നത് രാമൻപിള്ള ആശാന്റെ 'ജ്ഞാനസാഗരം' എന്ന സദസ്സിൽ നിന്നായിരുന്നു. വേദങ്ങളിലും പുരാണങ്ങളിലും ഇതിഹാസങ്ങളിലും പ്രാവീണ്യം നേടിയ അദ്ദേഹം സാമൂഹിക വ്യവസ്ഥിതിയെ അതിന്റെ വെളിച്ചത്തിൽ വിശകലന വിധേയമാ ക്കി. സ്നേഹം, ത്യാഗം, സേവനം, അത്മശുദ്ധി, ആത്മ നിയന്ത്രണം തുടങ്ങിയ ഗുണങ്ങൾ തേടി കാലത്തോടൊപ്പം അദ്ദേഹം യാത്രയാ രംഭിച്ചു.

വീട്ടിലെ ദാരിദ്ര്യവും കാരണം പഠിത്തം അധികനാൾ തുടരാൻ അദ്ദേഹത്തിന് കഴിഞ്ഞില്ല. മാതാവിനും സഹോദരങ്ങൾക്കും ചിലവിന് വക കണ്ടെത്താൻ ഏതു ജോലിയും ചെയ്യാൻ അദ്ദേഹം തയ്യാറായി. ദിവാൻ സർ.ടി മാധവറാവു സെക്രട്ടറിയേറ്റ് പണിയു വാനാരംഭിച്ചപ്പോൾ കല്ലും മണ്ണും ചുമക്കുന്ന ചുമട്ടുകാരന്റെ ജോലി മുതൽ കൊല്ലർ മക്കാരുടെ കണക്കെഴുത്ത് ജോലി, വക്കീൽ ഗുമസ്ത പണി, ആധാരമെഴുത്ത് തുടങ്ങി ചെയ്യുന്ന ജോലികളോടെല്ലാം ചട്ടമ്പിസ്വാമികൾ ആത്മാർത്ഥത പുലർത്തി. നെയ്യാറ്റിൻ കരയിൽ ആധാരമെഴുത്തു ജോലി ചെയ്യുമ്പോൾ കിട്ടുന്നതിൽ ഒരു പങ്ക് മറ്റുള്ളവർക്ക് വീതിച്ച് നൽകിയിരുന്നു. മതം, തത്വചിന്ത, ചരിത്രം തുടങ്ങിയ വിഷയങ്ങളിൽ അക്കാലത്തുതന്നെ വേറിട്ട ചിന്തകൾ വെച്ചുപുലർത്തിയതിനാൽ ആളുകൾ സംശയനിവാരണത്തിനായി പലപ്പോഴും അദ്ദേഹത്തെ സമീപിച്ചു. യോഗവും ധ്യാനവും തന്റെ ലളിത ജീവിതത്തിന്റെ ഭാഗമായി കൊണ്ട് നടന്നതിനാൽ ആളു കൾക്കിടയിൽ കുഞ്ഞൻപിള്ള സ്വാമി എന്നറിയപ്പെടുകയും അവർ ബഹുമാനത്തോടെ ഇടപെടാൻ തുടങ്ങുകയും ചെയ്തു.

ദക്ഷിണേന്ത്യൻ തത്വശാസ്തം, സംസ്കാരം ശാസ്തം എന്നിവയുടെ തട്ടകമായി ഭൂതപാണ്ഡണ്ടിയിൽ ജോലി നോക്കിയപ്പോൾ അറിവിന്റെ മേഖല വികസിക്കുവാൻ തുടങ്ങി. ശൈവസിദ്ധാന്ത സമ്പ്രദായവും സിന്ദവൈദ്യവും ഇവിട്ടത്തെ ക്ഷേത്രങ്ങളിൽ നിന്നും വീട്ടുകളിൽ നിന്നും മനസ്സിലാക്കാൻ അദ്ദേഹത്തിന് കഴിഞ്ഞു. തമിഴ്ഭാഷയിൽ കൂടുതൽ പ്രാവീണ്യം ലഭിക്കുകയും തമിഴില്ലുള്ള ചില പഴ കയ്യെഴുത്തു പ്രതികളും താളിയോലകളും പരിശോധിച്ച് മതം, ചരിത്രം തത്വശാ സ്തം, വൈദ്യം തുടങ്ങിയവയെക്കുറിച്ച് മനസ്സിലാക്കുകയും ചെയ്തു.

സഹജീവികളോടുള്ള സ്നേഹവും കരുണയും ദയയും കുട്ടിക്കാലം മുതൽ കുഞ്ഞനിൽ കണ്ടുവന്നിരുന്നു. സമസ്ത ജീവജാലങ്ങളോടും കരുണയോടെ പെരുമാറുകയും അവയെ സൗഹൃദവലയത്തിൽ നിർത്തുകയും ചെയ്തു. പല ജീവചരിത്രങ്ങളില്ലും നായകളെ വിളിച്ച് വരുത്തുന്നതിനെക്കുറിച്ചും കൂടെ കൊണ്ടുനടക്കുന്നതിനെക്കുറിച്ചും അവയോട് സംസാരിക്കുന്നതിനെക്കുറിച്ചും പരമാർശങ്ങൾ കാണുന്നു. ഉറുമ്പിനോടും എലികളോടും പാമ്പിനോടും സംവദിച്ചതിനെക്കുറിച്ചും സൂചിപ്പിക്കുന്നുണ്ട്. ഇതെല്ലാം സഹജീവി സ്നേഹത്തിന്റെ ഉദാഹര ണമായി കാണാം. ചെടികളെ സ്നേഹിക്കുകയും അവയെ തൊട്ട തലോട്ടുകയും അവയുടെ ഔഷധ ഗുണങ്ങൾ പരിശോധിക്കുകയും ചെയ്തിരുന്നതായും കാണുന്നു. ഭക്ഷണശീലത്തെക്കുറിച്ച് പറയുമ്പോൾ

മാംസാഹാരം വെടിയണമെന്നും അവയെ ജീവിക്കാൻ അനുവദിക്ക
ണമെന്നും ജനങ്ങളോട് സ്വാമികൾ അഭ്യർത്ഥിക്കുന്നുണ്ട്.

കഠിനമായ ശാരീരികാധ്യാനമുള്ള കൂലിപ്പണികൾ ചെയ്യുന്നതിൽ
കുഞ്ഞൻ ആദ്യകാലത്ത് വ്യാപൃതനായി. അമ്മയ്ക്കും സഹോദരങ്ങൾ
ക്കും കഴിഞ്ഞു കൂടാനുള്ള വക സമ്പാദിച്ചത് അങ്ങനെയായിരുന്നു.
അർദ്ധസഹോദരനായിരുന്ന കൊല്ലൂർ കൃഷ്ണപിള്ളയ്ക്ക് ആധാരമെഴുതു
ന്ന ജോലിയായിരുന്നു. തന്നോടൊപ്പം ആധാരമെഴുതാൻ അദ്ദേഹം
കുഞ്ഞനേയും കൂട്ടി. നെയ്യാറ്റിൻകര രജിസ്ട്രേഷൻ ഇൻസ്പെക്ടറായി
രുന്ന ഷൺമുഖ സുന്ദരം പിള്ളയ്ക്ക് കുഞ്ഞന്റെ കയ്യക്ഷരം നന്നായി
ഇഷ്ടപ്പെട്ടു. വേദാന്തത്തിൽ തൽപ്പരനായിരുന്ന ഷൺമുഖ സുന്ദരം
പിള്ളയ്ക്ക് കുഞ്ഞനിൽ ചില പ്രത്യേകതകൾ ദർശിക്കാൻ കഴിഞ്ഞു.
അതുകൊണ്ട് ആധാരമെഴുത്തുണ്ടായാലും ഇല്ലെങ്കിലും കുഞ്ഞന് എട്ട്
ചക്രം രജിസ്ട്രാഫീസിൽ നിന്ന് എന്നും നൽകണമെന്ന് അദ്ദേഹം
ഉത്തരവിട്ടു. തനിക്കുകിട്ടുന്ന പണം എന്നും ആധാരമെഴുതാൻ
കിട്ടാത്ത മറ്റുള്ളവർക്കും വീതിച്ചുനൽകി.

ആധാരമെഴുത്ത് ജോലി മടുത്ത കുഞ്ഞൻപിള്ള തിരുവനന്തപുര
ത്ത് വീട്ടിലേക്ക് മടങ്ങി. അവിടെ കടുത്ത ദാരിദ്ര്യമാണ് അദ്ദേഹത്തെ
വരവേറ്റത്. അക്കാലത്ത് തിരുവനന്തപുരം ദിവാനായിരുന്ന രാജ.
സർ.ടി. മാധവരാവു സെക്രട്ടറിയേറ്റിൽ പല ഭരണപരിഷ്ക്കാരങ്ങളും
കൊണ്ടുവരുന്ന കാലമായിരുന്നു. കണക്കുകൾ സൂക്ഷിക്കുന്നതിനായി
ഗുമസ്തൻമാരെ നിയമിക്കാൻ അദ്ദേഹം തീരുമാനിക്കുകയുണ്ടായി.
ഇതിനായി അപേക്ഷ സ്വീകരിക്കുകയും കണക്കുമായി ബന്ധപ്പെട്ട
മത്സരപരീക്ഷ നടത്തുകയും ചെയ്തു. പ്രയാസം നിറഞ്ഞ ചില ചോദ്യ
ങ്ങൾ നൽകി അടുത്ത ദിവസം അതിന്റെ ഉത്തരം സമർപ്പിക്കുവാ
നായിരുന്നു നിർദ്ദേശം. എല്ലാവരും ശരിയുത്തരം നൽകിയപ്പോൾ
കുറേക്കൂടി ബുദ്ധിമുട്ടുള്ള ചോദ്യങ്ങൾ അടുത്ത ദിവസത്തേക്ക് നൽകി.
അതിനും എല്ലാവരും ശരിയുത്തരം നൽകിയപ്പോൾ സംശയം
തോന്നിയ മാധവരായർ രഹസ്യമന്വേഷിച്ചു. കുഞ്ഞൻപിള്ള ചട്ടമ്പി
എന്ന ആളാണ് ഇതിനെല്ലാം ശരിയുത്തരം നൽകുന്നതെന്ന മനസ്സി
ലാക്കിയ അദ്ദേഹം കുഞ്ഞൻപിള്ളയെ വിളിപ്പിക്കുകയും വിഷമം
പിടിച്ച ഗണിതപ്രശ്നങ്ങൾക്ക് ഉത്തരം നൽകാൻ വെല്ലുവിളിക്കുകയും
ചെയ്തു. കൈവിരലുകൾ കൊണ്ട് എണ്ണം പിടിച്ച് എല്ലാ ചോദ്യങ്ങൾ
ക്കും ഉത്തരം നൽകുന്നതുകണ്ട ദിവാൻ മാസം നാല്യുരുപ ശമ്പളത്തിൽ
കണക്കെഴുത്തു പിള്ളയായി കുഞ്ഞൻപിള്ളയെ നിയമിച്ചു. അങ്ങനെ
ജോലിയിൽ പ്രവേശിച്ച കുഞ്ഞന്റെ മികവിൽ സന്തോഷവാനായ

ദിവാൻ മാസാവസാനം നേരിട്ടെത്തി പത്തുരൂപ ശമ്പളം നൽകു കയുണ്ടായി. തനിക്കർഹതപ്പെട്ട നാല്യരൂപ മാത്രമെടുത്തു ബാക്കി കുഞ്ഞൻ മടക്കി നൽകി.

കേരള വർമ്മ വലിയകോയിത്തമ്പുരാനെ അന്നത്തെ മഹരാജാ വിന്റെ കല്പനയനുസരിച്ച് അറസ്റ്റ് ചെയ്തു നാട്ടുകടത്തിയ ത്രിവിക്രമൻ തമ്പി എന്ന പാരക്രമിയായ തഹസിൽദാരുടെ കീഴിലാണ് കുഞ്ഞൻ പിള്ളയ്ക്ക് കണക്കെഴുത്തു ജോലി ചെയ്യേണ്ടി വന്നത്. ഒരിക്കൽ അവധിക്കായി കുഞ്ഞൻ നൽകിയ അപേക്ഷ അദ്ദേഹം നിരസിച്ചു. ഇതിൽ പ്രതിഷേധിച്ച കുഞ്ഞൻപിള്ള ജോലി ഉപേക്ഷിച്ചുപോയി. ഇതായിരുന്ന കുഞ്ഞൻപിള്ള ചട്ടമ്പിയുടെ അവസാനത്തെ ജോലി.

സ്വന്തം ജീവിതാനുഭവങ്ങളാണ് ചട്ടമ്പിസ്വാമികളെ സന്യാ സത്തിലേക്ക് നയിച്ചത്. യാതൊരുവിധ ബാഹ്യപ്രേരണയോ പ്രലോഭനമോ ഇതിനപിന്നിലില്ലായിരുന്നു. ദുരിതപൂർണമായ ഒരു ബാല്യകാലം അദ്ദേഹത്തിന്റെ അനുഭവങ്ങളെ പാകപ്പെടുത്തി. നെയ്യാറ്റിൻകര കച്ചേരിയിൽ ഒരു ബന്ധുവിന്റെ കീഴിൽ ആധാരം എഴുത്തുകാരനായി കഴിഞ്ഞിരുന്ന കാലത്തും അസ്വസ്ഥമായൊരു മനസ്സായിരുന്ന അദ്ദേഹത്തിന്. സ്വന്തം ആത്മാവിന്റെ സന്തോഷ ത്തിനുള്ള മാർഗം അദ്ദേഹം അന്വേഷിച്ച കണ്ടെത്തി. അതായിരുന്ന സന്യാസമാർഗ്ഗം. സന്ന്യാസ ജീവിതത്തിന്റെ ലക്ഷ്യം സാമൂഹ്യപരി ഷ്കരണമോ സമുദായോദ്ധാരണമോ അല്ലെന്നിരിക്കിലും താൻ ജീവി ക്കുന്ന കാലത്തിനോട്ടം സമൂഹത്തിനോട്ടം നീതിപുലർത്തുവാൻ ആ പരിസരങ്ങളെ അപഗ്രഥിക്കുകയും ഇടപെട്ടുകയും ചെയ്യുകയായിരുന്ന അദ്ദേഹം.

ഒരു സമുദായത്തെ അടക്കിവാണിരുന്ന സംസ്കാരമാണ് മാറേണ്ടത് എന്ന യാഥാർത്ഥ്യം തിരിച്ചറിഞ്ഞ് അതിനുവേണ്ടി ചട്ടമ്പിസ്വാമികൾ പരിശ്രമിച്ചു. ബ്രാഹ്മണ മേധാവിത്വത്തിന്റെ സമ്മർദ്ദങ്ങളിൽപ്പെട്ട് ദ്രാവിഡ സംസ്കാരം ശ്വാസം മുട്ടിപ്പിടയുന്ന കാലഘട്ടമായിരുന്ന അത്. കേരളീയ സംസ്കാരത്തിന്റെ അടിസ്ഥാ നധാരയായി വർത്തിക്കുന്ന ദ്രാവിഡ സംസ്കാരത്തെ ആര്യസംസ്കാ രത്തിന്റെ പിടിയിൽ നിന്ന് മോചിപ്പിക്കുന്നതിനായി അദ്ദേഹം പ്ര വർത്തിച്ചു. അതിന്റെ ശക്തിയും സൗന്ദര്യവും വീണ്ടെടുക്കുന്നതിനുള്ള പ്രവർത്തനങ്ങൾക്ക് മേൽനോട്ടം വഹിക്കുകയും ചെയ്തു. സാമൂഹിക ജീവിതത്തിന്റെ നെടുംതൂണായിരുന്ന സമുദായത്തെ ചിന്തകൾകൊ ണ്ടും കർമ്മങ്ങൾകൊണ്ടും ലക്ഷ്യപ്രാപ്തിയിലേക്ക് നയിക്കുക എന്നത് വലിയൊരു വെല്ലുവിളിയായിരുന്ന അക്കാലത്ത്. നൂറ്റാണ്ടുകളായി

തങ്ങൾ അധഃസ്ഥിതരാണെന്ന ബോധമാണ് സമുദായത്തെ ഭരിച്ചി രുന്നത്. ബ്രാഹ്മണരുടെ സാന്നിദ്ധ്യത്തിൽ പാരതന്ത്ര്യ ബോധവും അധഃസ്ഥിത ചിന്തയും നായർ സമുദായത്തെ അടക്കിവാണിരുന്ന കാലഘട്ടമായിരുന്ന അത്.

കർമ്മവും ഗുണവുമാണ് മനുഷ്യന്റെ ജാതി നിശ്ചയിക്കുന്നതെന്ന ഓർമ്മപ്പെടുത്തലായിരുന്ന ചട്ടമ്പിസ്വാമികളുടെ ജീവിതം. ജാതി ശ്രേഷ്ഠതയാണ് മറ്റെന്തിനെക്കാളും മീതെയെന്ന് തെറ്റിദ്ധരിച്ചിരുന്ന വിവേകാനന്ദൻ ഭ്രാന്താലയമെന്ന് വിളിച്ച, കേരളത്തിനെ പരിവർ ത്തന വിധേയമാക്കുന്ന ബുദ്ധിപരമായ വ്യായാമത്തിനാണ് ചട്ടമ്പി സ്വാമികൾ തന്റെ ചിന്തയില്ലൂടെയും പ്രവൃത്തിയില്ലൂടെയും മുതിർന്നത്. കൊല്ലൂർ മഠം വകയുള്ള ദേവീക്ഷേത്രത്തിൽ മാലകെട്ടിക്കൊടുത്തും മഠത്തിലെ പുറം ജോലികൾ ചെയ്തും കഴിഞ്ഞപ്പോൾ ജീവിതാനുഭവ ങ്ങൾ കുഞ്ഞനിൽ ചിന്താഭാരമായി മാറിയിരിക്കും. ക്ഷേത്രാരാധന യും ജപവും കുഞ്ഞന് ഒഴിവാക്കാൻ വയ്യാത്ത ശീലമായി രൂപപ്പെട്ടു.

അധ്യാപകൻ, ഭാഷാപണ്ഡിതൻ, പ്രാസംഗികൻ എന്നീ നിലകളിൽ പ്രസിദ്ധനായ കണ്ണമ്മൂല രാമൻപിള്ള ആശാന്റെ ശിഷ്യ നായത് ചട്ടമ്പിസ്വാമികളുടെ ജീവിതത്തിലെ വഴിത്തിരിവാണ്. കേരളീയരുടെ വാണിജ്യ വൈമുഖ്യത്തെപ്പറ്റിയും രാമായണ സദാചാ രതത്ത്വങ്ങളെ പറ്റിയുമൊ ക്കെ രാമൻപിള്ള ആശാൻ എഴുതുകയും പ്ര സംഗിക്കുകയും ചെയ്യുമായിരുന്നു. മലയാള ലിപി പരിഷ്കരണത്തിലും ആശാന്റെ സാന്നിദ്ധ്യമുണ്ടായിരുന്നു. രണ്ട് വർഷക്കാലം കുഞ്ഞന് അദ്ദേഹത്തിന്റെ ശിഷ്യനായി പഠിക്കാൻ കഴിഞ്ഞു.

രാമൻപിള്ള ആശാനിൻ നിന്ന് പലകാര്യങ്ങളിലും കുഞ്ഞൻ പ്രാവിണ്യം നേടി. വേദാന്തസംബന്ധമായ 'കൈവല്യനവനീതം' ഗുരു പക്കൻ നിന്ന് വാങ്ങി വായിച്ചു. സംഗീതം ആസ്വദിച്ചു. രാമായണവും മഹാഭാരതവുമൊക്കെ സംഗീതസാന്ദ്രമായി ആലപിക്കുമായിരുന്ന അദ്ദേഹം. അപാരമായ ഓർമ്മശക്തി കുഞ്ഞനെ വ്യത്യസ്തനാക്കി. സാഹിത്യത്തോട് പ്രത്യേകമായ അഭിരുചി പുലർത്തുകയും അറി വുനേടുന്നതിൽ അടങ്ങാത്ത ആഗ്രഹം പ്രകടിപ്പിക്കുകയും ചെയ്തു. കളികളിലും വ്യായാമമുറകളിലും സവിശേഷ പ്രതിപത്തി പ്രകടി പ്പിച്ചു. കഥകളിയോട് താൽപര്യം പ്രകടിപ്പിക്കുകയും സങ്കീർണമായ മുദ്രകൾ സ്വായത്തമാക്കുകയും ചെയ്തിരുന്നു. ചിത്രകലയിലും അദ്ദേഹം പ്രാഗല്ഭ്യം തെളിയിച്ചിരുന്നു. തിമില, ചെണ്ട എന്നീ വാദ്യോപകര ണങ്ങളിലും മികച്ച പ്രകടനം കാഴ്ച വെച്ചു.

രാമൻപിള്ളയാശാന്റെ കളരിയിൽ പഠിക്കുന്ന കാലത്തുതന്നെ ഇടിഞ്ഞുപൊളിഞ്ഞ കാളീ ക്ഷേത്രത്തിലെ പ്രതിഷ്ഠയ്ക്കുമുമ്പിൽ കുഞ്ഞൻപള്ള സന്യാസിയെപ്പോലെ മൗന പ്രാർത്ഥനയിൽ മുഴുകുമാ യിരുന്നു. സന്യാസിയുടെ ലക്ഷണങ്ങൾ കാണിച്ചിരുന്ന ഇക്കാലത്തു തന്നെ അദ്ദേഹം ജാതിവ്യവസ്ഥക്കെതിരെ പ്രതികരിക്കുകയും ചെയ്തു. സവർണനായ നായർ സമുദായത്തിൽപ്പെട്ടയാൾ ഈഴവർക്കൊപ്പം ഭക്ഷണം കഴിക്കുന്നത് കുറ്റമായികരുതിയിരുന്ന അക്കാലത്ത് പരമേ ശ്വരൻ എന്ന ഈഴവ സുഹൃത്തിന്റെ വീട്ടിൽ പോയി ഭക്ഷണം കഴിച്ച അദ്ദേഹം. ഈ പരമേശ്വരന്റെ അനുജനാണ് പ്രശസ്തനായ ഡോ. പൽപു എന്ന് ഓർക്കണം.

ഭാരതീയ ആദ്ധ്യാത്മിക പാരമ്പര്യത്തിന്റെ പ്രധാനഘടകമായ ഗുരു സങ്കല്പം അദ്ദേഹത്തെ വല്ലാതെ ആകർഷിച്ചിരുന്നു. ഗ്രന്ഥങ്ങ ളിൽ നിന്നുള്ള അറിവിനപ്പുറം ആത്മജ്ഞാനം നേടുന്നതിനുള്ള മാർ ഗ്ഗങ്ങൾ അദ്ദേഹം അന്വേഷിച്ചു. ഇതിൽ മഹാനായ ഒരു ഗുരുവിന്റെ സാന്നിദ്ധ്യം ആവശ്യമാണെന്ന് അദ്ദേഹം മനസ്സിലാക്കി. കാഷായവ സ്ത്രധാരികളായ സന്ന്യാസിയോട് തോന്നിയ അഭിനിവേശം അദ്ദേഹ ത്തെ പിൻതുടരുന്നതിൽ എത്തിച്ചു. തന്നെ പിൻതുടരുന്ന ബാലനെ സന്ന്യാസി മടക്കി അയച്ചത് ചില മന്ത്രങ്ങൾ പഠിപ്പിച്ചായിരുന്നു. ചട്ടമ്പിസ്വാമികളുടെ ആദ്യഗുരുവായ അദ്ദേഹം ബാലസുബ്രമണ്യ മന്ത്ര സംയുക്തം പഠിപ്പിക്കുകയും അനുഷ്ഠാനങ്ങളെക്കുറിച്ച് ഉപദേ ശിക്കുകയും ചെയ്തു.

ചട്ടമ്പിസ്വാമികൾ സുബ്രഹ്മണ്യ ഭക്തനായതും ഷൺമുഖദാസൻ എന്നും ബാലാഹ്വൻ എന്നും പേരു സ്വീകരിച്ചതും ഈ സ്വാധീനം കൊണ്ടായിരിക്കാം. ശ്രീനാരായണ ഗുരുവടക്കമുള്ള പലശിഷ്യർക്കും സ്വാമികൾ ഈ മന്ത്രം പിന്നീട് ഉപദേശിക്കുകയുണ്ടായി.

●

ജ്ഞാനപ്രജാഗരം

പേട്ട രാമൻപിള്ള ആശാന്റെ നേതൃത്വത്തിൽ തിരുവനന്ത പുരത്തെ സഹൃദയരായ ചെറുപ്പക്കാർ ചേർന്ന് ജ്ഞാ നപ്രജാഗരി എന്ന പേരിൽ ഒരു സമാജം ആരംഭിച്ചു. സർക്കാർ ജീവിതം ഉപേക്ഷിച്ച കുഞ്ഞൻപിള്ള ഈ സംസ്കാരിക സംഘത്തിൽ സജീവമായി പ്രവർത്തിക്കുവാൻ ആരംഭിച്ചു. അറിവ് അന്വേഷിച്ചെ ത്തുന്ന യുവാക്കളുടെ ഒരു സംഗമ പ്രസ്ഥാനമായിരുന്ന ഇത്. മതാധി ഷ്ഠിതമായ വാദപ്രതിവാദങ്ങളും വേദാന്തപ്രഭാഷണവും സംഗീതവും ഈ സമാജത്തിന്റെ പ്രത്യേകതകളായിരുന്നു. മനോന്മണീയം സുന്ദരൻപിള്ള, തൈക്കാട് അയ്യാസ്വാമി തുടങ്ങിയ പണ്ഡിതന്മാർ ഇവിടെ സ്ഥിരം സന്ദർശകരായിരുന്നു. ഇവിടെ വെച്ച് ഇംഗ്ലീഷ് വിദ്യാഭ്യാസത്തിനുള്ള അവസരവും കുഞ്ഞൻ പിള്ളയ്ക്ക ലഭിച്ചു. തത്വശാസ്ത്രഗ്രന്ഥങ്ങൾ വായിച്ചു മനസ്സിലാക്കവാനും, ബൈബിൾ പഠനം നടത്തുവാനും ഈ അവസരത്തിൽ അദ്ദേഹത്തിന് കഴിഞ്ഞു. തത്വശാസ്ത്രഗ്രന്ഥങ്ങൾ വ്യാഖ്യാനിക്കുന്നതിൽ സുന്ദരം പിള്ളയുടെ വാദപ്രതിവാദങ്ങൾ കുഞ്ഞൻപിള്ളയെ സഹായിച്ചു.

അന്നത്തെ റസിഡൻസി മാനേജരും പണ്ഡിതനുമായിരുന്ന തൈക്കാട് അയ്യാവുസാമി വേദാന്തത്തിൽ സംവാദങ്ങൾ നയിക്കാൻ ജ്ഞാന പ്രജാഗരത്തിൽ എത്തുമായിരുന്നു. ഹഠയോഗവിദ്യയിലും സാമർത്ഥ്യം തെളിയിക്കുവാൻ അദ്ദേഹവുമായുള്ള ബന്ധം കുഞ്ഞൻ പിള്ളയെ സഹായിച്ചു. രണ്ടുപേരും സുബ്രഹ്മണ്യോപാസകന്മാരാ യിരുന്നു. യോഗവിദ്യയുടെ വിവിധ മാർഗ്ഗങ്ങൾ സ്വായത്തമാക്കാൻ ഈ ബന്ധം ഇടവരുത്തി. തമിഴിലെ വേദാന്തചിന്താപദ്ധതി മനസ്സി ലാക്കിയെടുക്കാൻ റാവു കുഞ്ഞനെ സഹായിച്ചു. യോഗയോടൊപ്പം തമിഴ് ഗ്രന്ഥങ്ങളിൽ നിന്ന് ഗുസ്തിയെക്കുറിച്ചുള്ള സങ്കേതങ്ങളും

വായിച്ചു മനസ്സിലാക്കി അഭ്യസിച്ചതിലൂടെ നല്ല മെയ് വഴക്കം സിദ്ധിച്ച കുഞ്ഞൻ പിള്ളയ്ക്.

കൊട്ടം തമിഴിൽ രചിക്കപ്പെട്ട തമിഴിലെ പഴക്കം ചെന്ന പല ഗ്രന്ഥങ്ങളും വായിച്ചു മനസ്സിലാക്കാൻ ഈ അവസരത്തിൽ കുഞ്ഞൻ പരിശ്രമിച്ചു. ഇതിനായി തമിഴ് വ്യാകരണം പഠിക്കവാൻ തീരുമാനിക്കുകയും തിരുവനന്തപുരം മഹാരാജാസ് കോളേജിലെ തമിഴ് പ്രൊഫസറായിരുന്ന സ്വാമിനാഥ ദേശികരെ സമീപിക്കുകയും ചെയ്തു. സ്വാമിനാഥ ദേശികരും ജ്ഞാന പ്രജാഗരത്തിലെ സന്ദർശ കനായിരുന്നു. അദ്ദേഹത്തിന്റെ മന്ദിൽ തമിഴ്ഭാഷാ വ്യാകരണ പഠനം നടത്തിയതിലൂടെ ഏതു തമിഴ്ഗ്രന്ഥവും സ്വായത്തമാക്കാൻ ഉള്ള ഭാഷാപ്രാവീണ്യം കുഞ്ഞൻപിള്ള ആർജ്ജിച്ചു. ദക്ഷിണദേശത്തെ ശൈവമാർഗ്ഗാവലംബിയായ പരമ്പരാഗത ചിന്താ സമ്പ്രദായങ്ങളെ ക്കുറിച്ചുള്ള അറിവ് ലഭിക്കുന്നതും അങ്ങനെയാണ്.

തമിഴ് വ്യാകരണത്തിന്റെ അടിസ്ഥാനഗ്രന്ഥമായ ഇലക്ക ണശാസ്ത്രം ദേശികരിൽ നിന്ന് പഠിച്ച ചട്ടമ്പി തമിഴ് ഭാഷയുടെ പ്രാധാന്യം ശരിക്കും മനസ്സിലാക്കി. സർവ്വ വിജ്ഞാനങ്ങളുടെയും ആധാരഭാഷയായ തമിഴിൽ അദ്ദേഹം വിജ്ഞാനത്തിന്റെ പൊരുൾ തേടി യാത്രയാരംഭിച്ചു. തിരുക്കുറൾ മഹാകാവ്യത്തെ പഠിക്ക കയും വ്യാഖ്യാനിക്കുകയും ചെയ്തു. കമ്പർ, പട്ടണത്തുപിള്ളയാർ, നകീരർ തുടങ്ങിയ മഹാകവികളുടെ കാവ്യങ്ങളെ മനോഹരമായി ആലപിക്കുകയും വ്യാഖ്യാനിക്കുകയും ചെയ്തു കുഞ്ഞൻപിള്ള. തമി ഴകത്തേക്ക് വിദ്യാഭ്യാസ ലക്ഷ്യത്തോടെ യാത്ര തിരിക്കണമെന്ന ആഗ്രഹം കുഞ്ഞനിൽ അക്കാലത്ത് ഉടലെടുക്കുകയും ഈ വിവരം ദേശികരെ അറിയിക്കുകയും ചെയ്തു. നവരാത്രി ഉത്സവത്തോടനുബ ന്ധിച്ച വിദ്വാൻ സദസ്സിൽ പങ്കെടുക്കുന്നതിനായി സുബ്ബാജടപാഠി എന്ന പണ്ഡിതൻ തിരുവനന്തപുരത്തു വന്നത് അക്കാലത്താണ്. തിരുനൽവേലി ജില്ലയിലെ കല്ലടക്കുറിച്ചി ഗ്രാമത്തിൽ സുബ്ബാജടവ ല്ലഭർ ദക്ഷിണഭാരതം മുഴുവൻ അറിയപ്പെട്ടുന്ന പണ്ഡിതനായിരുന്നു. തർക്കശാസ്ത്രം,വ്യാകരണം, മീമാംസ, ഭാരതീയ അദ്ധ്യാത്മക നിഗ്രൂഢ ശാസ്ത്രം, വേദങ്ങൾ, വേദാന്തം ഇവയിൽ അമൂല്യപ്രതിഭ തെളിയിച്ച വ്യക്തിയായിരുന്നു സുബ്ബാജ്യവല്ലഭർ. സ്വാമിനാഥ ദേശികർക്കൊപ്പം വിദ്വാൻ സദസ്സിൽ പങ്കെടുത്ത കുഞ്ഞൻപിള്ളയ്ക് സുബ്ബജടവല്ലഭരുടെ വാഗ് വിലാസവും മനോധർമ്മ പ്രയോഗങ്ങളിലുള്ള മികവും ഏറെ ഇഷ്ടമായി. ദേശികർ മുഖേന ചട്ടമ്പി അദ്ദേഹത്തെ പരിചയപ്പെട്ട കയും നവരാത്രിയുത്സവം കഴിഞ്ഞ് തിരികെ പോകുമ്പോൾ കൂടെ കല്ലടക്കുറിച്ചിലേക്ക് പോവുകയും ചെയ്തു.

സുബ്ബാജടാവല്ലഭരുടെ വീട്ടിൽ വിവിധ വിഷയങ്ങളിലുള്ള ശില്പശാ ലകളിലും സംവാദങ്ങളിലും പങ്കെടുക്കുന്നതിനായി നാടിന്റെ നാനാ ഭാഗങ്ങളിൽ നിന്നായി നിരവധി പണ്ഡിതമാർ എത്തുമായിരുന്നു. കുഞ്ഞൻപിള്ളയുടെ ജീവിതത്തിൽ ഇതൊരു പുതിയ വഴിത്തിരി വായി. മതം, സമൂഹം ഇവയെക്കുറിച്ചുള്ള ശാസ്ത്രീയമായ അടിത്തറ രൂപീകരിക്കുന്നതിലും ഗവേഷണമനോഭാവം വളർത്തുന്നതിനും ഈ ചർച്ചകളിൽ പങ്കെടുക്കുവാൻ കഴിഞ്ഞതുകൊണ്ട് കുഞ്ഞന് സാധിച്ചു. അവിടെവെച്ച് വേദങ്ങൾ, തർക്കം, വ്യാകരണം കാവ്യമീമാംസ, മന്ത്രശാസ്ത്രം തുടങ്ങിയവ കുഞ്ഞൻപിള്ള പഠിച്ചു. അപാരമായ ഓർമ്മ ശക്തിയായിരുന്നു കുഞ്ഞൻപിള്ളയ്ക്ക്. ഒരിക്കൽ കേട്ടതോ വായിച്ചതോ ആയ ഒന്നും മറക്കുമായിരുന്നില്ല.

കല്ലടക്കുറിച്ചിയാണ് ചട്ടമ്പിയിലെ സാമൂഹിക സാംസ്കാരിക പ്രതി കരണങ്ങളെ രൂപപ്പെടുത്തിയത്. നാല്വർഷക്കാലത്തെ ഇവിടുത്തെ ജീവിതം തമിഴ് സംസ്കൃത ഭാഷയിലുള്ള ശാസ്ത്രങ്ങളിൽ ആഴവും പരപ്പും നേടിയെടുക്കാൻ അദ്ദേഹത്തെ സഹായിച്ചു. തമിഴ് ശൈലിയിലുള്ള യോഗമുറകൾ അഭ്യസിക്കുവാനും പല സംഗീത ഉപകരണങ്ങളിലും പ്രാവീണ്യം നേടുവാനും ഇവിടെവെച്ച് കുഞ്ഞൻപിള്ളയ്ക്ക് അവസരം ലഭിച്ചു.

സുബ്ബാജടവല്ലഭരുമൊത്തുള്ള സഹവാസക്കാലത്ത് അദ്ദേഹവുമൊ ത്തുള്ള യാത്രകൾ ശൈവമതാചാര്യന്മാരുടേയും സന്ന്യാസിമാരുടേ യും സിദ്ധ വൈദ്യവിശാരദന്മാരുടേയും സമ്പർക്കവും സാമീപ്യവും നേടിക്കൊടുത്തു. പാരമ്പര്യവൈദ്യത്തിന്റെ അടിസ്ഥാന തത്വങ്ങൾ മനസ്സിലാക്കുന്നതിനും ഔഷധ സസ്യങ്ങളുടെ പ്രയോഗവിധികൾ ഗ്രഹിക്കുന്നതിനും കുഞ്ഞന് ഈ അവസരങ്ങൾ സഹായകമായി. നീണ്ട കറുത്തതാടി, നെറ്റിയിലെ ഭസ്മക്കുറി, ലളിതമായ വെളുത്ത വസ്ത്രം, ശരീരശുദ്ധി, സംഗീത താൽപര്യം, വിവിധ ശാസ്ത്രങ്ങളിലുള്ള ജ്ഞാനം തുടങ്ങി കുഞ്ഞനെന്ന യുവാവിന്റെ ഈ പരിവർത്തനം ഒരു സന്ന്യാസിയുടെ ലക്ഷണങ്ങൾ തികഞ്ഞതായിരുന്നു. സന്ന്യാസിമാർ ക്ക് ജാതിപരമായ നിയന്ത്രണങ്ങൾ ഇല്ലാതിരുന്നതും, ജടാവല്ലഭര മായുള്ള ബന്ധവും സ്വതന്ത്രമായി സഞ്ചരിക്കുന്നതിനും ചുറ്റപാടുകൾ പഠിക്കുന്നതിനും കുഞ്ഞന് ഏറെ സഹായകമായിരുന്നു.

സുബ്ബാജടവല്ലഭരുടെ ആശ്രമത്തിൽ നിന്ന് തിരുവനന്തപുര ത്തേക്കുള്ള മടക്കയാത്രക്കിടയിലും കുഞ്ഞൻപിള്ളയ്ക്ക് നിരവധി അനുഭവങ്ങൾ ലഭിച്ചു. പല സിദ്ധന്മാരുമായി സമ്പർക്കം പുലർത്താ നും ശാസ്ത്രാധിഷ്ഠിതമായ ദാർശനിക ബോധം ആർജ്ജിക്കുവാനും

അവസരം ലഭിച്ചു. യാത്രക്കിടയിൽ മരുത്വാമലയിൽ കുറച്ചുനാൾ ഏകാന്തധ്യാനത്തിലേർപ്പെട്ടുകയും ചെയ്തു. കായ് കനികൾ മാത്രം ഭക്ഷിച്ച് വിശപ്പടക്കി ഏകാന്തധ്യാനത്തിന്റെ തീവ്രാനുഭവങ്ങളിൽ മുഴുകി അദ്ദേഹം ആത്മജ്ഞാനമാർജ്ജിച്ചത് അങ്ങനെയായിരുന്നു. ആത്മാനന്ദ സ്വാമികൾ എന്ന സിദ്ധനെ പരിചയപ്പെടുകയും മർമ്മ വിദ്യയുടെ പ്രായോഗിക തലങ്ങളിൽ വൈദശ്യമാർജ്ജിക്കുകയും ചെയ്തത് ഈ യാത്രക്കിടയിലാണ്. ഒരു തങ്ങളിൽ നിന്ന് ഇസ്ലാമിക ദർശനങ്ങളെക്കുറിച്ച് പഠിക്കാനും കഴിഞ്ഞു. തായി അമ്മാൾ, ആറും സ്വാമികൾ എന്നിവരിൽ നിന്ന് ചില പ്രത്യേക യോഗമുറകൾ അഭ്യ സിക്കുവാനും കഴിഞ്ഞു.

ഊരു ചുറ്റുന്ന അവധൂതനെപ്പോലെ മധുര, തഞ്ചാവൂർ, ചിദംബരം, കാഞ്ചീപുരം, രാമേശ്വരം, തിരുപ്പതി, മൂകാംബിക തുടങ്ങി പലയിടങ്ങ ളിലും അലഞ്ഞു നടന്ന കുഞ്ഞൻ അനുഭവങ്ങളെ ജീവിതപാഠമാക്കി മാറ്റുകയായിരുന്നു. വടിവീശ്വരത്തുവെച്ച് ഒരു വീട്ടിലെ അടിയന്തിര സദ്യയിൽ പുറന്തള്ളിയ ഭക്ഷണോച്ഛിഷ്ടങ്ങൾ തെരുവുനായക്കളോ ടൊപ്പം കഴിക്കുന്ന വൃദ്ധനായ ഒരു അവധൂതനെ കുഞ്ഞൻകണ്ടു. അദ്ദേ ഹത്തിന്റെ പുറകെ കാട്ടിലെത്തിയ കുഞ്ഞൻപിള്ളയെ അവധൂതൻ ബ്രാഹ്മജ്ഞാനത്തിലേക്കു നയിച്ചു. കുഞ്ഞനെന്ന് ചട്ടമ്പിസ്വാമിക ളിൽ വിവേകജ്ഞാനോദയം സിദ്ധിച്ച കുടിക്കാഴ്ചയായിരുന്ന ആ ഗുരുസമാഗമം.

തിരുവനന്തപുരം മടങ്ങിയെത്തിയ കുഞ്ഞൻപിള്ള വൻതോതിൽ പരിണാമം സംഭവിച്ച വ്യക്തിയായിരുന്ന ലൗകികമായ യാതൊരു ആസക്തികളുമില്ലാത്ത ആ യുവാവ് സമ്പത്തിലോ സുഖഭോഗങ്ങ ളിലോ മുഴുകാതെ സന്ന്യാസ ജീവിതത്തിൽ മുഴുകിയിരുന്നു. കിട്ടുന്നത് കഴിച്ച് കിട്ടുന്നിടത്ത് ഉറങ്ങി സൗകര്യങ്ങളെക്കുറിച്ച് ചിന്തിക്കാതെ ജീവിച്ചു. അമ്മയുടെ മരണത്തോടെ വീടുമായുള്ള ബന്ധം ഉപേക്ഷി ച്ചിരുന്ന ആളുകൾ ഒത്തുകൂടുന്നിടത്തൊന്നും അദ്ദേഹത്തെ ആരും ക്ഷണിച്ചിരുന്നില്ല. പക്ഷേ അദ്ദേഹത്തെ കാണുമ്പോൾ ആളുകൾ അറിയാതെ എഴുന്നേറ്റു നിന്നിരുന്നു. വായനയും ചിന്തയും ഉറച്ച ധാരണകൾ രൂപപ്പെടുത്തുന്നതിൽ കുഞ്ഞനെ സഹായിക്കുകയും പണ്ഡിതലോകത്തിന്റെ ആരാധ്യപുരുഷനാക്കി മാറ്റുകയും ചെയ്തു.

കുഞ്ഞൻപിള്ളയുടെ അകന്ന ബന്ധത്തിലുള്ള സഹോദരൻ ഓവർ സിയർ കേശവപിള്ള കൂടെ താമസിക്കാൻ ചട്ടമ്പിയെ ക്ഷണിക്കുകയു ണ്ടായി. തിരുവനന്തപുരത്തു മടങ്ങിയെത്തിയ കുഞ്ഞൻപിള്ള വലിയ സിദ്ധികളാർജ്ജിച്ച വ്യക്തിമായാണെന്നറിഞ്ഞ് തന്റെ ഭാര്യയുടെ

അസുഖം മാറ്റുന്നതിനായാണ് കേശവപ്പിള്ള അദ്ദേഹത്തെ വീട്ടിലേ
ക്ക് ക്ഷണിച്ചത്. മാന്ത്രിക കർമ്മങ്ങളിൽ താൽപര്യമില്ലായിരുന്ന
കുഞ്ഞൻപിള്ള കേശവപ്പിള്ളയുടെ ദയനീയാവസ്ഥ പരിഹരിക്കാൻ
മന്ത്രവാദത്തിലൂടെ ശ്രമിച്ചു. അങ്ങനെ ആ വീട് കുഞ്ഞൻപിള്ളയുടെ
കൂടെ വീടായി. കുഞ്ഞൻപിള്ളയെ അന്വേഷിച്ച് നിരവധി ആരാധകർ
ആ വീട്ടിലെത്തി. അവിടെനിന്നാണ് പിന്നീട് കുറെക്കാലം കുഞ്ഞൻ
പിള്ള യാത്രകൾ ചെയ്തത്. രാത്രികാലങ്ങളിലായിരുന്ന മിക്കയാത്രക
ളും. എവിടെയെങ്കിലും അപൂർവ്വ ഗ്രന്ഥങ്ങൾ ഉണ്ടെങ്കിൽ അത് കാണ
ന്നതിനും വായിക്കുന്നതിനുമായിരുന്ന യാത്രകൾ. ഒഴിയാബാധകൾ
ഒഴിപ്പിച്ചും, മാറാരോഗങ്ങൾ മാറ്റിയും വൈദ്യനായും മാന്ത്രികനായും
സിദ്ധനായും കുറച്ചകാലം കൊണ്ട് കുഞ്ഞൻപിള്ള പ്രസിദ്ധനായി.
അതിശയോക്തി കലർന്ന പലകഥകളും അദ്ദേഹത്തെക്കുറിച്ച് പ്രച
രിക്കുകയുണ്ടായി.

തെക്കൻ തിരുവിതാംകൂറിലെ പ്രശസ്ത തന്ത്രിമാരായിരുന്ന കുപക്ക
രപോറ്റിമാരുടെ മഠത്തിൽ നിരവധി തന്ത്രഗ്രന്ഥങ്ങൾ ഉണ്ടെന്നറി
ഞ്ഞ് അവ പരിശോധിക്കുകയും ക്ഷേത്രാനുഷ്ഠാനവിധി, പൂജാവിധി,
പ്രതിഷ്ഠാവിധി, ശ്രീഭൂതബലി, ഉത്സവബലി തുടങ്ങിയവയുമായി
ബന്ധപ്പെട്ട തന്ത്രവിജ്ഞാനങ്ങൾ നേടുകയും ചെയ്തു. ഇത് പിന്നീട്
കേരളത്തിലെ മുഴുവൻ ഹൈന്ദവ സമൂഹത്തിനും അദ്ദേഹം പ്രയോജ
പ്പെടുത്തി. കുപക്കര പോറ്റിയില്ലത്തെ മുതിർന്ന തന്ത്രി തന്ത്രസമുച്ചയ
ത്തിലെ ചില സങ്കീർണ്ണ കാര്യങ്ങളിൽ കുഞ്ഞനെ പരീക്ഷിക്കുകയും
അതിൽ കുഞ്ഞൻ വിജയിക്കുകയും ചെയ്തപ്പോൾ 'വിദ്യാധിരാജൻ'
എന്ന് വിശേഷിപ്പിക്കുകയും ചെയ്തു.

ഓർവർസിയർ കേശവപിള്ള വാമനപുരത്തേക്ക് താമസം മാറി
യപ്പോൾ കുഞ്ഞൻപിള്ളയുടെ പ്രവർത്തനരംഗവും അവിടേക്ക് മാറി.
കൽക്കത്തയിൽ നിന്നും ബനാറസിൽ നിന്നുമെല്ലാം വിലപിടിച്ച
ഗ്രന്ഥങ്ങൾ കേശവപ്പിള്ള കുഞ്ഞൻപിള്ളയ്ക്ക് വരുത്തിക്കൊടുത്തു.
കിളിമാനൂരിൽ വെച്ച് മന്ത്രവാദത്തിലും ജ്യോത്സ്യത്തിലും ആവുങ്കൽ
കേശവനാശാന്റെ കീഴിൽ ഉപരിപഠനവും നടത്തി. വാമനപുരത്തുവെ
ച്ചാണ് നവോത്ഥാനനായകരിൽ ഒരാളായ ശ്രീനാരായണ ഗുരുവും
ചട്ടമ്പിസ്വാമികളും സംഗമിക്കുന്നത്. കേരള ചരിത്രത്തിലെ പ്രധാന
സംഭവങ്ങളിൽ ഒന്ന്.

●

ശ്രീനാരായണഗുരു

1883ലാണ് ചട്ടമ്പിസ്വാമികളും ശ്രീനാരായണഗുരുവും ആദ്യമായി കണ്ടുമുട്ടുന്നത്. ചെമ്പഴത്തിക്കടുത്തുള്ള അണിയൂർ ക്ഷേത്രത്തിൽ വെച്ച് യാദൃശ്ചികമായാണ് ഇവർ പരസ്പരം കണ്ടുമുട്ടിയത്. അന്ന് ചട്ടമ്പിസ്വാമികൾക്ക് 27 വയസ്സും ശ്രീനാരാ യണഗുരുവിന് 24 വയസ്സും. അന്നുമുതൽക്കേ പരസ്പരസ്നേഹവും ബഹുമാനവും പുലർത്തിപ്പോരാൻ ഇരുവരും ശ്രദ്ധിച്ചിരുന്നു. ചട്ടമ്പി സ്വാമികളുടെ ക്ഷണം സ്വീകരിച്ച് വാമനപുരത്തെത്തിയ ശ്രീനാരാ യണഗുരു പിന്നീട് അദ്ദേഹത്തിന്റെ സന്തതസഹചാരിയായി മാറി. ആത്മവിദ്യയാർജ്ജിക്കാനും ആത്മസാക്ഷാത്ക്കാരം നേടാനുമുള്ള മാർഗ്ഗങ്ങൾ ചട്ടമ്പിസ്വാമികൾ ശ്രീനാരായണഗുരുവിന് ഉപദേശിച്ചു. യോഗസംബന്ധമായ പാഠങ്ങൾ മനസ്സിലാക്കുവാൻ ചട്ടമ്പിസ്വാമി കളുമായുള്ള സഹവാസം ശ്രീനാരായണഗുരുവിനെ സഹായിച്ചു. രണ്ടുപേരും തൈക്കാട് താമസിച്ചിരുന്ന അയ്യാവു സ്വാമികളെ കാണുകയും ശ്രീനാരായണ ഗുരു അദ്ദേഹത്തിന്റെ ശിഷ്യത്വം സ്വീകരിക്കുകയും ചെയ്തു. അയ്യാവു സ്വാമിയിൽ മാറ്റങ്ങൾ വരുന്നത് ശ്രദ്ധയിൽപ്പെട്ട രണ്ടുപേരും പിന്നീട് അദ്ദേഹത്തിന്റെ ശിഷ്യത്വം ഉപേക്ഷിക്കുകയും ചെയ്തു.

ചട്ടമ്പിസ്വാമികളും ശ്രീനാരായണഗുരുവും ചേർന്ന് തെക്കൻ പ്രദേശങ്ങളിലൂടെ പദയാത്ര നടത്തി. മനുഷ്യനെ മനുഷ്യനായി കാണുവാനും ആത്മജ്ഞാനം വർദ്ധിപ്പിക്കാനും ഈ യാത്ര ഇരുവർ ക്കും ഉപകാരമായി. ഈ യാത്രക്കിടയിലാണ് അരുവിപ്പുറം തന്റെ ആസ്ഥാനമായി ശ്രീനാരായണഗുരു തെരഞ്ഞെടുത്തത്.

കുന്മം പള്ളിയിലെ ഗുരുകുല വിദ്യാഭ്യാസം പൂർത്തിയാക്കാതെ മടങ്ങിയ ശ്രീനാരായണഗുരു രാമൻപിള്ള ആശാന്റെ കീഴിൽ

മൂന്നുവർഷം പഠനം തുടർന്നെങ്കിലും രക്താതിസാരം പിടിപെട്ട് ചികിത്സ ഫലിക്കാതെ മടങ്ങിയ അദ്ദേഹത്തെ ചട്ടമ്പിസ്വാമികളോ ടൊപ്പമുള്ള സഹവാസം ഒരു തീർജ്ജലായായി രൂപപ്പെട്ടുത്തുകയായി രുന്നു. ഇരുപത്തി അഞ്ചാം വയസ്സിൽ ചെമ്പഴന്തിയിൽ മടങ്ങിയെ ത്തിയ ശ്രീനാരായണഗുരു കുറച്ചകാലം ഒരു കുടിപ്പള്ളിക്കുടത്തിലെ ആശാനായിരുന്നു. അങ്ങനെയാണ് അദ്ദേഹം 'നാണു ആശാ'നായത്. തുടർന്ന് ഇഷ്ടമില്ലാതെ വിവാഹവും നടന്നു. അതിന്റെ അസ്വ സ്ഥതകളിൽ നിന്ന് നാട്ടവിട്ടു. പിതാവിന്റെ മരണത്തെ തുടർന്ന് സർവ്വകെട്ടുപാട്ടകളും അറുത്തുമാറ്റി പുറം ലോകത്തേക്കിറങ്ങി, അന്തർമുഖനും ലജ്ജാലുവുമായിരുന്ന അദ്ദേഹം ജനവാസമില്ലാത്ത കുന്നുകളും കാട്ടുകളും പാറകളും ക്ഷേത്രങ്ങളും കയറിയിറങ്ങി നടന്നു. ചട്ടമ്പിസ്വാമികളുമായുള്ള കൂടിക്കാഴ്ചയാണ് ശ്രീനാരായണഗുരുവിന്റെ ജീവിതത്തെ മാറ്റിമറിച്ചത്. ആത്മജ്ഞാനിയും കർമ്മയോഗിയുമാക്കി ശ്രീനാരായണഗുരുവിനെ മാറ്റുന്നതിൽ ചട്ടമ്പിസ്വാമികൾ വഹിച്ച പങ്ക് നിസ്തുലമാണ്.

അദ്വൈതാധിഷ്ഠിതമായ ഒരു ചിന്താധാരയിലേക്ക് ശ്രീനാരാ യണഗുരുവിനെ നയിക്കുന്നതിൽ മുഖ്യപങ്ക് ചട്ടമ്പിസ്വാമികൾക്കാ യിരുന്നു. പ്രാചീനമലയാളവും വേദാധികാര നിരൂപണവും രചിച്ച് പ്രശസ്തനായ ചട്ടമ്പിസ്വാമികൾ തികഞ്ഞ ജ്ഞാനസിദ്ധിയിൽ നിൽക്കുന്ന സമയത്തായിരുന്ന ഈ കൂടിക്കാഴ്ച എന്നത് ശ്രീനാ രായണ ഗുരുവിന്റെ ധിഷണാമണ്ഡലത്തെ വികസിപ്പിക്കുന്നതിൽ ഏറെ സ്വാധീനിച്ചു.

ചെമ്പഴന്തിപ്പിള്ളമാരിൽ ഒരാളായ കൊടിപ്പറമ്പിൽ നാരായണ പ്പിള്ളയുമൊന്നിച്ച് ചട്ടമ്പിസ്വാമികൾ വാമനപുരത്തേക്കുള്ള യാത്ര യ്ക്ക് പോകുമ്പോൾ അണിയൂർ ക്ഷേത്രത്തിൽ വിശ്രമിക്കാനിരുന്നു. നാരായണപിള്ളയ്ക്ക് നാരായണഗുരുവിന് പിതാവായ മാടവനാശാന മായും ചെമ്പഴന്തി കുടുംബവുമായും നേരത്തെ ബന്ധമുണ്ടായിരുന്നു. നാരായണഗുരുവിനെ എഴുത്തിനിരുത്തിയത് നാരായണപിള്ളയുടെ ജ്യേഷ്ഠ സഹോദരനായ കണ്ണങ്കര അധികാരി ആയിരുന്നു. ലൗകിക കാര്യങ്ങളിൽ താൽപര്യമില്ലാത്ത ലക്ഷ്യമില്ലാതെ സന്ന്യാസ ചിട്ടകൾ അഭ്യസിക്കാൻ ഒരു ഗുരുവിനെ ലഭിക്കാതെ അലഞ്ഞു തിരി യുകയായിരുന്ന നാരായണഗുരുവിന് ചട്ടമ്പിസ്വാമികളെ കാണാൻ അഗ്രഹമുണ്ടായിരുന്നു. ക്ഷേത്രത്തിൽ ചട്ടമ്പിസ്വാമികൾ എത്തിയ വിവരം അറിഞ്ഞ് എത്തിയെങ്കിലും സവർണക്ഷേത്രമായതിനാൽ അകത്തു പ്രവേശിക്കാൻ കഴിയാതെ പുറത്തുനിന്നു. നാരായണഗുരു

ചട്ടമ്പിസ്വാമികളോട് നാരായണഗുരുവിനെക്കുറിച്ച് വിവരങ്ങൾ ധരിപ്പിക്കുകയും കാണാനായി പുറത്തു കാത്തുനിൽക്കുന്ന വിവരം പറയുകയും ചെയ്തത് നാരായണപ്പിള്ളയാണ്. അങ്ങനെ ക്ഷേത്ര ത്തിനുപുറത്തിറങ്ങി ചട്ടമ്പിസ്വാമികൾ ശ്രീനാരായണ ഗുരുവിനെ കാണുകയും ആ യുവാവിന്റെ ആത്മതേജസ്സ് മനസ്സിലാക്കുകയും കൂടെക്കൂട്ടുകയും ചെയ്തു.

ചട്ടമ്പിസ്വാമികൾ ശ്രീനാരായണഗുരുവിനെ 'നാണൻ' എന്നാണ് വിളിച്ചിരുന്നത്. സന്ന്യാസ ചിട്ടയുടെ ബാലപാഠങ്ങൾ പഠിപ്പിച്ചശേ ഷമായിരുന്നു യാത്രകൾ. അരുവിപ്പുറത്ത് ചട്ടമ്പിസ്വാമികൾ ഒരു പാട് തവണ പോയിട്ടുണ്ടായിരുന്നു. അവിടത്തെ ഏകാന്തതയും കാലാവസ്ഥയും പ്രകൃതിയും അറിയാവുന്നതുകൊണ്ട് ശ്രീനാരായ ണഗുരുവിനോടൊപ്പം അദ്ദേഹം അങ്ങോട്ട് യാത്രതിരിച്ചത്. പരമ ലക്ഷ്യത്തിലേക്ക് വികസിപ്പിക്കാൻ മനസ്സിനെ പ്രാപ്തമാക്കും വിധം തീവ്രമായ പരിശ്രമം ഇവിടെവെച്ച് ആരംഭിച്ചു. ബാലസുബ്രഹ്മണ്യ മന്ത്രം ചൊല്ലിക്കൊടുത്ത് ആത്മോപദേശം ചെയ്തു. ഈ ആത്മസമർ പ്പണത്തിന്റെ ഗുരുദക്ഷിണയായിരുന്നു പിന്നീട് നടന്ന അരുവിപ്പുറം പ്രതിഷ്ഠ. അവിടെനിന്നാണ് രണ്ടു പേരും വ്യത്യസ്ത വഴികളിലൂടെ സഞ്ചരിച്ചത്.

തന്റെ പാതകളിലൂടെ ശ്രീനാരായണഗുരു ബഹുദൂരം സഞ്ചരി ച്ചപ്പോഴും അൽപ്പമാത്രകളായ കൂടിക്കാഴ്ച്ചകളും കത്തിടപാടുകളും അവർ നടത്തിയിരുന്നു. പരസ്പരം അഭിപ്രായങ്ങൾ തുറന്നുപറ ഞ്ഞിരുന്നു.

ചട്ടമ്പിസ്വാമികൾക്ക് ഇതിനിടയിൽ തിരുവനന്തപുരത്ത് രണ്ട് ശിഷ്യന്മാരെ ലഭിച്ചു. നാരായണഗുരുവിന്റെ സഹപാഠികളായ പെരുനെല്ലികൃഷ്ണൻ വൈദ്യർ, വെളുത്തേരി കേശവൻ വൈദ്യർ എന്നിവരായിരുന്നു അവർ. കേശവൻ വൈദ്യർ സ്വാമികളിൽ നിന്ന് ഗുസ്തിമുറകളും കൃഷ്ണൻവൈദ്യർ സംസ്കൃതകാവ്യങ്ങളും വ്യാകരണവും അഭ്യസിച്ചു. ചിലപ്പോഴൊക്കെ ശ്രീനാരായണഗുരുവും ഇവരോടൊ പ്പം ചേരും. ഈ ഈഴവ സുഹൃത്തുക്കൾക്കൊപ്പം ചട്ടമ്പിസ്വാമികൾ നവോത്ഥാനത്തിന്റെ പാതയിലേക്ക് നടന്നുകയറുകയായിരുന്നു.

●

സുഹൃദ് സംഘങ്ങൾ

സാഹിത്യവും മതവും താഴെത്തട്ടിലുള്ള ജനങ്ങൾക്കും കൈകാര്യം ചെയ്യാനും ഉപയോഗപ്രദമാക്കുവാനും വേണ്ടി കേരളത്തിലങ്ങളോമിങ്ങോളം അനൗപചാരിക സംഘങ്ങൾ രൂപീകരിക്കുന്നതിന് ചട്ടമ്പിസ്വാമികൾ കാരണമായി. ജ്ഞാനപ്ര ജാഗരത്തിന്റെ പ്രചോദനവും പെരുന്നെല്ലിയുമായുള്ള ബന്ധത്തിൽ രൂപപ്പെട്ട സഹൃദയ സമാജവും ഇതിന് പ്രചോദനമായി. ഓരോ പ്രദേശത്തും ഇത്തരം സംഘങ്ങളിൽ സ്വാമികൾ എത്തുകയും പ്രൗഢഗംഭീരമായ ചർച്ചകൾക്ക് നേതൃത്വം നൽകുകയും ചെയ്തു. ചട്ടമ്പിസ്വാമികളുടെ കൃതികളും കുറിപ്പുകളും ആദ്യമായി ഈ സംഘ ങ്ങളിലാണ് ചർച്ചചെയ്യപ്പെട്ടത്. ഇതിനുവേണ്ടി തയ്യാറാക്കപ്പെട്ട കുറിപ്പുകളാണ് പിന്നീട് സ്വാമികളുടെ കൃതികളായി രൂപപ്പെട്ടത്. കേരളത്തിന്റെ സാമൂഹിക സാംസ്കാരിക, രാഷ്ട്രീയ, സാമ്പത്തിക മേഖലകളിൽ പ്രധാന പങ്കുവഹിച്ച പലരും ഇത്തരം സദസ്സുകളിൽ പങ്കെടുത്തവരായിരുന്നു. ഒരു വ്യക്തിയുടെ വികസനത്തിലൂടെ കൂട്ടം ബത്തിന്റെ വികസനവും അതിലൂടെ സമൂഹത്തിന്റെ സമഗ്രവികസ നവും സാദ്ധ്യമാക്കുക എന്നതായിരുന്നു ഈ കൂടിച്ചേരൽകൊണ്ട് സ്വാമികൾ അർത്ഥമാക്കിയത്.

ദേശസഞ്ചാരത്തിൽ അമിതമായ താൽപര്യം ചട്ടമ്പിസ്വാമികൾ പ്രദർശിപ്പിച്ചിരുന്നു. വടക്കൻ തിരുവിതാംകൂറിൽ ഒട്ടുമിക്ക പ്രദേശങ്ങ ളിലും സ്വാമികൾ സന്ദർശിക്കുകയും സംവാദങ്ങളിൽ ഏർപ്പെടുകയും ചെയ്തു. മൂവാറ്റുപുഴയിൽ ഓവർസിയർ കൃഷ്ണപിള്ളയോടൊപ്പം താമസി ക്കുന്ന കാലത്ത് നീലകണ്ഠ തീർത്ഥപാദ സ്വാമികളെ അദ്ദേഹത്തിന് ശിഷ്യനായി ലഭിച്ചു. മലയാളത്തിൽ പ്രാഥമിക വിദ്യാഭ്യാസം നേടി ഇംഗ്ലീഷ് പഠിക്കാൻ എറണാകുളത്ത് ഇംഗ്ലീഷ് സ്കൂളിൽ ചേർന്ന തീർത്ഥപാദർ ഒരു ആഭിജാത്യനായർ കുടുംബത്തിലെ അംഗമായി രുന്നു. വിഷചികിത്സയും മന്ത്രവാദവും പഠിച്ച തീർത്ഥപാദർ ഈ മേഖലയിൽ ചില സിദ്ധികൾ നേടിയിരുന്നു. തീർത്ഥപാദരുടെ

കുടുംബ വകയിൽപ്പെട്ട ഒരു വീട്ടിലാണ് ചട്ടമ്പിസ്വാമികൾ അക്കാ ലത്ത് താമസിച്ചിരുന്നത്. ചട്ടമ്പിസ്വാമികളുടെ പ്രഭാഷണം കേട്ട് ആരാധന തോന്നിയ തീർത്ഥപാദർക്ക് സ്വാമികളുടെ ശിഷ്യത്വം ലഭിക്കാൻ ആഗ്രഹമുണ്ടായി. സമീപിച്ചപ്പോൾ വിഷചികിത്സകൊ ണ്ടു മാത്രം കാര്യമില്ലെന്നും അവനവന്റെ ഉള്ളിലെ വിഷം എടുത്തുക ളയാനാണ് പഠിക്കേണ്ടതെന്നും സ്വാമികൾ ഉപദേശിച്ചു. വേദാന്തവും യോഗമുറകളും ശിഷ്യനായ തീർത്ഥപാദർക്ക് അദ്ദേഹം പഠിപ്പിച്ചു.

രാത്രികാലങ്ങളിൽ ആല്വാമണപ്പുറത്ത് യുവാക്കളോടൊപ്പം വേദാന്തചർച്ചകളിൽ മുഴുകി. വൈക്കത്തും പെരുമ്പാവൂരും ഇടപ്പി ള്ളിയിലുമെല്ലാം അദ്ദേഹം സമാനമായ സംവാദങ്ങളിൽ പങ്കെടുത്തു. സ്വാമി വിവേകാനന്ദനുമായുള്ള സമാഗമം നടക്കുന്നത് 1892 ഡിസം ബറിലാണ്. കൊളമ്പിയയ്ക്കുള്ള യാത്രാമധ്യേ മൈസൂരിൽ നിന്ന് എറണാകുളത്ത് എത്തിയതായിരുന്ന വിവേകാനന്ദസ്വാമികൾ. ദിവാൻ സെക്രട്ടറി രാമയ്യന്റെ വീട്ടിലായിരുന്ന വിവേകാനന്ദന്റെ വിശ്രമം. ആ മഹായോഗിയോട് സംവദിക്കാൻ എറണാകുളത്തെ സുഹൃദ്സംഘം തീരുമാനിക്കുകയും അതിനായി ചട്ടമ്പിസ്വാമികളെ നിയോഗിക്കുകയും ചെയ്തു. സംസ്കൃതത്തിലാണ് ചട്ടമ്പിസ്വാമികളും സ്വാമി വിവേകാനന്ദനും സംവദിച്ചത്. ചിന്മുദ്ര എന്താണെന്ന ചോദ്യത്തിൽ ചട്ടമ്പിസ്വാമികൾ നൽകിയ വിശദീകരണം വിവേ കാനന്ദനെ അത്ഭുതപ്പെടുത്തി. ഇവിടെ മലബാറിൽ ഞാൻ മഹാനായ ഒരു മനുഷ്യനെ കണ്ടു എന്നാണ് ചട്ടമ്പിസ്വാമികളെ ഉദ്ദേശിച്ച് വിവേ കാനന്ദൻ രേഖപ്പെടുത്തുന്നത്.

വൈക്കത്ത് പാതാരി വൈദ്യർ, അങ്കൻ വൈദ്യർ എന്നിവരുടെ അതിഥികളായി പുറ്റനാൽ എന്ന പ്രസിദ്ധമായ ഈഴവ ഗൃഹത്തി ലായിരുന്ന ചട്ടമ്പി സ്വാമികളുടെ താമസം. ചിലപ്പോഴൊക്കെ ശ്രീ നാരായണഗുരുവും ഇവിടെ എത്താറുണ്ടായിരുന്നു. ചേർത്തലയിലും ഇറവൂരും സുഹൃത്തുക്കളുടെ വീട്ടുകളിൽ അദ്ദേഹം താമസിച്ചിരുന്നു. ഇക്കാലത്താണ് പത്മനാഭപ്പണിക്കർ എന്ന ബാലനെ അദ്ദേഹ ത്തിന് കുടെക്കിട്ടുന്നത്. തീർത്ഥാപാദ പരമഹംസരെ ശിഷ്യനായി ലഭിക്കുന്നതും ഈ സമയത്താണ്. ജ്യോതിശാസ്ത്രജ്ഞൻ, വാഗ്മി എന്നീ നിലകളിൽ പ്രസിദ്ധനായിരുന്ന പരമഹംസർ. പറവ്വൂരിൽ അച്യുതൻ വൈദ്യനായിരുന്ന സുഹൃത്ത്. കൊച്ചീ വേലുപിള്ളയുടെ അതിഥിയായും അദ്ദേഹം താമസിച്ചു. ഈ സുഹൃദ്സംഘങ്ങളും സംഗമങ്ങളും തന്റെ ആശയ പ്രചരണത്തിന്റെ വേദികളായി സംവാദ സദസ്സുകളായി മാറ്റുകയായിരുന്ന ചട്ടമ്പിസ്വാമികളുടെ പതിവ്.

ശിഷ്യഗണം

ലോകമേതരവാട് എന്ന സമീപനത്തിലൂടെ ജീവിച്ച ചട്ട
മ്പിസ്വാമികൾ ലളിത ജീവിതമാണ് നയിച്ചിരുന്നത്.
സമസ്ത ജീവിജാലങ്ങളും തന്റെ കൂടപ്പിറപ്പുകളാണെന്ന സമീപനം
അദ്ദേഹത്തിന്റെ ജീവതത്തിന്റെ പ്രത്യേകയായിരുന്നു. അതീവ
നിഷ്ഠയോടെ ബ്രഹ്മചര്യം പാലിക്കുകയും ഭോഗവാസനകളെ
അകറ്റുകയും ചെയ്തു. ബുദ്ധിയും ശരീരവും പരിശുദ്ധമായി സൂക്ഷിച്ചു.
മെയ്ക്കരുത്തും ആത്മവീര്യവും കൈമുതലായ സ്വാമികൾ ധരിച്ചിരുന്ന
വെള്ളവസ്ത്രം പോലെ പരിശുദ്ധനായിരുന്നു.

സാധാരണക്കാരായ ആളുകളുമായി സമ്പർക്കം പുലർത്തുകയും
അവരുടെ വീട്ടുകൾ സന്ദർശിക്കുകയും ചെയ്തു. മദ്യപാനത്തോട്
തികഞ്ഞ വിരോധിയായിരുന്നു. മദ്യപാനാസക്തി സമൂഹത്തിന്
ദോഷം വരുത്തുമെന്ന് അദ്ദേഹം വിശ്വസിച്ചു. ശുദ്ധവായുശ്വസിച്ചും
തുറന്നസ്ഥലത്ത് കിടന്നും അദ്ദേഹം ജീവിച്ചു. ഫലിതപ്രിയനായിരു
ന്നു എന്നതിനാൽ നർമ്മോക്തികൾ ഉപയോഗിച്ചാണ് പലപ്പോഴും
സംസാരിക്കുക എന്നൊരു പ്രത്യേകയും അദ്ദേഹത്തിനുണ്ടായിരുന്നു.

ജാതിയ്ക്ക് മാനദണ്ഡം ജനനമാണെന്നതിനെ സ്വാമികൾ
എതിർത്തു. ഈഴവകുടുംബങ്ങളിൽ താമസിക്കുകയും മുസ്ലീങ്ങളുമായും
ചാന്നാന്മാരുമായും സമ്പർക്കം പുലർത്തുകയും ചെയ്തു. കുട്ടികളുമായി
പ്രത്യേകം സല്ലപിക്കുന്ന ശീലവും അദ്ദേഹത്തിനുണ്ടായിരുന്നു. കുട്ടിക
ളുമായി കളിക്കാൻ അദ്ദേഹം പ്രത്യേകം സമയം കണ്ടെത്തിയിരുന്നു.
സ്ത്രീകളോടും പ്രത്യേകം മമതപുലർത്തിയിരുന്നു. തന്നോടൊപ്പമുള്ള
വർക്കും തന്റെ പരിഗണന ലഭിക്കണമെന്ന് അദ്ദേഹം നിഷ്കർഷി
ച്ചിരുന്നു. ധനം പാപകൃത്യങ്ങളെ ആകർഷിക്കുമെന്നും പണത്തിനുള്ള
ആർത്തി പാപങ്ങൾ ചെയ്യാൻ പ്രേരിപ്പിക്കുമെന്നും അദ്ദേഹം പ്രസം
ഗിക്കുമായിരുന്നു. പ്രസംഗിക്കുന്നത് പ്രവർത്തികമാക്കാൻ അദ്ദേഹം

പരിശ്രമിച്ചു.

താൻ ചെയ്യന്ന കാര്യങ്ങൾക്ക് പരസ്യമോ പ്രചരണമോ വേണമെന്ന് അദ്ദേഹം ഒരിക്കലും ആഗ്രഹിച്ചിട്ടില്ല. പ്രശസ്തരായ നീലകണ്ഠ തീർത്ഥപാദ സ്വാമികൾ തീർത്ഥപാദപരമഹംസ സ്വാമികൾ എന്നിവർ ചട്ടമ്പി സ്വാമികളുടെ ശിഷ്യരിൽ പ്രമുഖ രാണ്. അവർ നായർ സമുദായത്തിന്റെ പരിഷ്കരണ പ്രക്രിയയിൽ വഹിച്ച പങ്ക് വിസ്മരിക്കാവുന്നതല്ല. പരസ്പരം കലഹിച്ച് നാശത്തിന്റെ വക്കിലെത്തിയ നായർ സമുദായത്തെ ഉദ്ധരിക്കുന്നതിൽ സ്വാമികളുടെ നേതൃത്വം പ്രധാനമായ സംഭാവനകൾ നൽകിയിട്ടുണ്ട്. അതൊന്നും സ്ഥാപന വൽക്കരിക്കാനോ സംഘടനയാക്കുവാനോ അദ്ദേഹം പരിശ്രമിച്ചില്ല. അധഃസ്ഥിത സമൂഹത്തിനായി നടത്തിയ പ്രവർ ത്തനങ്ങൾ ശ്രീനാരായണഗുരു സംഘടനയിലൂടെ കെട്ടിപ്പടുത്ത് പ്രസിദ്ധിയാർജിക്കവാൻ ശ്രമിച്ചപ്പോൾ ഗ്രന്ഥരചനയിലൂടെ ഒരു സമൂഹത്തെ അറിവിന്റെ ലോകത്തേക്ക് നയിക്കാനാണ് ചട്ടമ്പിസ്വാ മികൾ ശ്രമിച്ചത്.

ശിഷ്യരിൽ പത്മനാഭപ്പണിക്കർ നിഴൽപോലെ ചട്ടമ്പിസ്വാമി കൾക്കൊപ്പമുണ്ടായിരുന്നു. വേദാന്ത പണ്ഡിതനായ പുത്തൻകുരിശ്ശ മഠാധിപതി രാമനന്ദസ്വാമികൾ പ്രിയശിഷ്യരിൽ ഒരാളായിരുന്നു. കുമ്പളത്ത് ശങ്കുപ്പിള്ള എന്ന പണ്ഡിതശിഷ്യനായിരുന്നു അവസാ നകാലത്ത് സ്വാമിയോടൊപ്പമുണ്ടായിരുന്ന മറ്റൊരാൾ. നമ്പ്യാർ വീട്ടിൽ പരമേശ്വരൻ പിള്ള, ഡോക്ടർ കൊച്ചി ഗോപാലപ്പിള്ള, മജിസ്ട്രേറ്റ് ആണ്ടിപ്പിള്ള, ശ്രീകണ്ഠേശ്വരത്തെ ശിവരാമൻ പിള്ള, ഇരിങ്ങാലക്കുടയിലെ തച്ചെടയകയ്മൾ, പന്നിശ്ശേരി നാണുപ്പിള്ള, ആറമ്മുള്ള നാരായണപ്പിള്ള വൈദ്യർ എന്നിവരും സ്വാമികളുടെ ശിഷ്യന്മാരിൽ പ്രമുഖരായിരുന്നു.

സമസ്തമേഖലകളിലും സംസ്കൃതാധിപത്യം നിലനിന്നിരുന്ന കാല ഘട്ടത്തിലായിരുന്നു ചട്ടമ്പിസ്വാമികളുടെ ജീവിതം. ജ്യോതിഷവും മന്ത്രവാദവും വൈദ്യവും ആർക്കും പഠിക്കാമായിരുന്നെങ്കിലും വേദം, വേദാന്തം, വ്യാകരണം എന്നിവ ബ്രാഹ്മണർക്ക മാത്രം പഠിക്കാൻ കഴിയുന്ന ഒരു കാലമായിരുന്നു അത്. വിലക്കപ്പെട്ട ആ വിജ്ഞാന മേഖലയിലേക്ക് കടന്നകയറി അവ അഭ്യസിക്കുകയും അത് സാധാരണക്കാരിലേക്ക് പകർന്നു നൽകുകയും ചെയ്തതാണ് ചട്ടമ്പിസ്വാമികളുടെ സാമൂഹിക പ്രസക്തി. കൊടുങ്ങല്ലൂർ കൊച്ചുണ്ണി തമ്പുരാൻ പറയുന്നത് കൈക്കുളങ്ങര രാമവാര്യരും ചട്ടമ്പിസ്വാമികള മായിരുന്ന അക്കാലത്തെ കേരളത്തിലെ വൈജ്ഞാനിക പ്രതിഭകൾ എന്നാണ്. ഇംഗ്ലീഷ് പരിജ്ഞാനമില്ലാത്ത സ്വാമികളെ പുത്തേഴത്ത് നാരായണമേനോൻ ഒരിക്കൽ പരീക്ഷിച്ചത് ഒരു ഇംഗ്ലീഷ് പുസ്തകം

താൻ വായിക്കാമെന്നും അത് കേട്ട് മനഃപാഠമാക്കി തിരിച്ചപറയാമോ എന്നുമായിരുന്നു. അപാരമായ ഓർമ്മശക്തിയായിരുന്നു ചട്ടമ്പിസ്വാ മികളുടെ ഈ സർവ്വാതിശയത്വത്തിന് കാരണം. വേദം, ന്യായം, വ്യാകരണം, വേദാന്തം, മീമാംസ തുടങ്ങിയ ഗ്രന്ഥങ്ങൾ സ്വാമിയുടെ വിജ്ഞാനത്തെ വികസിപ്പിക്കുകയും ഇലക്കണ ശാസ്ത്രവും പാണിനീയ സൂത്രങ്ങളും വ്യാഖ്യാനിക്കുന്നതിൽ അദ്ദേഹത്തിന്റെ പ്രതിഭയെക്കൊണ്ടെത്തിക്കുകയും ചെയ്തു.

കർക്കശക്കാരനായ ഒരു താർക്കികനായിരുന്നു സ്വാമികൾ. വിമർ ശനങ്ങളിലും വാദപ്രതിപാദങ്ങളിലും ഒരു കൗതുകത്തിനുവേണ്ടി തർക്കിക്കുന്നതിൽ അദ്ദേഹത്തിന് താൽപര്യമില്ലായിരുന്നു. തർക്ക ശാസ്ത്രവുമായി ബന്ധപ്പെട്ട നിരവധി ഗ്രന്ഥങ്ങൾ പഠിപ്പിച്ചതിലൂടെ അന്നം ഭട്ടീയത്തിന് 'തർക്ക രഹസ്യങ്ങൾ' എന്ന ലളിതസുന്ദരമായ മലയാള വ്യാഖ്യാനം എഴുതാൻ അദ്ദേഹത്തിന് സാധിച്ചു. മഹാബുദ്ധി മാന്മാരായ പണ്ഡിതൻമാർപോലും ദുർഗ്രഹമെന്ന് കരുതിമാറ്റിവെച്ച 'ഖണ്ഡന ഖണ്ഡ ഖാദ്യം' പോലുള്ള പ്രൗഢഗ്രന്ഥങ്ങളിലെ അസാധാര ണമായ യുക്തിവിലാസങ്ങളെ ചർച്ചചെയ്യാൻ സ്വാമികൾ മുതിരുകയും അവയിലെ യുക്തിഭംഗങ്ങൾ ആർക്കും അനായാസം മനസിലാകും വിധം വ്യാഖ്യാനിക്കുകയും ചെയ്തു അനുഭവങ്ങൾ ശിഷ്യൻ പന്നിശ്ശേരി നാണുപിള്ള ചൂണ്ടിക്കാട്ടുന്നുണ്ട്

ഒട്ടെറെ താന്ത്രിക മാന്ത്രിക ഗ്രന്ഥങ്ങൾ പഠിച്ചെങ്കിലും മന്ത്രവാദ ത്തിനായി പ്രവർത്തിക്കാൻ അദ്ദേഹം താൽപര്യം പ്രകടിപ്പിച്ചില്ല. മന്ത്രവാദങ്ങളിൽ മൃഗബലി എതിർക്കപ്പെടേണ്ടതാണെന്ന് അദ്ദേഹം വിശ്വസിച്ചു. കുമ്പളങ്ങ ഉപയോഗിച്ച അത്തരം കർമ്മങ്ങൾ നിർവ്വ ഹിക്കുവാൻ അദ്ദേഹം ഉപദേശിച്ചു. ഔഷധചെടികളെക്കുറിച്ച് സമഗ്രമായ ജ്ഞാനം സമ്പാദിച്ചിരുന്ന സ്വാമികൾ പലരോഗങ്ങൾ ക്കും ഒറ്റമൂലി ഉപയോഗിച്ച് രോഗശമനം നടത്താൻ അദ്ദേഹത്തിന് കഴിഞ്ഞിരുന്നു. വസൂരി, മലമ്പനി, കോളറ, അപസ്മാരം എന്നിവ ചികിത്സിച്ച് ഭേദപ്പെടുത്താൻ അദ്ദേഹത്തിന് പ്രത്യേക പാടവമുണ്ടാ യിരുന്നു.

സർവ്വകലാവല്ലഭനായിരുന്ന ചട്ടമ്പിസ്വാമികൾക്ക് സംഗീത ത്തോട് പ്രത്യേക മമതയുണ്ടായിരുന്നു. വെറുമൊരു ഗായകൻ മാത്ര മല്ല വിവിധ സംഗീതോപകരണങ്ങൾ വായിക്കുന്നതിൽ പ്രത്യേക പ്രാവീണ്യം അദ്ദേഹം പ്രദർശിപ്പിച്ചിരുന്നു. ഗഞ്ചിറവായിക്കുന്നതിൽ അദ്ദേഹം പ്രാഗ്ദ്യം തെളിയിച്ചിട്ടുണ്ട്. ചെണ്ട, മൃദംഗം, ഉടുക്ക്, ഇടയ്ക്ക, പാണി, നന്ത്യുണി അങ്ങനെ ഏതു സംഗീതോപകരണവും മനോധർമ്മ ത്തിൽ ഉപയോഗിക്കുവാൻ അദ്ദേഹത്തിന് കഴിയുമായിരുന്നു. ചിത്ര മെഴുത്തിലും അഭിനയത്തിലും സ്വാമികൾ പ്രത്യേകം താൽപര്യം

കാണിച്ചിരുന്നു. കഥകളി പദങ്ങൾ സോപാന സംഗീതരീതിയിൽ ആലപിക്കുവാൻ അദ്ദേഹത്തിന് കഴിയുമായിരുന്നു. ഒപ്പം അഭിനയിക്കുവാനും മിടുക്കുണ്ടായിരുന്നു.

ശിഷ്യരാകാൻ താൽപര്യം കാണിച്ച് പലരും അദ്ദേഹത്തെ സമീപിച്ചിരുന്നെങ്കിലും അവരെയെല്ലാം പഠിച്ചശേഷമേ അദ്ദേഹം സ്വീകരിച്ചിരുന്നുള്ളൂ. പലരേയും ഗൃഹസ്ഥ ശിഷ്യരാക്കിയിട്ടുണ്ട്. ആത്മശുദ്ധിയും സദാചാരബോധവും ജീവിതശുദ്ധിയും പ്രധാനമായികണ്ടു. നീലകണ്ഠതീർത്ഥ പാദപരമഹംസ സ്വാമികൾ ഇത്തരത്തിൽ ദീക്ഷനൽകിയ ശിഷ്യനായിരുന്നു. ബ്രഹ്മശ്രീ തീർത്ഥപാദപരമഹംസ സ്വാമികൾ ചട്ടമ്പിസ്വാമികളുടെ സന്ന്യാസ സമ്പ്രദായത്തിന് തീർത്ഥപാദ ചിട്ട വികസിപ്പിക്കുകയും പ്രചരിപ്പിക്കയും ചെയ്ത ശിഷ്യരിൽ പ്രധാനിയാണ്. ദീക്ഷാ സമ്പ്രദായത്തിലെ ലാളിത്യമായിരുന്ന ഈ ചിട്ടയുടെ പ്രത്യേകത. എന്നാൽ ശാസ്ത്ര വിധികളിലൊന്നും ചട്ടമ്പിസ്വാമികൾക്ക് വിശ്വസമില്ലായിരുന്നു. താൻവിശ്വസിക്കുകയും ചരിക്കുകയും ചെയ്ത മാർഗ്ഗത്തിൽ നിന്ന് വ്യതിചലിക്കാൻ അദ്ദേഹം തയ്യാറല്ലായിരുന്നു. ഹോമങ്ങളും തർപ്പണങ്ങളും കൂടാതെതന്നെ ആത്മശുദ്ധിയും ആത്മസാക്ഷാത്ക്കാരവും ഏതൊരാൾക്കും നേടാമെന്ന് ചട്ടമ്പിസ്വാമികൾ വിശ്വസിച്ചു. അതിന് സന്ന്യാസിയാകണമെന്നില്ലെന്നും ശഠിച്ചു. ജിജ്ഞാസ, ശ്രദ്ധ, ബുദ്ധി എന്നിവ ഇല്ലാത്ത ഒരാൾക്കും ബ്രഹ്മവിദ്യ ഉപദേശിച്ച കൊടുക്കില്ലെന്ന പ്രമാണം അടിസ്ഥാനമാക്കിയാണ് തീർത്ഥപാദ സമ്പ്രദായം വികസിപ്പിച്ചത്. ദ്രാവിഡ ആചാര്യൻമാർ വെളിപ്പെടുത്തിയ ജ്ഞാന ശാസ്ത്രങ്ങളുടെ സമാഹൃതരൂപമാണ് തന്റെ സിദ്ധാന്ത സമ്പ്രദായമായി സ്വാമികൾ സ്വീകരിച്ചത്. ശിവസ്വരൂപത്തിൽ പ്രാധാന്യം ലഭിക്കാൻ ഇതുകാരണമായി.

തീർത്ഥ എന്നത് സന്ന്യാസിമാരുടെ ദേശനാമമാണ്. തത്ത്വമസിയുടെ സംഗമസ്ഥാനമെന്ന ത്രുവേണിയിൽ സ്നാനം ചെയ്യവന്നവൻ എന്ന അർഥം. തീർത്ഥ സമ്പ്രദായത്തിൽപ്പെട്ടവർ തത്ത്വമസിയെ ജീവിതമന്ത്രമായിക്കരുതി ആചരിക്കണം ഗൃഹസ്ഥാശ്രമികൾക്കും ഇതിൽ സന്ന്യാസിയോളം പ്രധാന്യമുണ്ട്. കുടുംബത്തിലിരുന്നു കൊണ്ട് മൗലികമായ ഉത്തരവാദിത്വങ്ങൾ നിർവ്വഹിക്കുകയും സാധനകളും ശാസ്ത്രവിധികളും മാനിക്കുകയും സ്വധർമ്മം ആചരിക്കുകയും ചെയ്യുന്ന ജ്ഞാനശ്രേഷ്ഠമാരാണ് ഗൃഹാസ്ഥാശ്രമികൾ. കാഷായമോ കമണ്ഡലമോ അല്ല സന്ന്യാസ ലക്ഷണം എന്ന് ചട്ടമ്പിസ്വാമികൾ ഈ പ്രവൃത്തിയിലൂടെ തെളിയിച്ചു.

●

അഗ്നിസ്പടം ചെയ്ത ഗ്രന്ഥങ്ങൾ

വേദാധികാര നിരൂപണം

പഠനവും ഗവേഷണവും ചട്ടമ്പിസ്വാമികളുടെ ഒരു നിരന്തരസ പര്യയായിരുന്നു. അദ്വൈതദർനത്തിന്റെ പിൻബലത്തോടെ ജാതിവ്യവസ്ഥയുടെ അർത്ഥശൂന്യതയെ വ്യക്തമാക്കുന്ന മലയാള ത്തിലെ ആദ്യ കൃതിയാണ് വേദാധികാര നിരൂപണം. വിദ്യകൊണ്ട് സ്വതന്ത്ര്യരാക്കുക എന്ന ഉത്ബോധനത്തിന്റെ പ്രാക്തന രൂപമായി ഇതിനെ കാണാം. സ്വസമുദായത്തെ ഉണർത്തുന്നതിനായി നടത്തിയ പരിശ്രമങ്ങളുടെ ഭാഗമായി ഉദ്ധരിക്കപ്പെട്ട ഒരാശയമായയിരുന്ന ഇത്. അടിമകളായി അപരിഷ്ടരായി ജീവിച്ചിരുന്ന ഒരു ജനതയ്ക്ക് ദീർഘകാല ദർശിയായ ചട്ടമ്പിസ്വാമികൾ നൽകിയ മഹത്തായ സംഭാവനയാണ് വേദാധികാര നിരൂപണമെന്ന ഗ്രന്ഥം. ഈ ഗ്രന്ഥം യാഥാസ്ഥിക വർഗ്ഗം എതിർക്കുകയുണ്ടായെങ്കിലും വാദമുഖങ്ങളില്ലൂടെ സ്വാമികൾ അവയെ പരാജയപ്പെടുത്തുകയുണ്ടായി.

വേദത്തിന് നിരവധിയായ വ്യാഖ്യാനങ്ങൾ ഉണ്ടായിക്കൊണ്ടി രിക്കുന്നുണ്ട്. നിലവില്ലുള്ള സമ്പ്രദായങ്ങളെ നിഷേധിച്ചുകൊണ്ട് വേദത്തെ തത്വശാസ്ത്രപരമായി നിരൂപണം ചെയ്തത് ശ്രീ ശങ്ക രനാണ്. അതൊരു കൊട്ടങ്കാറ്റായിരുന്നു. അന്നത്തെ ബ്രാഹ്മണ മേധാവിത്വത്തെയും പുരോഹിത വൃന്ദത്തേയും അത് ചൊടിപ്പിച്ചു. ആ കാലഘട്ടത്തിൽ നിലനിന്നിരുന്ന വ്യവസ്ഥിതിയെ അളുപോലെ പരിരക്ഷിക്കാൻ ആവശ്യമായ വിധത്തിലാണ് ശ്രീ ശങ്കരൻ തന്റെ ഭാഷ്യം രചിച്ചത്. കാലവും ജീവിത സാഹചര്യങ്ങളും വ്യവസ്ഥിതി യും മാറ്റമെന്നം താൽപര്യങ്ങളും അഭിരുചികളും പരിവർത്തനം ചെയ്യപ്പെട്ടമെന്നം മനസ്സിലാക്കാൻ ശങ്കരഭാഷ്യത്തിന് കഴിഞ്ഞില്ല. വേദം അഭ്യസിക്കുന്നതിനുള്ള അധികാരം ഉന്നത കുലജാതർക്ക മാത്രമായി നിജപ്പെടുത്തിയത് അളുകൊണ്ടായിരിക്കും. ശങ്കരനെ

നിഷേധിച്ചുകൊണ്ട് പത്താംനൂറ്റാണ്ടിൽ തമിഴകത്ത് രാമാനുജാ ചാര്യൻ പുതിയൊരു അദ്വൈതവാദം ആവിഷ്കരിച്ചു. നിത്യവും സച്ചിദാനന്ദമയവുമായ ബ്രഹ്മമാണ് ഏകമായ സത്യം എന്നതായി രുന്നു രാമാനുചാര്യന്റെ വ്യാഖ്യാനം. ശങ്കരൻ ബ്രഹ്മത്തെ സഗുണം നിർഗുണം എന്നും തരം തരിച്ചപ്പോൾ രാമാനുജൻ ബ്രഹ്മത്തെ സഗു ണമാക്കി നിലനിർത്തി. ജ്ഞാനം, ശക്തി, ഐശ്വര്യം, തേജസ്സ്, കൃപ, വാത്സല്യം മുതലായ ഗുണങ്ങൾ രാമാനുജന്റെ ബ്രഹ്മത്തെ തേജോമയമാക്കി. അതുകൊണ്ട് 'വിശിഷ്ടാദ്വൈതം' എന്ന് വ്യാഖ്യാ താക്കൾ രാമാനുജന്റെ ബ്രഹ്മത്തെ വിശേഷിപ്പിച്ചു. പത്തൊമ്പതാം നൂറ്റാണ്ടിന്റെ ഉത്തരാർദ്ധത്തിൽ സ്വാമിവിവേകാനന്ദൻ ഈ രണ്ട് വ്യാഖ്യാനങ്ങളുടെയും സാർത്ഥകമായ ഏകീകരണത്തിനാണ് പരിശ്രമിച്ചത്. ഭാരതത്തിന്റെ മണ്ണിൽ നിലനിന്ന മാലിന്യങ്ങളേയും ദൗർബല്യങ്ങളേയും കഴകിക്കളഞ്ഞ് മനുഷ്യത്വത്തിന്റെ മാഹാത്മ്യം വെളിപ്പെടുത്താനാണ് വിവേകാനന്ദൻ ശ്രമിച്ചത്.

രാമാനുജന്റേയും വിവേകാനന്ദന്റേയും ദർശനങ്ങൾക്ക് തത്വചി ന്താപരമായി ലളിതമായ വ്യഖ്യാനം നൽകുവാനാണ് ചട്ടമ്പിസ്വാ മികൾ പരിശ്രമിച്ചത്. ഇത് സർവ്വസാധാരണമായ ഒരു ഭാഷ്യമാ യിരിക്കണമെന്ന് അദ്ദേഹം കരുതിയതിന്റെ ഫലമാണ് വേദാധി കാരനിരൂപണം. വലിയ ആശയങ്ങൾ ഉൾക്കൊള്ളുന്ന ചെറിയ ഒരു ഗ്രന്ഥം. ജടാപാഠികളോട്ടുള്ള വാസക്കാലമാണ് രാമാനുജദർശ നത്തിലേക്ക് ചട്ടമ്പിസ്വാമികളെ നയിച്ചത്. ശ്രീ ശങ്കരനെപ്പോലെ രാമാനുജനും ബ്രാഹ്മണനിൽ വേദാധികാരം സംരക്ഷിച്ച നിർത്തിയ പ്പോൾ വിവേകാനന്ദൻ വേദോപനിഷത്തുകളെ പരമപ്രധാനമായി കാണാതെ ലോകത്തിലേക്കുറങ്ങുവാൻ ആഹ്വാനം ചെയ്ത കാണാതെ ലോകത്തിലേക്കുറങ്ങുവാൻ ആഹ്വാനം ചെയ്ത ജനങ്ങളുടെ മനസ്സിൽ മൂടിക്കിടക്കുന്ന അജ്ഞത ഇടച്ചുനീക്കാതെ മുന്നോട്ട പോകാനാവി ല്ലെന്ന സത്യം ചട്ടമ്പിസ്വാമികൾ മനസ്സിലാക്കി. അജ്ഞത ഇടച്ച നീക്കാൻ മനസ്സിൽ അക്ഷര ദീപ്തി നിറക്കണം. വിദ്യകൊണ്ടാണ് സ്വാതന്ത്ര്യം നേടാൻ കഴിയുക എന്ന ആഹ്വാനം സ്വ സമുദായത്തിന് നൽകുന്നത് ആ വഴിക്കാണ്. അതിനുവേണ്ടിയാണ് വേദാധികാരനി രൂപണം എഴുതിയതും.

ശ്രുതികളെ അടിസ്ഥാനമാക്കി ശൂദ്രനെ വേദം പഠിക്കാൻ അനുവാദമില്ലെന്ന ബ്രാഹ്മണ്യത്തിന്റെ വാദത്തെയാണ് ചട്ടമ്പിസ്വാ മികൾ വേദാധികാര നിരൂപണത്തിലൂടെ ചോദ്യം ചെയ്തത്. മൂന്ന് വക പ്രമാണങ്ങളിലൂടെയാണ് വേദങ്ങളെ സൃഷ്ടിച്ചിരിക്കുന്നത്.

പ്രത്യക്ഷം, അനുമാനം, ശബ്ദം എന്നിവയാണ് അവ. അതിൽ ശാബ്ദ പ്രമാണത്തിൽ ഉൾപ്പെടുന്നതാണ് സ്മൃതി. ശബ്ദമാവട്ടെ മൂന്നിലും വെച്ച് ഏറ്റവും അധമമായ പ്രമാണവും. പ്രത്യക്ഷ അനുമാനങ്ങൾ സൃഷ്ടിക്കപ്പെടാത്തപ്പോഴും ബാധിക്കപ്പെടാത്തപ്പോഴും മാത്രം ശാബ്ദം പരിഗണിക്കാമെന്നാണ് സകല ന്യായശാസ്ത്രങ്ങളും വിധിക്കുന്നത്. അതിനാൽ സ്മൃതികളെ അധമഗണത്തിൽപ്പെടുത്തി. അവഗണിക്കുകയും വെളിപ്പെടുത്താത്ത ഭാഗങ്ങളെകണ്ടെത്തി. യുക്തികൊണ്ട് നേരിട്ട് വേദഭാഷ്യം ചമച്ചവരെ പരിഹസിക്കുകയുമാണ് ചട്ടമ്പിസ്വാമികൾ ചെയ്തത്. ബാദരായണന്റെ വേദം പഠിക്കാൻ ശൂദ്രന് അർഹതയില്ലെന്ന വാദം ജ്ഞാനശ്രുതിയുടെ കഥയിലൂടെയും സത്യകാമജബാലന്റെ കഥയിലൂടെയും ചട്ടമ്പിസ്വാമികൾ ഖണ്ഡിച്ചു. വേദങ്ങളെ പാടെ നിഷേധിക്കാതെ ചില പ്രമാണങ്ങളെ അംഗീകരിച്ചുകൊണ്ടുതന്നെ യാണ് അദ്ദേഹം വിമർശിച്ചത്. വകതിരിവില്ലാതെ അധീശത്വത്തിൽ അധികാരം നൽകുന്ന പ്രമാണങ്ങളെ ചോദ്യം ചെയ്യുകയും വിമർശി ക്കുകയും ചെയ്യുകൊണ്ട് ഓരോ വേദമന്ത്രത്തിലും ഓരോ ഋഷിയുണ്ടെ ന്നും അതിന്റെ പ്രമാണ്യത്വം പരമമല്ലെന്നും അതിനെ ആധാരമാക്കി ഒരു വ്യവസ്ഥ ഉണ്ടാക്കുന്നത് അനുചിതമാണെന്നും ബ്രാഹ്മണ്യ ത്തോട് കയർത്തു. വേദവിഹിതങ്ങളായ അശ്വമേധം, മഹാവ്രതം മുതലായ യാഗങ്ങളിലെ ശ്ലീല അശ്ലീല കർമ്മങ്ങളെ പരിവർത്തന വിധേയമാക്കേണ്ടതാണെന്നും വാദിച്ചു. ശൂദ്രൻ വേദാധികാരം മാത്രമല്ല അതിന്റെ കർത്തൃത്വം കൂടി ഉണ്ടെന്ന് ഐതരേയത്തിലെ ദാസീപുത്രനായ കവഷന്റെ കഥ ഉദാഹരിച്ച് സ്ഥാപിച്ചു. ബ്രഹദാര ണ്യോപനിഷത്തിലെ ഗാർഗ്ഗിയേയും മൈത്രേയിയേയും ചൂണ്ടിക്കാട്ടി സ്ത്രീകൾക്കും വേദാധികാരം ഉണ്ടായിരുന്നുവെന്ന് സമർപ്പിച്ചു.

നായന്മാരും ഈഴവരും അടങ്ങുന്ന വലിയൊരു വിഭാഗം ബ്രാ ഹ്മണ്യത്തിനുകീഴിൽ ഞെങ്ങിയമർന്നിരുന്ന കാലഘട്ടമായിരുന്ന അത്. വർണവ്യവസ്ഥയെ തകർക്കാൻ സനാതനധർമ്മത്തെ ഉദ്ധരിക്കുന്ന ഒരടിസ്ഥാന പ്രമാണവും ഇല്ലായിരുന്ന കാലഘട്ടം. പൂർണമായി അനാചാരങ്ങൾ കീഴടക്കിയിരുന്ന കാലം. ഭരണവർ ഗ്ഗത്തോട് അടുത്തനിന്ന നായന്മാർക്ക് അല്പ സ്വല്പം സ്വാതന്ത്ര്യം ലഭിച്ചിരുന്നു. നായന്മാരെ നിഷേധിച്ചുകൊണ്ട് ഈഴവരോ ഈഴവരെ നിഷേധിച്ചുകൊണ്ട് നായന്മാരോ പരിവർത്തനത്തിൽ വിധേയമാ കുന്നത് വിപരീത ഫലം ചെയ്യുമെന്ന് ചട്ടമ്പിസ്വാമികൾ മനസ്സിലാ ക്കിയിരുന്നു. അതുകൊണ്ട് ജാതി വികാരങ്ങൾ പ്രകടമാക്കാത്ത മൊത്തത്തിലുള്ള ഐക്യവും സഹകരണവും പരിവർത്തനവുമാണ്

കേരളത്തിനുവേണ്ടതെന്ന് ചട്ടമ്പിസ്വാമികൾ മനസ്സിലാക്കുകയും അതിനായി വേദാധികാരനിരൂപണം രചിക്കുകയും ചെയ്തു.

പലപ്പോഴായി എഴുതിയ കുറിപ്പുകൾ സംവാദങ്ങൾക്കായി പല ദിക്കിൽ സഞ്ചരിച്ചപ്പോൾ അവിടങ്ങളിൽ ഉപേക്ഷിക്കപ്പെട്ടതായി രുന്നു പലയും. ശ്രീനാരായണഗുരു അരുവിപ്പുറം പ്രതിഷ്ഠ നടത്തി യതിനെചൊല്ലിയുള്ള കോലാഹലങ്ങൾ കൊട്ടമ്പിരികൊണ്ടപ്പോ ഴാണ് ഈ രചനകളെ സമാഹരിക്കുവാനും പൂർണ്ണമാക്കുവാനും ചട്ടമ്പിസ്വാമികൾ മുതിരുന്നത്. ശൂദ്രന് പൂജ നടത്താമെന്നും പ്രതിഷ്ഠ നടത്താമെന്നുമുള്ള പ്രായോഗിക അനുഭവം നാരായണഗുരുവിന് നൽകിയത് ചട്ടമ്പിസ്വാമികൾ നൽകിയ ജ്ഞാനമാണ്. അറിവ് ഉപയോഗ പ്രദമെന്നതുപോലെ സാർവ്വ ജനീനമാകുന്നതും അത് പ്ര യോഗികപ്പെടുമ്പോഴാണ്. ചട്ടമ്പിസ്വാമികളില്ലൂടെ പരിചിതമായ മുൻ അനുഭവങ്ങളെ അരുവിപ്പുറത്തെ പ്രതിഷ്ഠയില്ലൂടെ പ്രയോഗികമാക ക്കിയപ്പോൾ വേദാധികാര നിരൂപണമെന്ന ഗർഭസ്ഥമായിക്കിടന്ന ആശയം അവതരിപ്പിക്കുന്നതിനുള്ള ഭൗതിക തലം ചട്ടമ്പിസ്വാമി കൾക്ക് ലഭിച്ചു. അങ്ങനെ ചട്ടമ്പിസ്വാമികളും ശ്രീനാരായണഗുരുവും അന്യോന്യം കൈമാറിയ അറിവിന്റെ പ്രയോഗികത കാലഘട്ടത്തി ന്റേതായി മാറിയപ്പോൾ യാഥാസ്ഥിതകത്വം സടകുടഞ്ഞെഴുന്നേറ്റു.

ശ്രീനാരായണ ഗുരുവിന്റെ അരുവിപ്പുറം ക്ഷേത്ര പ്രതിഷ്ഠയ്ക്ക് ചട്ട മ്പിസ്വാമികൾ നൽകിയ സഹകരണവും പിന്തുണയും ഈഴവനും മറ്റും വേദാധികാരമുണ്ടെന്ന് സ്ഥാപിച്ചതും അതിനെ എതിർത്ത വരെ തർക്കിച്ച് പരാജയപ്പെടുത്തിയതും യഥാസ്ഥിതികരെ വിറളി പിടിപ്പിച്ചു. തിരുവിതാംക്കൂർ മഹാരാജാവിന മുമ്പിൽ പരാതിയായെ ത്തി. മഹാരാജാവിന്റെ വിദ്വാൻ സദസ്സിലേക്ക് ചട്ടമ്പിസ്വാമികൾ ക്ഷണിക്കപ്പെട്ടു. കേരളവർമ്മവലിയകോയിത്തമ്പുരാൻ, എലത്തൂർ രാമസ്വാമി ശാസ്ത്രികൾ, ആലത്തൂർ ശിവയോഗി, അമ്മ മഹാറാണി, ശ്യാമശാസ്ത്രികൾ മുത്തയ്യാശാസ്ത്രികൾ ഉടങ്ങിയ പണ്ഡിത സദസ്സിൽ വേദം ബ്രഹ്മാവിൽ ഉപദേശിച്ച നൽകിയതല്ലെന്നും അത് രചിച്ച താരെന്നും, ചന്ദസ്സ് എന്നത് അപൗരുഷേയമല്ലെന്നും വാദങ്ങൾ നിരത്തി തെളിയിച്ചു. ഇതിനൊക്കെ ക്രമീകരണമുണ്ടാക്കിയ വ്യാസൻ മുക്കവസ്ത്രീയിൽ ജനിച്ചതാണെന്നും ഓർമ്മിപ്പിച്ചു.

സാധാരണക്കാർ ഏതു ജാതിയിൽപ്പെട്ടവരാണെങ്കിലും വേദപര മായ അറിവ് അനായാസം ഗ്രഹിക്കാൻ 'അദ്വൈത ചിന്താപദ്ധതി' എന്ന ഒരു ഗ്രന്ഥം തുടർന്ന് ചട്ടമ്പിസ്വാമികൾ രചിച്ചു. വേദ സ്വരൂപം, വേദപ്രാമാണ്യം, അധികാര നിരൂപണം, പ്രമാണന്തര നിരൂപണം,

യുക്തി വിചാരം ഇങ്ങനെയാണ് വേദാധികാര നിരൂപണം തിരിച്ചിരി ക്കുന്നത്. കേരളീയ സമൂഹത്തിന് നവോത്ഥാന മൂല്യങ്ങൾ വിളംബരം ചെയ്യുന്നതായിരുന്ന സമീപനരീതി. വേദങ്ങളുടെ കുത്തകാധികാര ത്തെയും ഒരു ന്യൂനപക്ഷം മാത്രം അറിവ് സമ്പാദിക്കുന്നതിനേയും എതിർത്തതിലൂടെ ഒരു സമൂഹം പരിവർത്തനത്തിന്റെ പാതയിലേ ക്ക് കുതിച്ചു. നിത്യചൈതന്യയതി ഈ പുസ്തകം ഗുരുവായ നാടരാജഗു രുവിന് നൽകി വായിച്ചു കേട്ടപ്പോൾ "ഈ പുസ്തകത്തിലെ വാക്കുകൾ അഗ്നിപോലെ ശുദ്ധമാണ്. ഈ കടലാസുകൾ നശിക്കാതിരുന്നത് നമ്മുടെ ഭാഗ്യമായി കണക്കാക്കാം" എന്നു പറയുകയുണ്ടായി.

അദ്വൈത വേദാന്തം സാധാരണക്കാർക്ക് മനസ്സിലാകുന്നതി നായി വ്യാഖ്യാനങ്ങളും മാർഗ്ഗ നിർദ്ദേശങ്ങളും എഴുതിയ ഗ്രന്ഥമാണ്. അദ്വൈത ചിന്താപദ്ധതി. ത്രിഗുണങ്ങൾ, ത്രിമൂർത്തികൾ, ജീവാത്മാ ക്കൾ, പഞ്ചഭൂതങ്ങൾ, സൂക്ഷ്മം, സ്ഥൂലം, ശരീരോൽപ്പത്തി, ദശഗുണ ങ്ങൾ പ്രപഞ്ചോൽപത്തി, തത്ത്വമസി എന്നിവയും അനുബന്ധ വേദാന്തവിവരങ്ങളും അടങ്ങിയിരിക്കുന്നു. ബ്രാഹ്മണ്യത്തിനെതിനെ തിരെ അവർണർക്ക് പോരാടാൻ ശക്തി പകർന്ന പ്രത്യയശാസ്ത്ര ഗ്രന്ഥങ്ങളാണ് ഇവ രണ്ടും.

സ്ത്രീ സ്വത്വവാദവും സ്ത്രീവാദവും ഉത്ഭവിക്കുന്നതിനും മുമ്പ് സ്ത്രീക ളുടെ പ്രശ്നങ്ങൾ ചർച്ചചെയ്ത ചട്ടമ്പിസ്വാമികൾ സമുദായ വൃദ്ധിക്ഷ യങ്ങൾക്ക് സ്ത്രീയുടെ കാര്യഭരണം ഹേതുവായതുകൊണ്ട് അവർക്ക് പ്രാധാന്യം നൽകണമെന്ന് വാദിച്ചു. സ്ത്രീപ്രാമാണ്യം അംഗീകരിക്കുന്ന ഐക്യമത്യമുണ്ടാകണമെന്ന് നിഷ്കർഷിച്ചു. സ്ഥിതി സമത്വത്തിലേ ക്കുള്ള പ്രയാണത്തിന്റെ പ്രാഥമിക ഘട്ടം ജ്ഞാനാർജനമാണെന്ന് അനുഭവത്തിന്റെ പശ്ചാത്തലത്തിലാണ് സ്വാമികൾ പ്രഖ്യാപിച്ചത്.

പ്രാചീന മലയാളം

കേരളോൽപത്തി, കേരളമാഹാത്മ്യം, ദ്രിഖണ്ഡം ഇങ്ങനെ കെട്ട കഥകളിലും കല്പനകളിലും ലയിച്ചുകിടന്ന കേരളചരിത്രത്തെ നവീന രീതി ശാസ്ത്രമനുസരിച്ച് പൊളിച്ചെഴുതുന്ന കൃതിയാണ് പ്രാചീനമല യാളം. മലയാളഭൂമിയുടെ യഥാർഥ അവകാശി ആരാണെന്ന് സ്പഷ്ട മാക്കുകയും ചരിത്രസത്യത്തെ മറനീക്കി പുറത്തുകൊണ്ടുവരികയും ചെയ്യുന്നു. കേരളചരിത്രത്തിന്റെ യാഥാർഥ്യത്തെ ഉയർത്തിക്കാട്ടാ നുള്ള ഗവേഷണ ഫലമാണ് ഈ കൃതി. കേരളഭൂമി വീരഹത്യാപാപം തീരാൻ പരശുരാമൻ മഴുവെറിഞ്ഞുണ്ടാക്കിയതും ബ്രാഹ്മണരെ വരുത്തി അവർക്ക ദാനം ചെയ്തതാണെന്നുള്ള കേരളോൽപത്തി കഥയെ ചരിത്രരേഖകളുടെ സഹായത്താൽ ചട്ടമ്പിസ്വാമികൾ

ഖണ്ഡിക്കുന്നു. സമുദ്രം നീങ്ങി കാലക്രമത്തിൽ പ്രകൃതിക്കനുകൂലമായി ഉണ്ടായിവന്ന ഭൂവിഭാഗമാണ് കേരളമെന്നും മലയ വാസികളായ ഒരു കൂട്ടം ആളുകൾ പർവ്വതത്തോട് തൊട്ട് സമുദ്രം നീങ്ങിയഭാഗത്ത് പ്രവേശിച്ച് ആധിപത്യം ഉറപ്പിക്കുകയും കൃഷിയിറക്കുകയും ചെയ്തു എന്ന് സ്വാമികൾ സമർത്ഥിക്കുന്നു.

ബ്രാഹ്മണരും നായന്മാരും ചേർന്ന കീഴാള വർഗ്ഗങ്ങളെ നിർദ്ദയം ചവിട്ടി മെതിച്ചുകൊണ്ടിരുന്ന കാലത്ത് ബ്രാഹ്മണരുടെ മേധാവിത്വവും നായന്മാരുടെ വിശ്വാസവും തകർക്കുക എന്നതായിരുന്നു പ്രാചീന മലയാളമെന്ന ഗ്രന്ഥരചനയുടെ ലക്ഷ്യം. ബ്രാഹ്മണരുടെ ആശ്രിതരായി അവരോടൊപ്പം വന്നതാണ് തങ്ങളെന്ന ബോധം നായർ സമുദായത്തിൽ നിന്നകറ്റിയാലേ സമുദായം സ്വതന്ത്രമാവൂ എന്ന ആശയത്തിന്റെ ആവിഷ്ക്കാരമായിരുന്നു ഈ കൃതി. ചട്ടമ്പി സ്വാമികൾ രചിച്ച ഗ്രന്ഥങ്ങളിൽ ഏറ്റവും ബൃഹത്തായത് എന്ന സവിശേഷതകൂടി ഈ ഗ്രന്ഥത്തിനുണ്ട്. ആറുഭാഗങ്ങളായാണ് ഈ കൃതി രചിക്കപ്പെട്ടത്. ശ്രുതി, യുക്തി, അനുഭവം എന്നിവയെ പ്രമാണമാക്കി ജാതിമേൽക്കോയ്മയുടെപൊള്ളത്തരങ്ങളെ പൊളി ച്ചെഴുതാൻ സ്വാമികൾക്ക് നിഷ്പ്രയാസം കഴിഞ്ഞത് അദ്ദേഹത്തിന്റെ ചരിത്രപാരമ്പര്യവും തർക്കശാസ്ത്രജ്ഞാനവും കുശാഗ്രബുദ്ധിയും കൊണ്ടാണ്. ബ്രാഹ്മണിസത്തെ അങ്ങേയറ്റം എതിർക്കുന്നതിലൂടെ നവോത്ഥാനത്തിന് ബീജാവാപം ചെയ്യുകയായിരുന്നു അദ്ദേഹം. അന്ന് കേരളം രൂപം കൊള്ളാത്തതിനാൽ ആ ഭൂപ്രദേശത്തെ സൂചി പ്പിക്കാനാണ് മലയാളം എന്ന വാക്ക് സ്വാമികൾ ഉപയോഗിച്ചത്. നായർ കുടുംബങ്ങളിലെ സ്ത്രീകളെ നമ്പൂതിരി സമുദായത്തിലെ ഇളമു റക്കാർക്ക് സംബന്ധത്തിനായി കൊടുക്കുകയും ജാതിബ്രാഹ്മണരുടെ തേർവാഴ്ച്ചയ്ക്ക് സ്വയം കീഴടങ്ങി ആശ്രിതരായി നിന്ന് അവർണ സമുദായങ്ങളെ അവർക്ക് കീഴ്പ്പെടുത്തുകയും ചെയ്യുന്നത് സ്വന്തം സമുദായത്തിന്റെ ബലഹീനതയാണെന്ന് സ്വാമികൾ പറയുന്നു. ഇതൊരുമഹത്തായപുണ്യപ്രവൃത്തിയാണെന്ന് കരുതിപോന്ന നായ ന്മാരുടെ മൂഢധാരണ തിരുത്തുന്നതിനാണ് ഈ വിപ്ലവാത്മക ഗ്രന്ഥം സ്വാമികൾ രചിച്ചത്. സ്വന്തം ജീവിതാനുഭവങ്ങളുടെ പശ്ചാത്തലവും ഈ ഗ്രന്ഥരചനയ്ക്ക് പിന്നിൽ സ്വാമികൾക്ക് പ്രചോദനമായിരിക്കും.

പരശുരാമകഥ എന്ന കെട്ടുകഥ അപഹാസ്യവും അവിശ്വാ സ്യവുമാണെന്നിരിക്കെ ഈ ഐതിഹ്യത്തെ നിഷേധിക്കുക മാത്രമായിരുന്നില്ല ഗ്രന്ഥരചനയുടെ ലക്ഷ്യം. ഭീകരവും നിഷ്ഠുര വുമായ ഒരു ചൂഷണത്തിന്റെ ആണിക്കല്ലായി വർത്തിച്ചത് ഈ

കെട്ടുകഥയാണെന്നുള്ളതിനാൽ കൂടിയാണ് സ്വാമികൾ ഈ പരിശ്രമം നടത്തിയത്. ആണിക്കല്ലിളക്കി മാറ്റാതെ വ്യവസ്ഥിതിക്ക് മാറ്റം വരുത്തുവാൻ കഴിയുമായിരുന്നില്ല. ധീരമായ ഒരു സാമൂഹ്യപ രിഷ്ക്കരണത്തിനുള്ള നേതൃത്വം നൽകുന്നതിന്റെ പ്രാരംഭ നടപടിയാ യിട്ടുവേണം ഈ ഗ്രന്ഥ രചനയെ നമുക്കകാണാൻ. നായന്മാരുടെ അന്നത്തെ അവസ്ഥ തുറന്നുകാട്ടുകയും ചാതുർവണ്യത്തിൽപ്പെട്ടന്ന ശൂദ്രരല്ല നായന്മാർ എന്ന തെളിയിക്കുന്നതിനായി ഭാഷാപരമായി ആ വാക്കിന്റെ ആഗമനവും ചരിത്രവും വിശദമായി ചർച്ചയ്ക്ക് വിധേ യമാക്കുന്നു. ചാതുർവർണ്യാഭാസവും ബ്രാഹ്മണമതവും എന്ന പത്താ മധ്യായത്തിൽ മനുസ്മൃതിയെ ഉദ്ധരിച്ചുകൊണ്ട് ബ്രാഹ്മണിസത്തെ നിശിതവും ശക്തവുമായി ചോദ്യം ചെയ്യുന്നു. ചാതുർവർണ്യത്തെ ഒരധ്യായത്തിൽ വിശകലനവിധേയമാക്കുന്നു. മലയാളഭൂമി ഭാർഗ്ഗ വനുള്ളതല്ല എന്ന ഒരധ്യായത്തിൽ ബ്രാഹ്മണദാസ്യത്തിൽ നിന്ന് നായന്മാർ മോചിതരാവേണ്ട ആവശ്യകത ഊന്നിപ്പറയുന്നു. സമുദായ പരിഷ്ക്കരണം മാത്രമായിരുന്നില്ല ചട്ടമ്പിസ്വാമികളുടെ ലക്ഷ്യമെങ്കിലും എഴുതപ്പെട്ട എല്ലാ കൃതികളും സാമൂഹിക നവോത്ഥാന പ്രക്രിയയി ലേക്ക് ഒരു സമൂഹത്തെ നയിക്കാൻ ആ സമുദായത്തിന് ശക്തി പകരുന്നവയായിരുന്നു.

ക്രിസ്തുമതഛേദനം

ബ്രിട്ടീഷ് വാഴ്ചയുടെ തണലിൽ ശക്തി പ്രാപിച്ച ക്രൈസ്തവ മതം അധഃകൃത മതപരിവർത്തനം നടത്താൻ സാമ്പത്തിക പ്രലോഭന ങ്ങളും സമ്മർദ്ദങ്ങളും ബലാൽക്കാരവും പ്രയോഗിച്ചപ്പോൾ അതിനെ പ്രതിരോധിക്കാൻ ചട്ടമ്പിസ്വാമികൾ രചിച്ച കൃതിയാണ് ക്രിസ്തുമത ഛേദനം. ബൈബിളിൽ അഗാധമായ പാണ്ഡിത്യമുണ്ടായിരുന്ന ചട്ട മ്പിസ്വാമികൾക്ക് ക്രിസ്തുമതത്തിന്റെ കടന്നാക്രമണത്തിനെതിരെ ആശയ പ്രചരണം നടത്താൻ കഴിഞ്ഞു. ക്രൈസ്തവ വിദ്വേഷം വളർ ത്താൻ ഈ ഗ്രന്ഥത്തിന്റെ ലക്ഷ്യമായിരുന്നില്ല. പകരം ഹൈന്ദവ മതത്തിന്റെ യഥാർത്ഥ തത്വങ്ങൾ അവർണരെ പഠിപ്പിക്കുവാനും അവരിൽ സ്വൈര്യവും ധൈര്യവും വളർത്തി ആത്മജ്ഞാനികളാക്ക കയുമായായിരുന്ന ലക്ഷ്യം. മതങ്ങൾ തമ്മിലുള്ള സഹവർത്തിത്തം ഉറപ്പിക്കലായിരുന്ന മറ്റൊരു ലക്ഷ്യം. ചട്ടമ്പിസ്വാമികൾ രചിച്ച ആദ്യകൃതിയാണ് ക്രിസ്തുമതഛേദനം.

ഹിന്ദുമതത്തിലെ വിശ്രുദ്ധഗ്രന്ഥങ്ങളായ വേദപുരാണങ്ങളെയും മറ്റും ഹീനമായും അന്യായമായും അപഹസിക്കുകയും ഹിന്ദുമത ത്തെ നിന്ദിക്കുന്ന അനവധി ഗ്രന്ഥങ്ങൾ പ്രസിദ്ധപ്പെടുത്തുകയും

ചെയ്ത് ഹിന്ദുക്കളെ മതപരിവർത്തനം നടത്തുന്നത് പതിവായിരുന്ന കാലഘട്ടമായിരുന്നു അത്. മതപരിവർത്തകരായ പാതിരിമാർക്ക ള്ള ഒരു മറുപടി എന്ന നിലയില്ലും ക്രിസ്തുമതത്തിന്റെ യഥാർത്ഥ സ്വരൂപം ഹിന്ദുക്കൾ അറിഞ്ഞിരിക്കേണ്ടകാണെന്നുള്ള ഉദ്ദേശ ത്തോട്ടുകൂടിയുമാണ് സ്വാമികൾ തന്റെ മുപ്പത്തി ഏഴാംവയസ്സിൽ (1889)ൽ ഷൺമുഖദാസൻ എന്നപേരിൽ ഈ ഗ്രന്ഥം രചിച്ചത്. തന്റെ വാഗ്മികളായ ശിഷ്യരെക്കൊണ്ട് കേരളമൊട്ടുക്ക പ്രചരണം നടത്തുവാൻ പരിശീലനം നല്കുകയും ചെയ്തതോടെ മതപരിവർത്തനം തെല്ലൊന്നു സ്തംഭിച്ചു. ഹിന്ദുക്കൾ അന്യസമുദായത്തിന്റെ പേരിൽ അന്യമതങ്ങളിൽ ലയിക്കുന്നതിന് അന്നത്തെ സവർണ്ണ ഹിന്ദുക്കളും കുറെയൊക്കെ കാരണക്കാരായിരുന്ന എന്നുള്ളതിന്റെ സൂചനകൾ പൂർവ്വപീഠികയിൽ സ്വാമികൾ രേഖപ്പെടുത്തുന്നുണ്ട്.

ക്രിസ്തുമതതത്വങ്ങൾ ഹിന്ദുക്കൾ മനസ്സിലാക്കുമെന്നും തമ്മിൽ താരതമ്യപഠനം നടത്തണമെന്നും ഈ ഗ്രന്ഥരചനകൊണ്ട് സ്വാമികൾ ഉദ്ദേശിച്ചിരുന്നു. ഒന്നാംഭാഗം ക്രിസ്തുമതസാരമായിട്ടും രണ്ടാംഭാഗം ക്രിസ്തുമത നിരൂപണമായിട്ടുമാണ് അദ്ദേഹമെഴുതിയത്. ക്രിസ്തുമതത്തിൽ പ്രവർത്തിച്ച പലർക്കും ക്രിസ്തുമതത്തെക്കുറിച്ചുള്ള ബോധമുണ്ടാക്കുന്നതിനും ഹിന്ദു പണ്ഡിതന്മാർക്ക് ഹിന്ദുമതത്തെ തിരിച്ചറിയാനും ഈ ഗ്രന്ഥം സഹായിച്ചു.

ഈ ഗ്രന്ഥത്തിന്റെ അടിസ്ഥാനത്തിൽ കോട്ടയത്തുനിന്ന് വടക്കോ ട്ട് കാളയാങ്കൽ നീലകണ്ഠപിള്ളയും തെക്കോട്ട് കരുവാകൃഷ്ണനാശാനും ഹിന്ദുമതത്തെക്കുറിച്ച് പ്രസംഗിക്കാൻ സ്വാമികൾ നിയോഗിച്ചു. ഭാരതീയ ദാർശനികരുടെ വീക്ഷണകോണിലൂടെ ഒരു വിദേശ മത പ്രമാണത്തെ സമീപിക്കുന്ന സമീപനമായിരുന്ന ഗ്രന്ഥത്തിനും പ്ര വർത്തനങ്ങൾക്കും. എല്ലാത്തിനേയും പരിശോധിക്കണമെന്നും നല്ലതിനെ മുറുകെ പിടിക്കണമെന്നും ക്രിസ്തുമതദർശനമാണ്. അതുപയോഗിച്ചതന്നെയാണ് സ്വാമികൾ പരിശോധന നടത്തി യത്. കീറിമുറിച്ചു പരിശോധിച്ചതിന്റെ ഭാഗമായി തന്നെത്താനെ അറിയാൻ സാധിച്ചെന്ന് പല ക്രിസ്തുമതാനയായികളും പ്രസ്ഥാവി ക്കുകയുണ്ടായി.

ജാതിയിൽ താഴ്ന്ന ജനവിഭാഗങ്ങളെ പ്രലോഭിപ്പിച്ച് ക്രിസ്തുമതത്തി ലേക്ക് പരിവർത്തനം ചെയ്യുന്ന സുവിശേഷ ശീലങ്ങളെ ക്രിസ്തുമത ചേതം അതിനിശിതമായി വിമർശിക്കുന്നു. വിശ്വാസം ഹൃദയത്തി ലലിഞ്ഞു ചേരാതെയുള്ള ഈ പാഴ് പ്രവർത്തനങ്ങൾ യേശുവിന്റെ ശൈലിക്ക ചേർന്നതല്ലെന്ന് ചട്ടമ്പിസ്വാമികൾ വ്യക്തമാക്കുന്നു.

ആദിഭാഷ

ആദിഭാഷ ചട്ടമ്പിസ്വാമികൾ രചിച്ച ഒരു ഭാഷാശാസ്ത്രഗ്രന്ഥമാണ്. തമിഴിൽ ചരിച്ച ഈ കൃതി സ്വാമിയുടെ ശിഷ്യനും പണ്ഡിതനുമായ പന്നിശ്ശേരിനാണുപിള്ള മലയാളത്തിലേക്ക് പരിഭാഷപ്പെടുത്തി. സകലഭാഷകളുടേയും മാതാവാണ് സംസ്കൃതഭാഷ എന്ന വാദത്തെ ഈ കൃതിയിലൂടെ ചോദ്യം ചെയ്യുകയാണ് ചട്ടമ്പി സ്വാമികൾ ചെയ്തത്. തമിഴിന്റേയും മറ്റ് ദ്രാവിഡഭാഷകളുടേയും പൂർവ്വരൂപമായ പ്രാചീന ദ്രാവിഡഭാഷയാണ് സംസ്കൃതം മുതലായ എല്ലാ പരിഷ്കതഭാഷകള ടേയും മാതാവ് എന്ന് സ്വാമികൾ സ്ഥാപിക്കുന്ന. സിംഹളദ്വീപിന പടിഞ്ഞാറുള്ള ഒരു ഭൂവിഭാഗമായിരിക്കണം ആദിമ നിവാസസ്ഥല മെന്നം ഇവിടെയാണ് മനുഷ്യവർഗ്ഗം ആദ്യമായി ഉണ്ടായതെന്നം ആഗസ്ത്യമുനിയുടെ പ്രാചീന ഗ്രന്ഥങ്ങളെ അടിസ്ഥാനമാക്കി സ്ഥാപി ക്കുന്ന. പീഠിക, പ്രാരംഭം, അക്ഷരനിരൂപണം, സന്ധി നിരൂപണം, ലിംഗ നിരൂപണം, വചന നിരൂപണം, വിഭക്തി നിരൂപണം, ധാതു നിരൂപണം, തമിഴ് സംസ്കതാഭിതാരതമ്യം, ആദിഭാഷ എന്നിങ്ങനെ യാണ് ഗ്രന്ഥത്തിന്റെ വിഭജനം.

കേരളത്തിൽ മലയാളിയുടെ ദേശീയ ബോധത്തിന് വേണ്ടി മുഖ്യ പങ്കുവഹിച്ച പ്രാചീന മലയാളത്തിന്റെ ഇടർച്ചയാണ് ചട്ടമ്പിസ്വാമി കളുടെ ആദിഭാഷ എന്ന ഗ്രന്ഥം. തൊൽക്കാപ്പിയം, നന്നൂൽ, പ്രാക്തത പ്രകാശം പാണിനീയം, പാതഞ്ജല മഹാഭാഷ്യം തുടങ്ങി ഒട്ടേറെ വ്യാകരണ ഗ്രന്ഥങ്ങളെ ആശ്രയിച്ചാണ് സ്വാമികൾ ആദിഭാഷ എഴ തിയിട്ടുള്ളത്. സാഹിത്യ വിദ്യാർത്ഥികൾക്കും ഭാഷാഗവേഷകർക്കും പഠിതാക്കൾക്കും ഒരുപോലെ ഉപയോഗപ്പെടുന്ന കൃതിയാണെന്ന പ്രത്യേകത കൂടി ഇതിനുണ്ട്.

ആര്യദ്രാവിഡ സങ്കലനം അധിനിവേശത്തിന്റെക്കൂടിയാണ്. ആര്യമായതിനെ അടിസ്ഥാനമാക്കി മാത്രം ഭാരത പൈതൃകത്തെ വ്യാഖ്യാനിക്കുന്നതിനോടാണ് ഈ ഗ്രന്ഥം കലഹിക്കുന്നത്. കേര ളക്കരയുടേയും മലയാളഭാഷയുടെയും മലയാളികളുടെയും സ്വത്വം അന്വേഷിക്കുന്ന കൃതികളിൽ പ്രാചീനമലയാളവും ആദിഭാഷയും പെടും. പിൻക്കാലത്ത് ശാസ്ത്രീയ ചരിത്രരചനയ്ക്ക് ഭാഷാപഠനത്തിനും ഈ രണ്ട് കൃതികൾ വഴിയൊരുക്കി. മലയാളം സംസ്കത ജന്യമാണെ ന്ന വാദത്തെ കാൽസ്വൽ മുതലുള്ള പണ്ഡിതന്മാർ വിമർശിച്ചതള്ളി ക്കളഞ്ഞിട്ടുണ്ടെങ്കിലും ചട്ടമ്പിസ്വാമികൾ ആദിഭാഷയിൽ ചെയ്യുന്ന ഇപോലെ വിശദവും അത്യന്തം യുക്തവുമായും പണ്ഡിതോചിതമായും വ്യാഖ്യാനിച്ചിട്ടില്ല. സംസ്കതത്തിന്റെ പേരില്ലുള്ള അമിതാവേശം

ഇതരഭാഷകളെ ഭാരതീയ പൈതൃകത്തിന്റെ അവകാശത്തിൽ നിന്ന് പുറംതള്ളുന്ന അവസ്ഥ ചട്ടമ്പിസ്വാമികൾ മുൻകൂട്ടികണ്ട്കൊണ്ട് ഈ കൃതിയിൽ വിസ്തരിക്കുന്നുണ്ട്. ഭാഷയുടെ വികാസപരിണാമത്തെക്കുറിച്ച് അദ്ദേഹം അവതരിപ്പിക്കുന്ന ആശയങ്ങൾ ഒരു ഗവേഷകന്റെ മനോഭാവത്തോടെയാണ്. വാക്കുകളുടെ ഉത്സവത്തെക്കുറിച്ച് പറയുമ്പോൾ വാക്കുകൾ മാത്രമല്ല എഴുത്തുകൾ പോലും ജനങ്ങളാണ് നിർമ്മിക്കുന്നതെന്ന് പറയുന്നു. വൈയാകരണന്മാരല്ല ജനങ്ങളാണ് വ്യാകരണ നിയമങ്ങളുടെ പോലും നിർമ്മാതാക്കൾ. ലിംഗ വചന വിഭക്തി വ്യവസ്ഥകളും താരതമ്യ വിധേയമാക്കുന്നുണ്ട് ഈ കൃതിയിൽ. ശാസ്ത്രീയഭൗതിക വാദത്തിന്റെ യുക്തികളാണ് ഈ വിശ കലനങ്ങൾക്ക് അദ്ദേഹം സ്വീകരിച്ചിരിക്കുന്നത്.

ജീവകാരുണ്യ നിരൂപണം

സഹജീവികളോട് കാരുണ്യം കാണിക്കേണ്ടതിന്റെയും മാംസാഹാരം വർജ്ജിക്കേണ്ടതിന്റെയും ആവശ്യകത താത്വികമായി വിശദീകരിക്കുന്ന കൃതിയാണ് ചട്ടമ്പിസ്വാമികളുടെ ജീവകാരുണ്യ നിരൂപണം. ദൈവം മനുഷ്യന് ഭക്ഷണമായാണ് ജീവികളെ സൃഷ്ടിച്ചതെന്ന വാദത്തെ പാശ്ചാത്യരായ ശരീര ശാസ്ത്ര പണ്ഡിതന്മാരെ ഉദ്ധരിച്ചുകൊണ്ട് മനുഷ്യന്റെ പല്ലുകളുടെയും ദഹനാവയവങ്ങളുടേയും ഘടന മാംസഭക്ഷണത്തിന് യോജിച്ചതല്ലെന്ന് വാദിക്കുന്നു. ചരാചര ജീവന്മാർ എന്ന ഭാരതീയ പ്രയോഗത്തിന്റെ അർത്ഥം വിശകലനം ചെയ്യുകയും തന്നെപ്പോലെത്തന്നെ മറ്റാരെയും വേദനിപ്പിക്കരുതെന്നും ആഹ്വാനം ചെയ്യുന്നു. മറ്റ് ജീവികളോടെല്ലാം കാരുണ്യത്തോടും സമഭാവനയോട്ടും പെരുമാറുക എന്നത് മനുഷ്യൻ അവരോട് ചെയ്യുന്ന സൗജന്യമല്ല അതവരുടെ അവകാശമാണ്. അഹിംസയുടെ പ്രാധാന്യത്തെപ്പറ്റി ശാസ്ത്രീയമായി വിലയിരുത്തുന്ന ഗ്രന്ഥമെന്ന നിലയിൽ ഏറെ പ്രസക്തമാണിത്. ഇതിൽ ക്രിസ്തുമതത്തെക്കുറിച്ച് പരാമർശിക്കുന്ന ഭാഗവും ഏറെ ചർച്ചചെയ്യപ്പെട്ടിരുന്നു.

പ്രപഞ്ചത്തിൽ സ്ത്രീപുരുഷന്മാർക്കുള്ള സ്ഥാനം

ചട്ടമ്പിസ്വാമികളുടെ ഗൃഹസ്ഥശിഷ്യനായിരുന്ന ടി.കെ. കൃഷ്ണമേനോന്റെ പത്നി ടി.വി. കല്യാണിയമ്മയുടെ അഭ്യർത്ഥന പ്രകാരം സ്ത്രീകൾക്ക് പ്രയോജനപ്രദമായ ഒരു ഉപന്യാസം തയ്യാറാക്കാൻ സ്വാമികളോട് അപേക്ഷിക്കുകയും അതുപ്രകാരം സ്വാമികൾ എറണാകുളത്ത് സ്ത്രീസമാജത്തിൽ ചെയ്ത പ്രഭാഷണവുമാണ് ഈ പ്രബന്ധം. പ്രപഞ്ചത്തിൽ പുരുഷനേക്കാൾ അധികം ക്ലേശവും ബുദ്ധിമുട്ടും

ഉത്തരവാദിത്വവും സ്ത്രീക്കാണെന്നും സമുദായവൃദ്ധിക്ഷയങ്ങൾക്കു സ്ത്രീയുടെ കാര്യഭരണം കാരണമായതിനാൽ രണ്ടിലും സ്ത്രീക്കാണ് പ്രാധാന്യം ലഭിക്കേണ്ടതെന്ന് ചട്ടമ്പിസ്വാമികൾ വാദിക്കുന്നു. ഭരി ക്കത്തക്കവണ്ണം നിരൂപണതയും അധികാരവും അവകാശവും സ്ത്രീ ക്കാണ് കൊടുത്തിരിക്കുന്നത്. സ്ത്രീ ത്രൈലോക നായികയും സർവ്വ തന്ത്ര സ്വതന്ത്രയുമാണ്. 'ന സ്ത്രീ സ്വതന്ത്ര്യ മർഹതി' എന്ന കല്പിച്ച് കൂട്ടിലിട്ട കിളിയെപ്പോലെ അവളെ അജ്ഞയും, അസ്വതന്ത്രയുമായ അടിമയായും, കേവല പ്രത്യൽപ്പാദനത്തിനുള്ള യന്ത്രമായും കരുതുന്ന പുരുഷമേധാവിത്വത്തെ അദ്ദേഹം ചോദ്യം ചെയ്യുന്നു. ഫെമിനിസ്റ്റ് ആശയങ്ങൾ പിറക്കുന്നതിനുമുമ്പായിരുന്ന ഈ സംരംഭം എന്ന് നാം ഓർക്കണം. കേരളത്തിന്റെ സാമൂഹിക നവോത്ഥാന പാതയിലേക്ക് സ്ത്രീകളെ ആകർഷിക്കുവാൻ ഈ ആശയങ്ങൾ പ്രധാന പങ്കുവഹിച്ചു.

സ്ഥലനാമങ്ങളെക്കുറിച്ച്

മലയാളത്തിലെ ചില സ്ഥലനാമങ്ങളുടെ ഉത്ഭവവുമായി ബന്ധപ്പെ ട്ടും ഒരു ചരിത്ര ഗവേഷകന്റെ രീതിശാസ്ത പാടവത്തോടെ ചട്ടമ്പിസ്വാ മികൾ എഴുതുകയുണ്ടായി. വിദേശിയരുടെ ആഗമനത്തിനശേഷം ഭാരതത്തിന്റെ തെക്കേ അറ്റത്തെ മലയാളദേശത്തിന സംഭവിച്ച മാറ്റത്തെക്കുറിച്ചാണ് ഇതിലെ പ്രതിപാദ്യം. സാംസ്കാരികമായ കടന്നകയറ്റം ദേശനാമങ്ങളിലൂടെ ഒരു ജനതയെ കീഴ്പ്പെടുത്തുന്നതി ന്റെ സൂചനകൾ ഉണ്ടിതിൽ. ഭൂമിയുടെ കിടപ്പും ഗുണവും അനുസരിച്ചും പ്രഭുക്കളുടെ സ്ഥാനമാനങ്ങളെ ആശ്രയിച്ചും ക്ഷേത്രദേവനാമങ്ങളെ ആശയിച്ചും രൂപപ്പെടുന്ന പേരുകൾക്ക് സംഭവിക്കുന്ന മാറ്റങ്ങളിലൂടെ ഒരു ദേശത്തെക്കുറിച്ചുള്ള സാമാന്യ ബോധം രൂപപ്പെടുത്താൻ ഒരു ജനതയെ പര്യാപ്തമാക്കുകയായിരുന്ന ലക്ഷ്യം.

●

കേരളീയ നവോത്ഥാനത്തിന്റെ
പിതാമഹൻ

നിലനിൽക്കുന്ന സാമൂഹിക വ്യവസ്ഥയേയും ലോകവീക്ഷണ ത്തേയും മാറ്റിമറിക്കാൻ പ്രാപ്തമായ സാംസ്കാരിക ഉണർവ്വാണ് നവോത്ഥാനം. ദർശനത്തിന്റെയും ശാസ്ത്രത്തിന്റെയും മതത്തിന്റെയും രാഷ്ട്രീയത്തിന്റെയും മേഖലകളിൽ ഈ പുത്തനുണർവ്വ് കേരളത്തിൽ പ്രകടമായതിനുപിന്നിൽ ചട്ടമ്പിസ്വാമികളുടെ ബൗദ്ധിക ഇടപെട ലുകൾ പ്രധാന പങ്കുവഹിച്ചിട്ടുണ്ട്. വിശ്വാസാധിഷ്ഠിതമായ മതാത്മക വീക്ഷണങ്ങളെ പൊളിച്ചെഴുതുവാനും ശാസ്ത്രീയമായ മതനിരപേക്ഷ വീക്ഷണം കെട്ടിപ്പടുക്കവാനും ഇത് സഹായിച്ചു. 19-ാം നൂറ്റാണ്ടിന്റെ അന്ത്യത്തിലും ഇരുപതാം നൂറ്റാണ്ടിന്റെ ആദ്യത്തിലുമായി കേരള ത്തിൽ നടന്ന നവോത്ഥാന പ്രക്രിയയുടെ കന്നിമൂലക്കല്ലാണ് ചട്ടമ്പി സ്വാമികൾ എന്ന് പ്രൊഫ. എം.കെ. സാനു വിശേഷിപ്പിക്കുന്നുണ്ട്. ബ്രാഹ്മണമേധാവിത്വത്തെ തകർത്തത് കേരളീയ നവോത്ഥാന ചരിത്രത്തിലെ ഒരു നാഴികകല്ലാണ്. ഇതിന് ബീജാവാപമിട്ടത് ചട്ടമ്പിസ്വാമികളായിരുന്നു. സവർണസമുദായത്തിൽ നിരവധി പരിഷ്കാരങ്ങൾക്ക് നേതൃത്വം നൽകുമ്പോൾ തന്നെ മറ്റ് താഴ്ന ജാതി ക്കാരുമായി യോജിച്ച് പ്രവർത്തിക്കുകയും ചെയ്തു. വർണാശ്രമ വ്യ വസ്ഥയുടെ നിഷേധവും സ്ത്രീപുരുഷ സമത്വവാദവും, സാർവത്രിക വിദ്യാഭ്യാസത്തിനുള്ള ആഹ്വാനവും, മാതൃഭാഷയോടും ദേശത്തോ ടുമുള്ള ആദരവും പൊതുവേദികളിൽ ചർച്ചചെയ്യപ്പെടാൻ തുടങ്ങിയത് ചട്ടമ്പിസ്വാമികളുടെ നേതൃത്വത്തിലായിരുന്നു. ചട്ടമ്പിസ്വാമികൾ സ്വന്തം സമുദായത്തിന് സംഘടന ഉണ്ടാക്കുകയോ മതമഹാസമ്മേ ളനം നടത്തുകയോ ചെയ്തില്ല. ആശ്രമങ്ങളും വിദ്യാലയങ്ങളും സ്ഥാ പിച്ചില്ല. അതുകൊണ്ടതന്നെ സാമുദായികമായ സമന്വയത്തിന്റെ വഴികളിൽ സഞ്ചരിക്കാൻ അദ്ദേഹത്തിന് കഴിഞ്ഞു.

കേരളീയ നവോത്ഥാന പ്രക്രിയയ്ക്ക് കളമൊരുക്കുന്ന പ്രവർത്ത
നങ്ങളായിരുന്ന ചട്ടമ്പിസ്വാമികളുടേത്. കേരളീയ സമൂഹത്തിലെ
സമസ്ത നവോത്ഥാന പ്രസ്ഥാനത്തിന്റെയും ആധാരശിലയായ വേദാ
ധികാരനിരൂപണമെന്ന ഗ്രന്ഥം ഒന്നുമാത്രം മതി ചട്ടമ്പിസ്വാമികളുടെ
മാർഗ്ഗം മനസ്സിലാക്കുവാൻ. തിരുവിതാംകൂറിൽ അടിമവ്യവസ്ഥയും
അടിമച്ചന്തയും നിലനിന്നിരുന്ന ഒരു കാലത്താണ് ചട്ടമ്പിസ്വാമികൾ
ജനിക്കുന്നത്. 1853 സപ്തംബർ 15 നാണ് അടിമനിരോധന വിളംബരം
പുറപ്പെടുവിക്കുന്നത്. ഉത്രം തിരുനാൾ മാർത്താണ്ഡവർമ്മ ഇംഗ്ലീഷ്
വിദ്യാഭ്യാസത്തിന് പ്രാധാന്യം നൽകിയിരുന്ന കാലമായിരുന്ന
അത്. ജാതീയമായ ദുരാചാരങ്ങൾ സജീവമായി നിലനിന്നിരുന്ന
കാലം. ദൂരപരിധിവെച്ച് മനുഷ്യരെ മനുഷ്യർ ബന്ധപ്പെട്ടിരുന്ന നാട്.
1854 ലെ കണക്കനുസരിച്ച് ജനസംഖ്യയിൽ 30 ശതമാനം നായ
ന്മാരായിരുന്നെങ്കിലും അവരിലും ഉപവിഭാഗങ്ങൾ തമ്മിൽ സാഹോ
ദര്യമില്ലായിരുന്നു. പരസ്പരം തൊട്ടുകൂടാത്തവരായിരുന്ന പലരും.
നായന്മാർ എല്ലാവരും സമ്പന്നൻമാരായിരുന്നില്ല. ചിലർ ബ്രാഹ്മണ
ഇല്ലങ്ങളിൽ പരിചാരക ജോലി ചെയ്തു. മറ്റ് ചിലർ സുറിയാനി ക്രി
സ്ത്യൻ വീട്ടുകളിൽ കാര്യസ്ഥരായും പണിയെടുത്തു. ഈഴവ വിഭാഗ
ക്കാരെ ആട്ടി അകറ്റി അടിമപ്പണിചെയ്യിക്കുന്ന രീതിയാണ് അന്ന്
നിലനിന്നിരുന്നത്. മേൽ ജാതിക്കാരനെ തൊടാനും തീണ്ടാനും
പൊതുവഴി ഉപയോഗിക്കാനും രണ്ടാം മുണ്ടും കുടയും മാത്രമല്ല
പാദരക്ഷകൾ അണിയാൻ പോലും നിയമം അനുവദിച്ചിരുന്നില്ല.
സ്ത്രീകൾക്ക് മാറുമറയ്ക്കാൻ കഴിയാതിരുന്ന, ആഭരണങ്ങൾ ധരിക്കാൻ
കഴിയാതിരുന്ന കാലം. സാമൂഹികവും സാമ്പത്തികവും സാംസ്കാരി
കവുമായി ഉയരാൻ ഈ സമുദായങ്ങളെ പ്രേരിപ്പിക്കാൻ തക്കവണ്ണം
ഉൾക്കാഴ്ച്ചയുള്ള ഒരു നേതൃത്വം സമുദായങ്ങളിൽ വളർന്നുവന്നില്ല.
തങ്ങൾക്ക് വിധിക്കപ്പെട്ട ജീവിതത്തോട് വെറുപ്പും വിദ്വേഷവും
തോന്നിത്തുടങ്ങിയ സ്ത്രീകളും ഇക്കൂട്ടത്തിൽ ഉണ്ടായിരുന്നു.

നായർ സമുദായത്തിലെ ആദ്യ എം.എ ക്കാരനായ പി.താണുപി
ള്ളയുടെ നേതൃത്വത്തിൽ 'മലയാളി സോഷ്യൽ യൂണിയൻ' എന്നൊരു
സംഘടന രൂപീകരിച്ചു. ഇതാണ് നായർ സമുദായത്തിന്റെ ആദ്യത്തെ
സാമൂഹിക പരിഷ്കരണ പ്രസ്ഥാനം. ജനപങ്കാളിത്തം വർദ്ധിച്ചപ്പോൾ
'മലയാളീസഭ' എന്ന് പേരുമാറ്റി. തുടർന്ന് മലയാളി മെമ്മോറിയൽ
പ്രസ്ഥാനമുണ്ടായി. നായരും ഈഴവരും ചേർന്ന് ആദ്യമായി ഒപ്പിട്ട
ഹർജി നൽകി. ചട്ടമ്പിസ്വാമികൾ മലയാളി സഭയുടെ പ്രവർത്ത
നങ്ങൾക്ക് മാർഗനിർദ്ദേശം നൽകാനും പ്രോത്സാഹിപ്പിക്കാനും

മനസ്സുകാട്ടിയിരുന്നു. മലയാളീ സഭപ്രവർത്തകരായിരുന്ന പി. താണു പിള്ളയും സി. കൃഷ്ണൻനായരും, സി.വി. രാമൻപിള്ളയും സമുദായ ഉദ്ധാരണത്തിനായി സജീവമായ സമയത്ത് ചട്ടമ്പിസ്വാമികളിൽ നിന്ന് ഉപദേശം സ്വീകരിച്ചിരുന്നു. 1901 ൽ നായർമഹാസമ്മേളനം വിളിച്ചു കൂട്ടുകയുണ്ടായി. സമുദായത്തിന്റെ മാത്രം അഭിവൃദ്ധികൊണ്ട് നാടിനെ രക്ഷിക്കാനാവില്ലെന്ന് ചട്ടമ്പിസ്വാമികൾ തിരിച്ചറിഞ്ഞ കാലമായിരുന്നു അത്.

ബ്രാഹ്മണ്യത്തോട്ടുള്ള അതിരുവിട്ട ഭക്തിയും ആദരവുമാണ് നായ ന്മാരുടെ അധഃപതനത്തിന് കാരണമെന്ന് ചട്ടമ്പിസ്വാമികൾ തിരി ച്ചറിഞ്ഞു. അതുകൊണ്ട് ബ്രാഹ്മണ്യത്തെയാണ് തകർക്കേണ്ടതെന്ന് മനസ്സിലാക്കിയ സ്വാമികൾ പ്രാചീനമലയാളം എന്ന കൃതി രചിച്ചത്. ഒരു ഏകീകൃത കേരളീയ സമൂഹമായിരുന്ന ചട്ടമ്പിസ്വാമികളുടെ സ്വപ്നം. അതുകൊണ്ടുതന്നെ ആ കർമ്മയോഗിക്ക് ഒരു സമുദായത്തി ന്റെ വക്താവായി പ്രവർത്തിക്കുവാനും കഴിഞ്ഞില്ല. ചട്ടമ്പിസ്വാമി കളെ അദ്ദേഹത്തിന്റെ ദർശനങ്ങളുടേയും സമഗ്രബോധത്തിന്റെയും വെളിച്ചത്തിൽ വിശകലന വിധേയമാക്കപ്പെടേണ്ടതുണ്ട്. സാമൂഹിക പരിപ്രേക്ഷ്യത്തിൽ ഒരു മൂല സൃഷ്ടാവെന്ന നിലയിൽ നവേത്ഥാന മൂല്യങ്ങൾക്ക് ശക്തിപകരുകയായിരുന്ന അദ്ദേഹത്തിന്റെ ദൗത്യം.

നായർ ഈഴവ സഹോദര്യം ഉറപ്പിക്കുന്നതിനായി ചട്ടമ്പിസ്വാ മികൾ നടത്തിയ പരിശ്രമങ്ങൾ ഇരുവിഭാഗങ്ങളിലും എതിർപ്പുകൾ സൃഷ്ടിച്ചിരുന്നു. ഈഴവഭവനങ്ങൾ സന്ദർശിക്കുന്നതും അവിടെ നിന്ന് ഭക്ഷണം കഴിക്കുന്നതും നായർ പ്രമാണിമാർ എതിർക്കുകയും ചോദ്യം ചെയ്യുകയും ചെയ്തിരുന്നു. വേദാന്തവും തത്ത്വശാസ്ത്രവുമൊക്കെ ബ്രാഹ്മ ണർക്കേ പഠിക്കാൻ അധികാരമുള്ളൂ എന്ന സമ്പ്രദായത്തെ പ്രമാണ ങ്ങൾവെച്ച് ഖണ്ഡിക്കുകയായിരുന്ന ചട്ടമ്പിസ്വാമികൾ. വേദാധികാര നിരൂപണം എന്ന ഗ്രന്ഥം രചിക്കുന്നത് ഈ പശ്ചാത്തലത്തിലാണ്. ഏതൊരു മനുഷ്യനും അറിവുനേടുന്നതിനുള്ള സ്വാതന്ത്ര്യവും അവകാ ശവുമുണ്ടെന്ന് അദ്ദേഹം സ്ഥാപിച്ചു. വൈദിക മുറകൾ അറിവുള്ള ആർക്കും പഠിക്കാൻ കഴിയുമെന്നും ഈ അറിവുകൾ പ്രായോഗിക മായി ഉപയോഗിക്കാമെന്നും അദ്ദേഹം സ്ഥാപിച്ചു. ഇതായിരുന്ന ശ്രീനാരായണഗുരു ക്ഷേത്രപ്രതിഷ്ഠകളിലൂടെ പ്രയോഗികമാക്കിയത്.

ബ്രാഹ്മണർ മുതൽ ചണ്ഡാലൻ വരെ മനുഷ്യ സമുദായത്തിലെ എല്ലാവർക്കും വേദവും വേദാന്തവും ശാസ്ത്രവും മന്ത്രവാദവും അടക്കം എല്ലാ വിജ്ഞാനപ്രദമായ ശാഖകളും സ്വായത്തമാക്കാമെന്ന് ചട്ടമ്പി സ്വാമികൾ വാദിച്ചു. ഒരു പ്രത്യേക ജനവിഭാഗത്തിന്റെ കുത്തകയല്ല

ഈ അറിവുകൾ എന്ന് അദ്ദേഹം ശക്തിയുക്തം വാദിച്ച ജയിച്ചു. ഇവ അഭ്യസിക്കാനം ആചരിക്കാനം എല്ലാവിഭാഗം ജനങ്ങൾക്കും അവകാശമുണ്ട്. സ്ത്രീപുരുഷ പരിഗണനപോല്യം അതിൽ ഉണ്ടാവര തെന്ന് അദ്ദേഹം നിഷ്ക്കർഷിച്ചു.

ശ്രീനാരായണഗുരുവെപ്പോലെ ഞാൻ ജാതിമതാദികൾ ഉപേ ക്ഷിച്ചിരിക്കുന്ന എന്ന് ചട്ടമ്പി സ്വാമികൾക്ക് പ്രസ്താവന ഇറക്കേ ണ്ടിവരാതിരിക്കാൻ കാരണം അദ്ദേഹം ജാതിമത ശക്തികൾക്ക് അടിമപ്പെട്ടില്ല എന്നതിന്റെ തെളിവാണ്. സഹോദർ അയ്യപ്പന് മിശ്രഭോജനം നടത്താൻ പ്രേരണയായ പ്രവർത്തനങ്ങൾ ആദ്യമേ നടത്തി കേരളത്തിന്റെ മണ്ണ് ഉഴുതുമറിക്കുകയായിരുന്ന സ്വാമികൾ. ഇ.എം.എസ്. നമ്പൂതിരിപ്പാടിന് കേരളം മലയാളികളുടെ മാതൃഭൂമി എന്ന ഗ്രന്ഥം രചിക്കാനുള്ള അടിത്തറയൊരിക്കിയയും ചട്ടമ്പിസ്വാമി കളുടെ നിലപാട്ടകളായിരിക്കാം. ആത്മീയതയുടെ ബാഹ്യാവരണമ ണിഞ്ഞ് ആധുനിക ജനാധിപത്യത്തിലേക്ക് നയിക്കാൻ കേരളത്തെ പ്രാപ്പമാക്കിയ ഒരു പാട് ഉള്ളടക്കങ്ങൾ നവോത്ഥാന പ്രവർത്തനങ്ങ ളിൽ ലയിച്ച കിടന്നിരുന്നു. ശ്രീനാരായണഗുരുവ്യും ചട്ടമ്പിസ്വാമികളും വാഗ്ഭടാനന്ദനും ബ്രഹ്മാനന്ദശിവയോഗിയും സ്വന്തം പ്രവൃത്തികളി ലൂടെയും വാക്കുകളില്ലൂടെയും ജാതിരഹിതവും മതനിരപേക്ഷവുമായ ഒരു കേരളീയ സമൂഹത്തിനവേണ്ടി ആഹ്വാനം ചെയ്തത്. അതുകൊ ണ്ടതന്നെ അവരുടെ ശിഷ്യന്മാരും അനയായികളും വലിയൊരു വിഭാഗം പിന്നീട് ദേശീയ സ്വാതന്ത്ര്യസമരത്തിനും, സാമൂഹിക സമത്വത്തിനും ജനാധിപത്യ രാഷ്ട്രീയത്തിനും സോഷ്യലിസത്തിനും വേണ്ടി പോരാട്ടന്ന ഇടതുപക്ഷമായി മാറി.

കേരള ചരിത്രത്തെ ശാസ്ത്രീയമായി അപഗ്രഥിക്കാനം ഉൾക്കൊ ള്ളാനം സ്വാമികൾ കാട്ടിയ സൂക്ഷ്മത ഭൂമിയിലുള്ള സമസ്ത ജീവരാ ശികളേയും സംബന്ധിക്കുന്ന കാര്യത്തിലും പ്രകടമാക്കിയിരുന്നു. മതങ്ങൾ തമ്മിലുള്ള പോര് അവസാനിക്കണമെങ്കിൽ എല്ലാ മതങ്ങളും എല്ലാവരും പഠിക്കണമെന്ന തത്വം അദ്ദേഹം പ്രചരി പ്പിച്ചു. പ്രകൃതിയും മനുഷ്യനും തമ്മിലുള്ള ആത്മബന്ധം അനിവാ ര്യമായ മാനവികതയാണെന്ന് ബോധ്യപ്പെട്ടത്തി. ഗാന്ധിജിയുടെ അഹിംസാ സിദ്ധാന്തം വേരുപിടിക്കുന്നതിന മുമ്പായിരുന്ന ഇതെന്ന് ഓർക്കണം. സർവ്വതിനേയും കീഴ്പ്പെടുത്താനുള്ള ശക്തി അപാരമായ സ്നേഹമാണെന്ന് ആ ജീവിതം കൊണ്ട് ബോധ്യപ്പെടുത്തുകയായിര ന്നു. ഓരോ ജീവവസ്തുവും സത്യത്തിന്റെയും ദൈവികത്വത്തിന്റെയും അഗ്നികിരണമാണെന്ന് തിരിച്ചറിയുമ്പോൾ ഓരോ വ്യക്തതയും

സ്വയം വികസിപ്പിച്ച് പ്രപഞ്ച വ്യാപിയായ ഈശ്വര ചൈതന്യം സാക്ഷാത്ക്കരിക്കപ്പെട്ടുമെന്ന ദർശനമായിരുന്ന സ്വാമികൾ മുന്നോട്ടുവെച്ചത്. ബാല്യം മുതൽ യൗവ്വനം വരെ അനുഭവങ്ങളുടെ അഗ്നി ജ്വാലകളില്ലൂടെ യാത്ര ചെയ്യപ്പോൾ ക്ലേശപൂർണമായ ചുട്ടുപൊള്ളുന്ന അനുഭവങ്ങൾ പക്വത നൽകിയ ജീവിതദർശനമായിരുന്ന അത്.

അന്നുണ്ടായിരുന്ന ചരിത്രഗ്രന്ഥങ്ങളിലെ പക്ഷപാതപരമായ സമീപനങ്ങളെ ഇറന്നുകാട്ടുന്നതിൽ ചട്ടമ്പിസ്വാമികൾ പ്രധാന പങ്കുവഹിച്ചു. ജാതി വ്യവസ്ഥയിൽ ചവിട്ടി താഴ്ത്തപ്പെട്ട വിഭാഗങ്ങൾ ഒരിക്കൽ സാംസ്കാരികവും സാമ്പത്തികവുമായ വികസനത്തിൽ വഹിച്ചിരുന്ന പങ്ക് എടുത്തുകാട്ടി അവരെ സ്വാഭിമാനമുള്ളവരാക്കി മാറ്റി. അറിഞ്ഞിരിക്കേണ്ടകാര്യങ്ങൾ സാധാരണക്കാരന്റെ ഭാഷയിൽ കൃതികളും ദർശനങ്ങളുമായി അവതരിപ്പിച്ചു. അവരുടെ ഭാഷയിൽ ലളിതവും വ്യക്തമായും വിശദീകരിച്ചു. അവരുടെ അഭി പ്രായങ്ങൾ രൂപപ്പെടുത്തുന്നതിലും ചർച്ചകളിൽ പങ്കെടുക്കുന്നതിലും സുഹൃദ് സംഘങ്ങൾ രൂപീകരിച്ചു. മറ്റുള്ളവരോടൊപ്പം സാമൂഹിക നവോത്ഥാനത്തിന് കരുത്തുപകരാനും ഇവരെ പ്രാപ്തരാക്കിയത് സ്വാമിയുടെ ഈ പ്രവർത്തനങ്ങളാണ്. ആദ്ധ്യാത്മിക കാര്യങ്ങളെ ക്കുറിച്ചും ജീർണിച്ച സാമൂഹിക വ്യവസ്ഥയെക്കുറിച്ചുമുള്ള അറിവുകൾ ജനങ്ങളെ ബോധവൽക്കരിക്കവാൻ അവരുടെ ഭാഷയിൽ ലഭ്യമായി. ഇത്തരം ഗ്രന്ഥങ്ങൾ ആദ്യമായി മലയാളത്തിൽ ലഭ്യമാകുന്നത് സ്വാ മികളുടെ പ്രയത്നഫലമായാണ്. പ്രാദേശിയ ഭാഷയുടെ വികാസത്തി ല്ലൂടെ ഒരു ജനസഞ്ചയത്തെ അവരുടെ അസ്തിത്വത്തെക്കുറിച്ചുള്ള തിരി ച്ചറിവാക്കി മാറ്റുകയായിരുന്ന സ്വാമികൾ. അതുവരെ മതഗ്രന്ഥങ്ങളും ശാസ്ത്ര ഗ്രന്ഥങ്ങളും സംസ്കൃതത്തിൽ മാത്രമാണ് ലഭിച്ചിരുന്നത്. താഴ്ന്ന ജാതിക്കാർ വിദ്യാഭ്യാസത്തിന്റെ പൊതുധാരയ്ക്ക് പുറത്തുമായിരുന്നു. അവർക്കാവശ്യമായി വിദ്യാഭ്യാസസ്ഥാപനങ്ങൾ ഇറന്ന കൊടുക്ക നതോടൊപ്പം അറിവും അവരുടെ ഭാഷയിലായിരിക്കണമെന്ന് അദ്ദേഹത്തിന് ബോധ്യമുണ്ടായിരുന്നു. സമൂഹത്തിന്റെ രോഗലക്ഷ ങ്ങൾ തിരിച്ചറിഞ്ഞ് സൗമ്യചികിത്സ നൽകി പരിവർത്തനത്തിന് വിധേയമാക്കുകയായിരുന്ന സ്വാമികൾ.

മനുഷ്യനെ മനുഷ്യനാക്കുന്നവനായിരിക്കണം സന്ന്യാസി എന്നതായിരുന്ന ചട്ടമ്പി സ്വാമികളുടെ ദർശനം. സ്വന്തം ജീവിതം തന്നെ ഒരു സന്ദേശമായി, നിസ്വാർത്ഥനായി പ്രപഞ്ചരഹസ്യങ്ങളെ മനുഷ്യനന്മയിലേക്ക് ആവാഹിക്കുന്നതിനായി അദ്ദേഹം പരിശ്ര മിച്ചു. അധികാര സ്ഥാപനങ്ങൾ നിർമ്മിക്കാനോ, ക്ഷേത്രങ്ങൾ

പണിയാനോ, ആശ്രമങ്ങൾ കെട്ടാനോ ശ്രമിക്കാതെ ജീവിച്ച എന്നത്. മഹത്തരമാണ്. കർക്കശമായ ഗുരുശിഷ്യബന്ധങ്ങൾ സൂക്ഷിച്ചിരുന്നില്ല. ഒരു സമുദായത്തിനുവേണ്ടിയും അത്യധികമായി ഉത്സാഹിച്ചില്ല. ധർമ്മ നിഷ്ഠമായ തന്റെ പ്രവർത്തനങ്ങൾ പ്രചര ണോപാധികളാക്കിയില്ല. മനുഷ്യമനസ്സിനെ മനസ്സിലാക്കുന്നതിലും അവരുടെ വികാര വിചാരങ്ങളിൽ ലയിക്കുന്നതിലും അദ്ദേഹത്തിന് അനിതര സാധാരണമായ പാടവമുണ്ടായിരുന്നു.

കേരളീയ സമൂഹത്തിന്റെ ചിന്താധാരയിലും ആചാരക്രമങ്ങളിലും വിപ്ലവത്തിന്റെ വിത്തുപാകിയത് ചട്ടമ്പിസ്വാമികളാണ്. കൃപക്കര പോറ്റിയുടെ ഗ്രന്ഥപ്പുരയിൽ നിന്ന് ലഭിച്ച തന്ത്ര സമുച്ചയം പോലുള്ള ഗ്രന്ഥങ്ങൾ പഠിക്കുകയും ആ അറിവുകൾ സാധാരണക്കാരന്റെ ഭാഷയിൽ വിശദീകരിക്കുകയും ചെയ്തു. ജാതിചിന്തക്കതീതമായ സമുദായബോധമുണ്ടാക്കുവാൻ അദ്ദേഹം എല്ലാവരുമായും ഇടപഴകി ജീവിച്ചു. സകല ജീവജാലങ്ങളും ഒന്നു ചേർന്ന ഒരു സമുദായത്തെ വാർത്തെടുക്കുകയും അവയെ സ്നേഹം കൊണ്ട് ബന്ധിക്കുകയും ചെയ്യുക എന്നതായിരുന്നു സ്വാമികളുടെ പ്രവർത്തലക്ഷ്യം. അതുകൊ ണ്ടാണ് ശ്രീനാരായണഗുരു "വ്യാസനും ശങ്കരനും കൂടിച്ചേർന്നാൽ നമ്മുടെ സ്വാമിയായി. മൂലവും ഭാഷ്യവും കൂടിച്ചേർന്നതാണല്ലോ" എന്നു പറഞ്ഞത്.

തന്റെ ലളിതമായ ജീവിത ശൈലിയും സാധാരണ ജനങ്ങളോ ടൊപ്പമുള്ള വാസവും ജനസഹസ്രത്തിന്റെ ആരാധകനാക്കി അദ്ദേഹ ത്തെമാറ്റി. സൂക്ഷ്മ ദൃഷ്ടിയുള്ള അതിസമർത്ഥനായ ഒരു പ്രവാചകന്റെ ദീർഘ വീക്ഷണം അദ്ദേഹത്തിന്റെ ഓരോ പ്രവർത്തനങ്ങളിലും നിരീ ക്ഷിക്കാവുന്നതാണ്. മാനസികമായ അടിമത്തത്തിൽ നിന്ന് വിധേ യത്വത്തിൽ നിന്നും ഒരു ജനവിഭാഗത്തെ കരകയറ്റാൻ നടത്തിയ വിദ്യാഭ്യാസ വിപ്ലവമായി ചട്ടമ്പിസ്വാമികളെ വായിച്ചറിയേണ്ടി യിരിക്കുന്നു. സ്വാമി എന്ന ലേബലിൽ ഒരിടത്ത് ഒതുങ്ങിക്കൂടാനല്ല അദ്ദേഹം ആഗ്രഹിച്ചത്. തനിക്ക ലഭിച്ച അറിവിനെ, ആത്മീയമായ സിദ്ധികളെ, ചുറ്റുമുള്ള സമൂഹത്തിന് ഫലപ്രദമാം വിധം ഉപയുക്തമാ ക്കുകയായിരുന്നു അദ്ദേഹം. കർമ്മത്തിന് പ്രധാന്യം നൽകുകയും മനുഷ്യജീവന്റെ അടിസ്ഥാനം കർമ്മമാണെന്ന് വിശ്വസിക്കുകയും ചെയ്ത ജീവിതമായിരുന്നു സ്വാമികളുടേത്.

സർവ്വജ്ഞൻ, സദ്ഗുരു, ഋഷി, പരിപൂർണ്ണ കലാനിധി, മഹാപ്രഭ തുടങ്ങിയ വിശേഷണങ്ങൾ കൊണ്ടാണ് ചരമശ്ലോകത്തിൽ ശ്രീനാ രായണഗുരു ചട്ടമ്പിസ്വാമികളെ വിശേഷിപ്പിക്കുന്നത്.

"സർവ്വജ്ഞ ഋഷിരത് ക്രോന്ത:
സദ്ഗുരുശ് ശ്രുകവർത്മനാ
ആദാതിപരമ വ്യോമ്നി
പരിപൂർണ്ണ കലാനിധി:
ലീലയാകാലമധികം
നീത്വാന്തേ സ മഹാപ്രഭ:
നിസ്വം വഹസ്സ മൃത് സ്യജ-
സ്വം ബ്രഹ്മവ പുരാസ്ഥിത:"

●

സമാധി

ചട്ടമ്പിസ്വാമികളുടെ ശിഷ്യനായ നീലകണ്ഠ തീർത്ഥ പാദരുടെ സമാധിയോടെ ചരിത്രഗവേഷണവും സാമൂഹിക പ്രവർത്ത നവും അവസാനിപ്പിച്ച് സ്വസ്ഥമായി വിശ്രമജീവിതം നയിക്കാൻ അദ്ദേഹം തുനിഞ്ഞു. തൃശ്ശൂർ ജില്ലയിലെ ഇരങ്ങാലക്കുടയിൽ തത്ത മ്പിള്ളി കുഞ്ഞുണ്ണിമേനോൻ സ്വാമികളുടെ ശിഷ്യത്വം സ്വീകരിക്ക കയും അദ്ദേഹത്തിന്റെ വീട്ടിൽ കുറച്ചകാലം താമസിക്കുകയും ചെയ്ത. കൂടൽമാണിക്യ ക്ഷേത്രത്തിന്റെ ദേവപ്രതിനിധിയായ തച്ചുടയ കൈമൾക്ക് സ്വാമിയുടെ സാന്നിദ്ധ്യം അനുഗ്രഹമായി. തീർത്ഥ പാദർ ആരംഭിച്ച സദ്ഗുരു മാസികയുടെ പ്രസിദ്ധീകരണത്തിൽ അദ്ദേഹം സ്വാമികളുടെ സഹായമഭ്യർത്ഥിച്ചു. ശരീരതത്വശാസ്ത്രം ദേശനാമങ്ങൾ, ഒഴിവിലൊട്ടുക്കം മുതലായ ലേഖനങ്ങൾ ആഗസ്ത്യൻ എന്ന തൂലികാനാമത്തിൽ ചട്ടമ്പിസ്വാമികൾ സദ്ഗുരു മാസികയിൽ എഴുതുകയുണ്ടായി.

പിന്നീട് ഒരു യാത്രയായിരുന്നു. എറണാകുളം, ആലുവ, പെരു മ്പാവൂർ, പറവൂർ, വൈക്കം, ആലപ്പുഴ എന്നിവിടങ്ങളിലെ പഴയ പരിചയങ്ങൾ പുതുക്കി കരുനാഗപ്പള്ളിയിൽ എത്തി. വാഴത്തോ ട്ടത്ത് വേലുപ്പിള്ളയുടെ വീട്ടിലും പന്മനയിൽ കുമ്പളത്തു ശങ്കുപ്പിള്ള യുടെ വീട്ടിലും താമസിച്ചു. ശങ്കുപ്പിള്ളയുടെ വീടിനടുത്തുള്ള കാവ് സന്ദർശിച്ചപ്പോൾ അത് സമാധി സ്ഥലമാക്കാനുള്ള ആഗ്രഹം പ്രകടിപ്പിച്ചു. തിരുവനന്തപുരത്തുപോയി എല്ലാവരോടും യാത്ര പറഞ്ഞ് തിരിച്ചുവരാമെന്ന് പറഞ്ഞ് സ്വാമി യാത്രയായി. തിരുവ നന്തപുരത്ത് എത്തിയ സ്വാമികളെ വയറുവേദനയും അതിസാരവും വല്ലാതെ കഷ്ടപ്പെടുത്തുവാൻ തുടങ്ങി. പന്മനയ്ക്ക് മടങ്ങണമെന്ന ആഗ്രഹമറിയിച്ച് ശങ്കുപ്പിള്ളയ്ക്ക് കത്തയച്ചു. കത്തുകിട്ടിയ ഉടനെ ശങ്കു പ്പിള്ള എത്തുകയും പന്മനയിലേക്ക് സ്വാമിയേയും കൂട്ടിപ്പോരുകയും

ചെയ്തു. പന്മനയിലേക്കുള്ള യാത്രക്കിടയിൽ പ്രാക്കുളത്ത് തൊട്ടുവയൽ ബംഗ്ലാവിൽ അൽപ ദിവസം വിശ്രമിച്ചു. ശ്രീ നാരായണഗുരു ഇവിടെ വെച്ചാണ് സ്വാമികളെ അവസാനമായി കാണുന്നത്. അവിടെവെച്ച് ശ്രീ നാരായണഗുരുവും തീർത്ഥപാദപരമഹംസരുമൊന്നിച്ച് ഒരു ഫോട്ടോ എടുക്കുക കൂടി ഉണ്ടായി.

പന്മനയിലെ സി.പി.പി. സ്മാരകശാലയിൽ അവസാന വിശ്ര മകേന്ദ്രം കണ്ടെത്തി പിന്നീട് സ്വാമികൾ. വൈക്കം സത്യാഗ്രഹം നടക്കുന്ന കാലമായിരുന്നു അത്. ക്ഷേത്രപ്രവേശന സത്യാഗ്രഹം ഉടൻ ഉണ്ടാവണമെന്ന് അദ്ദേഹം അഭിപ്രായപ്പെട്ടു.

1924 മെയ് 5 -ാം തീയ്യതി ചട്ടമ്പിസ്വാമികൾ വായനശാലയിൽ വെച്ച് സമാധിയടഞ്ഞു. അടുത്ത ദിവസം ഉച്ചയോടെ നേരത്തെ നിശ്ച യിച്ച പ്രകാരം കാവിൽ സ്വാമികളുടെ സമാധി ശരീരം യഥാവിധി ഇരുത്തി സ്വാമികളുടെ ആഗ്രഹപ്രകാരം ഇവിടെ ഒരു ശിവലിംഗം പ്രതിഷ്ഠിച്ചു. ഇന്നിവിടെ പന്മന ആശ്രമം എന്ന പേരിൽ അറിയപ്പെ ടുന്നു.

●

ഉപസംഹാരം

63 ഒരു കാലഘട്ടത്തിലെ ജനതയുടെ സംസ്കാര പരിവർത്തനത്തിന്റെ ചരിത്രം തന്നെയാണ് ചട്ടമ്പിസ്വാമികളുടെ ജീവിതം. ആത്മ ജ്ഞാനം നേടിയിട്ടും കർമ്മ നിരതനായിരുന്ന ചട്ടമ്പിസ്വാമികൾ ജ്ഞാനിയായ കർമ്മിയായിരുന്നു. തന്റെ കർമ്മ മണ്ഡലം ലോകത്ത് സാഹോദര്യം പുലർത്തുന്നതിനും സ്നേഹം പകരുന്നതിനുമായി വിനിയോഗിച്ചു. ഈ മഹാനുഭാവൻ. സാമൂഹികവും സാമ്പത്തികവും സാംസ്കാരികവും രാഷ്ട്രീയവുമായി പരിവർത്തനത്തിനുവിധേയമായി ക്കൊണ്ടിരുന്ന ഒരു ജനതയുടെ ചരിത്രം ചട്ടമ്പിസ്വാമികളുടെ ജീവി തകഥയുമായി ബന്ധപ്പെട്ടതാണ്. ഇരുണ്ട ജീവിതാന്തരീക്ഷത്തിൽ താഴ്ന്ന ജാതിക്കാരും സ്വസമുദായവും അനുഭവിച്ചിരുന്ന കഷ്ടതകളിൽ നിന്ന് അവർക്ക് കൈതാങ്ങുനൽകി വെളിച്ചത്തിലേക്ക് കൈപിടിച്ച കയറ്റിയ ഋഷിവര്യനായി ചട്ടമ്പിസ്വാമികളെ കണക്കാക്കാം.

ഫ്യൂഡലിസത്തിൽ നിന്ന് മുതലാളിത്തിലേക്കുള്ള പരിവർത്ത നഘട്ടത്തിന്റെ ജീവിത സംഘർഷമാണ് യൂറോപ്യൻ നവോത്ഥാ നത്തിന് കാരണം. ശാസ്ത്രീയ ചിന്തയുടെയും യുക്തിചിന്തയുടെയും വ്യക്തി ചിന്തയുടെയും ഇടപെടലുകൾ നവോത്ഥാനത്തെ പുതിയ തലങ്ങളിലേക്കുയർത്തി. പാരമ്പര്യത്തിന്റെയും ആധുനികതയു ടെയും സമന്വയത്തിലൂടെ ഉദയം ചെയ്ത പുത്തൻ അവബോധത്തി ലാണ് ഭാരതീയ നവോത്ഥാനം ആരംഭിക്കുന്നത്. യൂറോപ്യൻ നവോത്ഥാനം ദൈവ നിഷേധത്തിലൂടെയും യുക്തിചിന്തയിലൂടെയും മുന്നേറിയപ്പോൾ ജാതിവ്യവസ്ഥയേയും അനാചാരങ്ങളേയും ചോദ്യം ചെയ്തുകൊണ്ടാണ് ഭാരതീയ നവോത്ഥാനം മുന്നോട്ട് പോയത്. ആര്യാധി നിവേശവും അനാര്യചിന്തയും തമ്മിലുള്ള ഏറ്റുമുട്ടലാണ് ഇതിന് വഴിയൊരുക്കിയത്. ഇന്ത്യയിൽ ദേശീയതലത്തിൽ രാഷ്ട്രീയമായ അടിമത്തം വൈദേശികാധിപത്യത്തിനുനേരെ ചെറുത്തു നിൽപ്പായും

രൂപപ്പെട്ടു. ജാതിവ്യവസ്ഥ, അനാചാരങ്ങൾ, അന്ധവിശ്വാസങ്ങൾ, മൃഗബലി, വിവാഹ സമ്പ്രദായങ്ങൾ, തൊഴിലുകൾ, വിഗ്രഹാരാധന തുടങ്ങി നിരവധി മേഖലകളിൽ ശക്തമായ ഇടപെടലുകൾ നടന്നു. ആര്യ സമാജത്തിന്റെ പ്രവർത്തനങ്ങൾ ഇവയ്ക്ക് ആക്കംകൂട്ടി. വേദ ങ്ങളിലേക്ക് മടങ്ങുക എന്ന വാദത്തിൽ ആര്യസമാജം ഉറച്ചുനിന്നു. തിയോസഫിക്കൽ സൊസൈറ്റിയും രാമകൃഷ്ണമിഷനും ഭാരതത്തിൽ നടത്തിക്കൊണ്ടിരുന്ന സാമൂഹിക പരിഷ്കരണ പ്രസ്ഥാനങ്ങളുടെ അലയൊലികൾ കേരളത്തിലുമെത്തിയിരുന്നു. രാജാറാം മോഹൻ റോയിയും വിവേകാനന്ദനുമൊക്കെ നേതൃത്വം കൊടുത്ത പ്രസ്ഥാനങ്ങൾ കേരളത്തിനും മാതൃകയായിരുന്നു. പുലയർക്കിടയിൽ കേരളത്തിൽ അയ്യങ്കാളിയും ഈഴവർക്കിടയിൽ ശ്രീനാരായണഗുരുവും സാമൂഹിക പരിഷ്കാരത്തിന് നേതൃത്വം നൽകി. ജാതി-ജന്മി-നാട്ടുവാഴി ക്ഷേത്ര മേധാവിത്വ വ്യവസ്ഥയിൽ യാഥാസ്ഥിതികത്വം കൊടുകുത്തി വാണിരുന്ന നാടായിരുന്ന കേരളം. ജാതിയമായ ഉച്ചനീചത്വ ങ്ങൾക്കും മതത്തിന്റെ പൗരോഹിത്യ മേധാവിത്വത്തിനുമെതിരെ പ്രതിഷേധങ്ങൾ ഉയർന്നുവന്നു. മനുഷ്യ മനസ്സിൽ യുക്തിയുടെയും ശാസ്ത്രത്തിന്റെയും സർഗ്ഗ ശക്തി ഉയർന്നുവരേണ്ടകാലമായിരുന്നു. ഇതിനെ പ്രചോദിപ്പിക്കാവാനും ഉണർത്തുവാനും ചട്ടമ്പിസ്വാമികൾ ക്കുകഴിഞ്ഞു. അദ്ദേഹത്തിന്റെ ഏകത്വ സന്ദേശങ്ങൾ ആത്മീയവും സാമൂഹികവും സാംസ്കാരികവുമായ പരിവർത്തനങ്ങൾക്ക് നാന്ദി ക്കുറിക്കാൻ പര്യാപ്തമായിരുന്നു. മനുഷ്യ നന്മയുടെയും മതനന്മയു ടെയും സമത്വബോധത്തിന്റെയും പ്രതീകമായി ചട്ടമ്പിസ്വാമികൾ ജീവിച്ചു. സ്വാമികളുടെ സ്വതന്ത്രമായ ജീവിത പദ്ധതി മലയാളിയുടെ മനസ്സിനെയും ജീവിത ചിന്തകളേയും പുതുക്കിപ്പണിതു. ലളിതമായ മലയാളത്തിൽ നാടൻഭാഷാപ്രയോഗങ്ങളിലൂടെ അദ്ദേഹത്തിന്റെ പ്രയോഗികചിന്ത ജനങ്ങളിലേക്കിറങ്ങിച്ചെന്നു. കേരളത്തിന്റെ സാംസ്കാരിക നിർവ്വചനത്തിൽ കാരണമാകാനും മാർഗ്ഗദീപമാകു വാനും ചട്ടമ്പിസ്വാമികളുടെ ഗ്രന്ഥങ്ങൾക്ക് കഴിഞ്ഞു. സാംസ്കാരിക പരിവർത്തനത്തിന്റെ ചിന്താപദ്ധതികൾക്ക് ഊർജ്ജവും കരുത്തും പകരുവാൻ ഈ ഗ്രന്ഥങ്ങൾ മുൻപന്തിയിലായിരുന്നു. യുക്തി ഭദ്രമായ ആഖ്യാനശൈലികൊണ്ടും നിരീക്ഷണങ്ങൾകൊണ്ടും അദ്ദേഹ ത്തിന്റെ കൃതികൾ മലയാള സമൂഹത്തെ സ്വാധീനിച്ചു. മതശാസ്ത്ര സംബന്ധിയായ ഗവേഷകൻ, ഭാഷാഗവേഷകൻ, ഭൂമിശാസ്ത്ര ചരിത്ര ഗവേഷകൻ എന്നീ നിലകളിലൊക്കെ അദ്ദേഹത്തിന്റെ സമീപനം മറ്റൊരു നാവോത്ഥാന ശില്പിക്കുമില്ലാത്തതിനപ്പുറമായിരുന്നു. ചിത്ര കലയിലും സംഗീതത്തിലും നടനത്തിലും നൃത്തത്തിലും സ്വാമികൾ

സർഗ്ഗ സമ്പന്നായിരുന്നു. കേരളീയ നവോത്ഥാനത്തിനു പിന്നിൽ പ്രവർത്തിച്ച ചാലകശക്തികൾ നിരവധിയാണെങ്കിലും അതിനാവ ശ്യമായ നിലമൊരുക്കി ബൗദ്ധിക അടിത്തറ പാകിയ മഹായോഗി വര്യനായിരുന്നു ചട്ടമ്പിസ്വാമികൾ.

അധികാരത്തേയും ആചാരങ്ങളേയും ചോദ്യം ചെയ്യുന്ന കൃതികൾ ഏതൊരു മനുഷ്യന്റെ മനസ്സിലും തീ പടർത്തും. ആശയങ്ങളില്ലൂടെ മഹാവിപ്ലവം സൃഷ്ടിച്ച ചട്ടമ്പിസ്വാമിയുടെ കൃതികൾ നവോത്ഥാന കേരളത്തിന്റെ കരുത്തായിരുന്നു. വേദം, വേദാന്തം, ചരിത്രം, ഭാഷാ ശാസ്ത്രം, വൈദ്യം, സംഗീതം, പാചകം, കായികം കല, സ്ഥലനാമ ചരിത്രം, ജീവകാരുണ്യം, സാമൂഹിക വ്യവസ്ഥ, സ്ത്രീ പുരുഷ സമത്വം, പാരിസ്ഥിതികശാസ്ത്രം ഇങ്ങനെ നിരവധി മേഖലകളിൽ തിളക്കമാർന്ന പ്രതിഭാവിലാസം കൊണ്ട് എഴുതപ്പെട്ട ലേഖനങ്ങൾ ഇനിയും കണ്ടെത്തിയേക്കാം. തമിഴകം, ദ്രാവിഡ മാഹാത്മ്യം, ഒഴിവിലൊട്ടുക്കം, കേരള ചരിത്രവും തച്ചുടയ കൈമളും തുടങ്ങിയവ ശ്രദ്ധേയമായ പഠനങ്ങളാണ്. ഭാഷാ, സംസ്കാരം, ജീവോത്പത്തി തുടങ്ങിയ സംസ്കാര പഠന സംബന്ധമായ ആശയങ്ങൾ ഉൾക്കൊ ള്ളുന്ന തമിഴകവും ദ്രാവിഡ മഹാത്മ്യവും ചട്ടമ്പിസ്വാമികളുടെ യുക്തി വൈഭവവും വിശകലന പാടവവും വിളിച്ചറിയിക്കുന്ന കൃതികളാണ്. കുടൽമാണിക്യ ക്ഷേത്രത്തിലെ അധികാരിയായിരുന്ന തച്ചുടയകൈ മളെക്കുറിച്ചും അവരോധചരിത്രത്തെക്കുറിച്ചുമാണ് കേരള ചരിത്രവും തച്ചുടയകൈമളും എന്ന ഗ്രന്ഥം. തമിഴ് വേദമെന്ന് പ്രസിദ്ധിയാർ ജ്ജിച്ച ഒഴിവിലൊട്ടുക്കത്തിന്റെ തർജ്ജമയാണ് മറ്റൊരു കൃതി. ഇവയെല്ലാം ഇനിയും പുറത്തുവരേണ്ടിയിരിക്കുന്നു. സാമൂഹിക പരിവർത്തനത്തിന്റെ പടവാളായി തന്റെ തൂലികയെ മാറ്റിയ ഈ മനീഷി കാവിയും കമണ്ഡലുമില്ലാത്ത സന്ന്യാസി ജീവതത്തിന്റെ സാക്ഷ്യപത്രമായിരുന്നു.

●

ചട്ടമ്പിസ്വാമികളുടെ കൃതികൾ

1. ക്രിസ്തുമത ഛേദനം
2. പ്രാചീന മലയാളം
3. വേദാധികാര നിരൂപണം
4. മനോനിശാ അഥവാ ശ്രദ്ധാ ദൈതഭാവന
5. ദേശനാമങ്ങൾ
6. ശരീത തത്വസംഗ്രഹം
7. ഒഴിവിലൊട്ടക്കം (വിവർത്തനം)
8. ആദിഭാഷ
9. പ്രപഞ്ചത്തിൽ സ്ത്രീ പുരുഷന്മാർക്കുള്ള സ്ഥാനം
10. ശ്രീചക്ര പൂജാതത്വം.
11. ജീവകാരുണ്യ നിരൂപണം
12. നിജാനന്ദ വിലാസം
13. ഭാഷാപദ്മ പുരാണാഭിപ്രായം
14. മോഷപ്രദീപ ഖണ്ഡനം
15. ചിദാകാശലയം
16. അദ്വൈത ചിന്താപദ്ധതി.
17. പുനർ ജന്മനിരൂപണം.
18. വേദാന്തസാരം
19. സർവ്വമത സാരസ്യം
20. തർക്ക രഹസ്യരണം
21. അദ്വൈത പഞ്ജരം
22. സ്തവത്ന ഹാരാവലി.
23. ദേവീ മാസന പൂജാസ്തോത്രം

ചട്ടമ്പിസ്വാമികളെക്കുറിച്ച് ചില ഗ്രന്ഥങ്ങൾ

1. വിദ്യാധിരാജ ചട്ടമ്പി സ്വാമി തരുവടികൾ
   വിമൽ കുമാർ.എസ്.
2. ചട്ടമ്പിസ്വാമികൾ : ജീവിതവും കൃതികളും
   മഹേശ്വരനൻ നായർ.കെ.
3. പരമ ഭട്ടാരചട്ടമ്പി സ്വാമി തിരുവടികൾ ജീവചരിത്രം പി.കെ.
   അച്ചുണ്ണി മേനോൻ
4. ശ്രീ വിദ്യാധിരാജ ചട്ടമ്പി സ്വാമികൾ
   കുമ്പളത്ത് ശാന്ത കുമാരിഅമ്മ.
5. നവകേരള ശില്പികൾ
   ജി.സുകുമാരൻ നായർ.
6. ശ്രീ വിദ്യാധിരാജ്യ സ്വാമി ഒരു ലഘു ജീവചരിത്രം
   യാമിനിദേവി.

7. ചട്ടമ്പി സ്വാമികൾ ഗുരുവും ധന്യതയുടെ ഗുരുവും തെക്കംഭാഗം
മോഹൻ.

8. ചട്ടമ്പിസ്വാമികൾ ജീവിതവും സന്ദേശവും
രാജൻ തവ്വാര

9. ചട്ടമ്പിസ്വാമികൾ: ഒരു ധൈഷണിക ജീവചരിത്രം (ഇംഗ്ലീഷ്)
ആർ.രാമൻ നായർ. എൻ. സുലോചനാദേവ്.

10. പരമഭട്ടാരശ്രീ ചട്ടമ്പിസ്വാമി തിരുവടികൾ
പറവൂർ കെ.ഗോപാലപ്പിള്ള

11. ശ്രീ ചട്ടമ്പിസ്വാമികൾ: നവകേരളത്തിന്റെ പിതാമഹൻ ഗീതാലയം
ഗീതാകൃഷ്ണൻ

12. ചട്ടമ്പിസ്വാമികൾ ജീവിതവും പഠനവും
പ്രൊഫ. സി. ശശിധരക്കുറുപ്പ്.

13. ശ്രീ ചട്ടമ്പിസ്വാമി തിരുവടികളുടെ ജീവചരിത്രം
ജസ്റ്റിസ്.കെ.ഭാസ്ക്കരൻ പിള്ളി

14. ശ്രീ വിദ്യാധിരാജൻ
കുറിശ്ശേരി ഗോപാലപ്പിള്ള

15. ശ്രീ വിദ്യാധിരാജൻ
മണക്കാട് സുകുമാരൻനായർ

16. ശ്രീ ചട്ടമ്പിസ്വാമികൾ ബയോഗ്രഫി (ഇംഗ്ലീഷ്)
കെ.പി.കെ.മേനോൻ

17. മഹർഷി ശ്രീ വിദ്യാധിരാജ് താർത്ഥപാദ് (ഹിന്ദി)ഡോ.എൻ.
ചന്ദ്രശേഖരൻ നായർ

18. പരമ ഭട്ടാരക ശ്രീ ചട്ടമ്പിസ്വാമികൾ
പി.കെ.പരമേശ്വരൻനായർ

19. മഹാപ്രഭ
വൈക്കം വിവേകാനന്ദൻ

അനുബന്ധം

പീഠിക ആദിഭാഷ

ശ്രീ ചട്ടമ്പിസ്വാമികൾ രചിച്ച
'ആദിഭാഷ – ഭാഷാപഠനം' എന്ന കൃതിയിൽ നിന്ന്

വർണശബളവും അർത്ഥസമ്പുഷ്ടവുമായ ഒരു സങ്കരദേശീയതയാണ് ഭാരതത്തിന്റേത്. അതിൽ എല്ലാ ദേശീയ ജനവിഭാഗങ്ങൾക്കും പങ്കുണ്ട്. ഭാരതീയ പൈതൃകത്തിന്റെ നിജസ്ഥിതിയും ഇതുതന്നെ. കഴി ഞ്ഞകാലചരിത്രം കിളച്ചിളക്കി അതിൽ പൊരുത്തപ്പെടാത്ത അംശങ്ങൾ മാത്രം പെറുക്കിയെടുത്തു പൊക്കിപ്പിടിക്കുന്നതു രാജ്യത്തിനു ഗുണം ചെയ്യ കയില്ല. ഭാരതീയ സംസ്കാരത്തിലെ ആര്യദ്രാവിഡാംശങ്ങൾ ഇഴപിരിച്ചെ ടുത്തുകാണിച്ച് ഇതു ശുദ്ധദ്രാവിഡം, ഇതു ശുദ്ധമായ ആര്യം എന്നു പറയുക സാധ്യമല്ല. എന്നാൽ അതിന്റെ അർത്ഥം കഴിഞ്ഞകാലചരിത്രം അപ്പാടെ അടഞ്ഞ അധ്യായമാക്കി വെച്ചുകൊള്ളണം എന്നുമല്ല.

ആര്യദ്രാവിഡസങ്കലനം ഭാരതീയപൈതൃകത്തിന്റെ മാറ്റു വർദ്ധിപ്പി ക്കുന്നുണ്ടെങ്കിലും, അധിനിവേശം കഴിഞ്ഞകാലത്തു മറ്റു ദേശീയതകളുടെ അസ്തിത്വത്തെത്തന്നെ അപകടപ്പെടുത്തിയ സന്ദർഭങ്ങൾ ആഹ്ലാദം കെടു ത്തുന്നവയാണ്. ഇപ്പോഴും ആര്യമായ സകലതിനും അടിപ്പെടുത്തിക്കൊണ്ടു ഭാരതീയപൈതൃകത്തെ വ്യാഖ്യാനിക്കുന്ന സമീപനമുണ്ട്. അത് ഒരുവിധ ത്തിലും ആശാസ്യമല്ല. അത്തരം വ്യാഖ്യാതാക്കൾക്കു മറുപടി കൊടുക്കുക ചിലപ്പോഴെങ്കിലും വേണ്ടിവരുകയും ചെയ്യും.

അതിഥിമര്യാദയും വിശാലമനസ്കതയും ഒരു ജനതയുടെ കഴിവുകേടായി കണ്ട് അവരുടെ മേൽ അധീശത്വം സ്ഥാപിക്കുകയും അവരുടെ സ്വത്വം തന്നെ നശിപ്പിക്കുകയും ചെയ്ത ചരിത്രസംഭവത്തിന് കേരളം സാക്ഷ്യം വഹിക്കുന്നു. അതുകൊണ്ടുതന്നെയാണ് സ്വാതന്ത്ര്യസമരകാലത്തുണ്ടായ സ്വത്വം തേടിയുള്ള വിവിധഭാരതീയദേശീയതകളുടെ മുന്നേറ്റം കേരളത്തി ലും അലയടിച്ചത്. അതിന്റെ മുന്നോടിയായി കേരളത്തിൽ ചട്ടമ്പിസ്വാമി കളെപ്പോലെയുള്ള മഹാന്മാർ ഉയർത്തിവിട്ട ചിന്ത വളരെ പ്രധാനമാണ്.

ചട്ടമ്പിസ്വാമികളുടെ ചിന്തകൾ കേരളീയനവോത്ഥാനത്തിന് വമ്പിച്ച പ്രചോദനം നൽകി.

കേരളക്കരയുടെയും മലയാളഭാഷയുടെയും മലയാളികളുടെയും സ്വത്വം വകതിരിച്ചെടുത്തു പ്രദർശിപ്പിക്കുന്നതിനുവേണ്ടി ചട്ടമ്പിസ്വാമികൾ നടത്തിയ ശ്രമം ആധുനികഗവേഷകന്മാർക്കുകൂടി മാർഗദർശകമായ വിധത്തിലായിരുന്നു. ചട്ടമ്പിസ്വാമികളുടെ കൃതികൾ അതിനു നിദർശന ങ്ങളാണ്. അദ്ദേഹത്തിന്റെ 'പ്രാചീനമലയാളം' എന്ന കൃതി അക്കൂട്ടത്തിൽ ഏറ്റവും പ്രധാനമാകുന്നു. അനവധി ഭാഗങ്ങളായി അദ്ദേഹം എഴുതാൻ ഉദ്ദേശിച്ച ഒരു കൃതിയത്രേ പ്രാചീനമലയാളം. എന്നാൽ അതിന്റെ ഒന്നാം ഭാഗം മാത്രമേ നമുക്ക കിട്ടിയിട്ടുള്ളൂ.

കേരളചരിത്രപ്രശ്നങ്ങളാണ ചട്ടമ്പിസ്വാമികൾ പ്രാചീനമലയാളത്തിൽ പ്രതിപാദിക്കുന്നത്. ബ്രിട്ടീഷ് ആധിപത്യത്തിന്റെ ഫലമായുണ്ടായ മാറ്റങ്ങ ളുടെ ഭാഗമായിട്ടാണ് ഭാരതത്തിലും കേരളത്തിലും ശരിയായ ചരിത്രരചന ആരംഭിച്ചത്. അതിനുമുമ്പ് കേവലം ഐതിഹ്യങ്ങളെയും കെട്ടുകഥകളെയും ആശ്രയിച്ചാണ കേരളചരിത്രം വിവരിക്കപ്പെട്ടത്. ബ്രിട്ടീഷ് ആധിപത്യ ത്തിനുശേഷമുള്ള ചരിത്രഗ്രന്ഥങ്ങളിലും ആ പതിവ് ഒട്ടുമുക്കാലും തുടർന്നു.

പരശുരാമൻ മഴുവെറിഞ്ഞു നേടിയതാണ കേരളമെന്ന ഐതിഹ്യമാണ് ഏറ്റവും പ്രചാരത്തിലുണ്ടായിരുന്നത്. മഴുവെറിഞ്ഞ് കടൽനീക്കി കേരളം ഉണ്ടാക്കുക മാത്രമല്ല വിദേശത്തുനിന്നും ബ്രാഹ്മണരെ വരുത്തി കേരളത്തെ അവർക്ക ദാനം ചെയ്യുകക്കൂടി ചെയ്തവത്രേ പരശുരാമൻ. ഈ ഐതിഹ്യ ത്തെ അടിച്ചുപൊളിക്കാൻ ആദ്യം മുതിർന്നതു ചട്ടമ്പിസ്വാമികളാണ്. ലഭ്യമായിട്ടുള്ള പ്രാചീനമലയാളം എന്ന കൃതിയിൽ അദ്ദേഹം ചെയ്യുന്നത താണ്. അതുവഴി പില്ലാലത്തെ ശാസ്ത്രീയമായ ചരിത്രരചനാരീതികൾക്ക പാതയൊരുക്കുകയാണ് സ്വാമികൾ ചെയ്തത്.

ആദിഭാഷ

പ്രാചീനമലയാളത്തിന്റെ സഹോദരിയാണ് ആദിഭാഷ എന്ന പറയാം. ഈ കൃതി എഴുതപ്പെട്ട കാലത്തുതന്നെ പ്രസിദ്ധപ്പെടുത്താതെ പോയതു മലയാളഭാഷയുടെ ദുര്യോഗം എന്നേ പറയേണ്ടൂ.

ഈ കൃതിയുടെ രചനാകാലത്തെപ്പറ്റി കൃത്യമായി ഒന്നും അറിഞ്ഞുകൂടാ. ചട്ടമ്പിസ്വാമികൾ 1924ൽ അന്തരിച്ചതുകൊണ്ട് അതിനു മുമ്പ് എഴുതപ്പെട്ടു എന്ന തീരുമാനിക്കാം എന്ന മാത്രം. മലയാളം സംസ്കൃതജന്യമാണോ അല്ലയോ എന്നത് ഇന്ന് മലയാളഭാഷാ ചരിത്രപഠനത്തിൽ അത്ര പ്രസ ക്തമായ ഒരു പ്രശ്നമല്ല. എന്നാൽ ഒരു കാലത്തെ സ്ഥിതി അതായിരുന്നില്ല. മലയാളം മാത്രമല്ല എല്ലാ ഭാരതീയഭാഷകളും സംസ്കൃതത്തിൽനിന്നു ജനി ച്ചവയാണെന്നാണ പൂർവ്വാചാര്യന്മാർ സ്ഥാപിച്ചിരുന്നത്.

പതിനാലാം ശതകത്തിൽ ഉണ്ടായ 'ലീലാതിലകം' എന്ന

സംസ്കൃതത്തിലെഴുതിയ മലയാളവ്യാകരണഗ്രന്ഥത്തിൽ മലയാളം സംസ്കൃത ത്തിൽ നിന്നുണ്ടായതാകാമെന്നു പറഞ്ഞിട്ടുണ്ട്. കോവുണ്ണി നെടുങ്ങാടിയുടെ 1857ല്യണ്ടായ 'കേരളകൗമുദി' എന്ന മലയാളവ്യാകരണഗ്രന്ഥത്തിലും അതേ അഭിപ്രായമാണ് പറഞ്ഞിരിക്കുന്നതെന്നു

സംസ്കൃതഹിമഗിരിഗളിതാ
ദ്രാവിഡവാണീകളിന്ദജാമിളിതാ
കേരളഭാഷാഗംഗാ
വിഹരതുമേ ഹൃത്സരസ്വദാസംഗാ

എന്ന പദ്യത്തിൽ നിന്ന് ഊഹിക്കാം.

മലയാളം സംസ്കൃതജന്യമാണെന്ന വാദത്തെ കാൾഡ്വെൽ മുതല്ലുള്ള (1875) പണ്ഡിതന്മാർ വിമർശിച്ചു തള്ളിക്കളഞ്ഞിട്ടുണ്ട്. എന്നാൽ ചട്ടമ്പി സ്വാമികൾ ആദിഭാഷയിൽ ചെയ്യുന്നമാതിരി വിശദവും അത്യന്തം യുക്തി യുക്തവും പണ്ഡിതോചിതവുമായ ഒരു പ്രത്യാഖ്യാനം വേറെ ഉണ്ടായിട്ടില്ല.

ഈ കൃതി എഴുതിയ കാലത്തുതന്നെ പ്രസിദ്ധപ്പെടുത്തിയിരുന്നെങ്കിൽ പിന്നീടുണ്ടായ വ്യാകരണഗ്രന്ഥങ്ങളിലും സാഹിത്യചരിത്രഗ്രന്ഥങ്ങളിലും സംസ്കൃതജന്യമല്ല മലയാളം എന്ന സ്ഥാപിക്കുവാനായി വിനിയോഗിച്ച എത്രയോ പുറങ്ങൾ ലാഭിക്കാമായിരുന്നു. മാത്രമല്ല, ഭാഷാചരിത്രഗ്രന്ഥ ങ്ങളുടെ കാര്യത്തിൽ താരതമ്യേന ദരിദ്രമായ മലയാളത്തിന ആദിഭാഷ വലിയ ഒരു സംഭാവനയായി അന്നു മുതൽ തന്നെ എണ്ണപ്പെട്ടുകയും ചെയ്യു മായിരുന്നു.

മലയാളം സംസ്കൃതജന്യമല്ലെന്ന സ്ഥാപിക്കാൻ മാത്രമല്ല രണ്ടും ഭിന്ന ഗോത്രങ്ങളിൽപ്പെട്ട ഭാഷകളാണെന്ന സ്ഥാപിക്കാനും ആദിഭാഷപോലെ ഉപയോഗപ്രദമായ ഒരു കൃതി വേറെയില്ല.

മലയാളവും സംസ്കൃതവും ഭിന്നഗോത്രങ്ങളിൽപ്പെട്ട ഭാഷകളാണെന്ന് ഇന്നിപ്പോൾ പരക്കെ അറിവുള്ള സംഗതിയാണ്. എന്നാൽ ചട്ടമ്പിസ്വാ മികൾ ഈ പുസ്തകം എഴുതിയ കാലത്തെ സ്ഥിതി അതായിരുന്നില്ല. ഏ.ആർ. രാജരാജവർമ്മതന്നെ സംസ്കൃതവും മലയാളവും ഭിന്നഗോത്രങ്ങ ളിൽപ്പെട്ട ഭാഷകളാണെന്ന് സ്ഥാപിക്കുവാൻ 'കേരളപാണിനീയ'ത്തിന്റെ ഏതാനും പുറങ്ങൾ ചെലവാക്കിയിട്ടുണ്ട്.[1]

മലയാളത്തിന്റെ ഉത്പത്തിയെപ്പറ്റിയുള്ള വാദപ്രതിവാദങ്ങൾക്ക് ഇനിയും അറുതി വന്നിട്ടില്ല. മൂന്നു പ്രബലപക്ഷങ്ങളാണ ഇക്കാര്യത്തില ള്ളത്. മലയാളം സംസ്കൃത്തിൽനിന്നുണ്ടായതാണെന്ന ഒരു പക്ഷം. തമിഴിൽ നിന്നുണ്ടായതാണെന്ന രണ്ടാമത്തെ പക്ഷം. സ്വതന്ത്രഭാഷയാണ മലയാ ളമെന്ന മൂന്നാമത്തെ പക്ഷം. തമിഴിന്റേയും അമ്മയായി മലയാളത്തെ കാണുന്ന ഒരു പക്ഷവും ഇല്ലാതില്ല. ചട്ടമ്പിസ്വാമികൾ 'ആദിഭാഷ'യിൽ സ്ഥാപിക്കുന്നത മലയാളം സംസ്കൃതത്തിൽ നിന്നുണ്ടായതല്ലെന്ന മാത്രമല്ല, മലയാളത്തിന്റെ പെറ്റമ്മയായ തമിഴാണ് സംസ്കൃതത്തിന്റെയും ആദിഭാഷ എന്നുകൂടിയത്രേ.

<h1 style="text-align:center">പ്രസക്തി</h1>

'ആദിഭാഷാസിദ്ധാന്തം' ഭാഷാവിജ്ഞാനീയത്തിലെ ആദരണീയമായ ഒരു സിദ്ധാന്തമായി ഇന്നു പരിഗണിക്കപ്പെടുന്നില്ല. ലോകത്തെ എല്ലാ ഭാഷകളുടേയും മൂലം ആദിദ്രാവിഡമാണെന്ന ചട്ടമ്പിസ്വാമികളുടെ സിദ്ധാന്തം സ്വീകാര്യമല്ല. ഒരു പക്ഷേ ചട്ടമ്പിസ്വാമികൾ ഇങ്ങനെയൊരു നിലപാ ടെടുത്തത് സംസ്കൃതം സകലഭാഷകളുടെയും മൂലമാണെന്ന വാദഗതിക്ക മറുപുറം എന്ന മട്ടിലാകാം. എന്തായാലും സംസ്കൃതംതമിഴ് ഭാഷകളിൽ ഏതാണ് ആദിഭാഷ എന്ന പ്രശ്നത്തിന ചട്ടമ്പിസ്വാമികൾ നല്കുന്ന ഉത്തരം തികച്ചും ശാസ്ത്രീയമായിരിക്കും. തന്മൂലം സ്വീകാര്യമായിരിക്കും. മാത്ര മല്ല, അദ്ദേഹം അവതരിപ്പിക്കുന്ന മൂലദ്രാവിഡഭാഷയെയും ദേശത്തെയും കുറിച്ചുള്ള പല ധാരണകളും ഉപരിഗവേഷണം അർഹിക്കുന്നവയാണ്.

ഇരുപത്തൊന്നാം നൂറ്റാണ്ടിൽ എത്തിനില്ക്കുന്ന ഈ അവസരത്തിൽ പോലും നിരന്തരമായി പ്രചരിക്കപ്പെടുന്ന ധാരണ എന്താണെന്നോ? നമ്മുടെ നാടിന്റെ സംസ്കാരമാകെ സംസ്കൃതത്തിൽ അധിഷ്ഠിതമാണെന്ന്. ആലുവയിലെ വിശ്വസംസ്കൃതപ്രതിഷ്ഠാനം പ്രസിദ്ധപ്പെടുത്തിയിട്ടുള്ള ഒരു ചെറുപുസ്തകമുണ്ട്. 'സംസ്കൃതം വദ ആധുനികോ ഭവ' എന്നത്രേ പുസ്തകത്തി ന്റെ പേര്.[2] അതിന്റെ അവതാരികയിൽ പറഞ്ഞിരിക്കുന്നതിങ്ങനെയാണ്.'

'നമ്മുടെ നാടിന്റെ സംസ്കാരം സംസ്കൃതത്തിലധിഷ്ഠിതമാണല്ലോ. വേദങ്ങളില്ലൂടെയും രാമായണമഹാഭാരതങ്ങളില്ലൂടെയും നമുക്ക പകർന്ന കിട്ടിയിട്ടുള്ള ആ സനാതനസംസ്കാരം നിലനില്ക്കണമെങ്കിൽ സംസ്കൃതവും ആവശ്യമാണ്. ഭാഷയ്ക്കൊത്ത സംസ്കാരവും ഉണ്ടാവും. നാം സാധാരണ ഇംഗ്ലീഷ് സംസ്കാരം എന്നു പറയാറുണ്ടല്ലോ. നമ്മുടെ നാടിന്റെ സ്വന്തമാ യുള്ളതെല്ലാം സംസ്കൃതഭാഷയിലാണുള്ളത്. ആദ്ധ്യാത്മികം, ആയുർവേദം, കണക്ക്, ജ്യോതിഷം... തുടങ്ങി ജീവിതസംബന്ധിയായ എല്ലാ അറിവും ഈ ഭാഷയിലാണ രേഖപ്പെടുത്തിയിട്ടുള്ളത്. ഇതൊക്കെ മനസ്സിലാക്കി നല്ല നാട്ടുകാരായി വളരാൻ സംസ്കൃതഭാഷ ആവശ്യമാണ്. എല്ലാ ഭാരതീ യഭാഷകളും സംസ്കൃതവുമായി ബന്ധപ്പെട്ടിരിക്കുന്നു. എല്ലാ സംസ്കാരങ്ങള ടേയും മൂലം ഭാരത സംസ്കാരമെന്നതുപോലെ എല്ലാ ഭാഷകളുടേയും മൂലം സംസ്കൃതമാണ്.'[3]

ഈ വാക്കുകളിൽ പ്രകടമാകുന്ന പൊള്ളയായ ഊറ്റമുണ്ടല്ലോ. അതാണ് നാനാത്വത്തിന്റെ നാടായ ഭാരതത്തിൽ സാംസ്കാരികകാലുഷ്യത്തിന കാരണമാകുന്നത്. പുസ്തകത്തിന്റെ പേരുതന്നെ ശ്രദ്ധേയമാണ്. 'സംസ്കൃതം വദ ആധുനികോ ഭവ' എന്നതിന 'സംസ്കൃതം പറയൂ ആധുനികനാവൂ' എന്ന് അർത്ഥം. സംസ്കൃതം പഠിച്ചില്ലെങ്കിൽ ആധുനികനാവുകയില്ല എന്ന ധ്വനി അപകടകരമാണ്. ഇപ്പോൾ മുക്കിനുമുക്കിന പത്തു ദിവസം കൊണ്ടു സംസ്കൃതമെന്ന വ്യാജേന വായിൽവരുന്നത കോതയ്ക്ക പാട്ടെന്ന മട്ടിൽ പഠിച്ചവരുന്ന ഒരുതരം സംസ്കൃതമുണ്ടല്ലോ, അതിന്റെ പിറവിയുടെ രഹസ്യം ഭാരതീയരെ ആധുനികരാക്കാനുള്ള ആ ശ്രമം തന്നെയാണ്. സംസ്കൃതം പഠിക്കൂ എന്ന പറയുന്നതുകേട്ടാൽ നിരുപദ്രവകരമാണ് അത്

എന്നതോന്നം. സാധാരണക്കാരെ വഴിതെറ്റിക്കാൻ അതിനു കഴിയും. സംസ്കൃതം പഠിക്കണമെന്നു പറയുന്നതിൽ എന്തിരിക്കുന്ന കുഴപ്പം എന്നു സാധാരണക്കാർ ചിന്തിച്ചപോകുന്നു. അവർ സംസ്കൃതം പഠിക്കാൻ എത്തു മ്പോൾ പകർന്നുകൊടുക്കുന്ന ധാരണകൾ എന്തൊക്കെയാണെന്നു മുകളി ലുദ്ധരിച്ച ചെറിയ ഖണ്ഡികതന്നെ വ്യക്തമാക്കുന്നു. നാട്ടുകാരെ പരക്കെ സംസ്കൃതം പഠിപ്പിക്കാൻവേണ്ടി തയ്യാറാക്കിയിരിക്കുന്ന പുസ്തകത്തിലാണ് അതു പറഞ്ഞുവച്ചിരിക്കുന്നതെന്നോർക്കണം.

'നമ്മുടെ നാടിന്റെ സംസ്കാരം സംസ്കൃതത്തിലധിഷ്ഠിതമാണല്ലോ.'

സർവസമ്മതമായ അഭിപ്രായമെന്നമട്ടിലാണ പറയുന്നത്. അപ്പോൾ പ്രാകൃതഭാഷകൾക്കും ദ്രാവിഡഭാഷകൾക്കും നമ്മുടെ നാടിന്റെ സംസ്കാര ത്തിൽ യാതൊരു കാര്യവുമില്ലെന്നല്ലേ വരുന്നത്?

സംസ്കൃതത്തെപ്പോലെതന്നെ ഭാരതീയ സംസ്കാരത്തിന്റെ സമ്പത്തുൾ കൊള്ളുന്ന മഹത്തായ ഒരു കൂട്ടം ഭാഷകളാണ പാലി ഉൾപ്പെടെയുള്ള പ്രാകൃതഭാഷകൾ. ആ ഭാഷകളിലാണ ജൈനബൗദ്ധ സംഭാവനകളാകെ നിലനില്ലുന്നത്. അർധമാഗധിയിലും മറ്റ പ്രാകൃതഭാഷകളിലുമുള്ള ജൈന സാഹിത്യം ബൃഹത്താണ്. ജൈനസംസ്കാരധാര ഭാരതത്തിലെ ജീവിത ത്തെയും ചിന്തയെയും വ്യവസ്ഥിതികളെയും എത്രമാത്രം പരിപോഷിപ്പി ച്ചിട്ടുണ്ടെന്നറിയാൻ ഡോ.ഹീരാലാൽ ജൈൻ എഴുതിയ പുസ്തകം ശുപാർ ശചെയ്യുക മാത്രമേ ഞാനിവിടെ ചെയ്യുന്നുള്ളൂ. 'ഭാരതീയ സംസ്കാരത്തിനു ജൈനമതത്തിന്റെ സംഭാവന'[14] എന്ന പുസ്തകം മലയാളത്തിൽ ലഭ്യമാണ്.

ബൗദ്ധസംഭാവന എത്രയോ വലുതാണ്. പാലിഭാഷയിലുള്ള ത്രിപി ടകത്തിന്റെ കാര്യം തന്നെയെടുക്കുക. നാലു വേദങ്ങളുംകൂടി ത്രാസിന്റെ ഒരു തട്ടിലും ത്രിപിടകം മറ്റേ തട്ടിലും വെച്ചൊന്നു ഇളക്കിനോക്കിയാൽ വേദത്തോടൊപ്പം പടികൾ കുറച്ചധികം വേണ്ടിവരും. ത്രാസിന്റെ സമനില കൈവരാൻ എന്നു ബോധ്യമാവും. ഡോ.ഏ.ജി. കൃഷ്ണവാര്യർ ബുദ്ധമതത്തെ പറ്റി എഴുതിയിരിക്കുന്നു.'ഏതാണ്ട് ആയിരം കൊല്ലങ്ങളോളം ഭാരതഖ ണ്ഡം ആകമാനം അതു വ്യാപിച്ച് ഇവിടെ ജനതയുടെ ജീവിതത്തെയും സംസ്കാരത്തെയും ഇന്നും പ്രചാരത്തിലിരിക്കുന്ന ഹിന്ദുമതത്തെത്തന്നെയും കുലക്ഷമായി സ്പർശിച്ച രൂപാന്തരപ്പെടുത്തിയിട്ടുണ്ട്. നമ്മുടെ ദൈനംദിന ജീവിതത്തിൽ തെളിഞ്ഞല്ലെങ്കിലും ഒളിഞ്ഞു ബുദ്ധമതത്തിന്റെ പ്രഭാവം ശങ്ങൾ വിളങ്ങുന്നുണ്ടെന്നു സൂക്ഷ്മദൃഷ്ടികൾക്കു കാണാൻ കഴിയും. കൂടാതെ ഭാരതസംസ്കാരത്തിന്റെ തനിരൂപം ഗ്രഹിക്കുന്നതിലും ബുദ്ധമതജ്ഞാനം അത്യന്താപേക്ഷിതമാണെന്നു സിദ്ധാന്തിക്കാം. ഭാരതീയരെ ലോകത്തിൽ വെച്ച് എത്രയും സൗമ്യശീലരാക്കിത്തീർത്ത ആധ്യാത്മികശക്തികളിൽ ഒന്നാം സ്ഥാനം അർഹിക്കുന്നത് ബുദ്ധമതമാണ്. വിശേഷിച്ചും ബുദ്ധമത ത്തെ സർവാദരണീയമാക്കിത്തീർത്ത അഹിംസാവാദം. ആധുനികകാല ങ്ങളിൽ ഈ വാദം രാഷ്ട്രീയമണ്ഡലത്തിൽ പോലും നേടിയ മഹാവിജയ ങ്ങൾ നിസ്തർക്കങ്ങളാണല്ലോ.

കലാലോകത്താണെങ്കിൽ അശോകചക്രവർത്തിയുടെ കാലം മുതൽ ഭാരതത്തിലും അതിനു വെളിയിലുമായി ബുദ്ധമതത്തിന്റെ ബഹുമുഖമായ പ്രചോദനങ്ങൾകൊണ്ടുണ്ടായ പ്രതിമകൾ, ചിത്രങ്ങൾ, ചൈത്യങ്ങൾ, മന്ദിരങ്ങൾ തുടങ്ങിയവ അസംഖ്യങ്ങളാണ്. അക്കൂട്ടത്തിൽ അജന്താഗുഹയിലെ ചുവർചിത്രങ്ങൾ നടുനായകമെന്നേയുള്ളൂ.[5]

സംസ്കൃതമുൾപ്പെടുന്ന ഇൻഡോയൂറോപ്യൻ ഭാഷാഗോത്രത്തിൽനിന്നു വ്യത്യസ്തമായ ഒരു ഭാഷാഗോത്രമാണല്ലോ ദ്രാവിഡം. തമിഴ്, മലയാളം, കന്നടം, തെലുങ്ക് എന്നീ തെന്നിന്ത്യൻ ഭാഷകൾ ഭാരതീയ സംസ്കാരത്തിനു മഹത്തായ സംഭാവനകൾ നല്കിയിട്ടുണ്ട്. ദ്രാവിഡഗോത്രത്തിലെ മൂലഭാഷയായ തമിഴിനു സംസ്കൃതത്തെപ്പോലെയോ അതിനെക്കാൾ കൂടുതലോ പാരമ്പര്യവും പൈതൃകവും അവകാശപ്പെടാനുണ്ട്. സംഘസാഹിത്യമെന്നറിയപ്പെടുന്ന തമിഴ് സാഹിത്യം വേദസാഹിത്യത്തിനൊപ്പം നില്ക്കും. ഇതൊക്കെ ഒറ്റയടിക്കു തള്ളിപ്പറയുകയാവും സംസ്കൃത്തിലധിഷ്ഠിതമാണു നമ്മുടെ നാടിന്റെ സംസ്കാരമെന്നു പറയുകവഴി സംഭവിക്കുക.

സംസ്കൃതത്തിന്റെ വക്താക്കളായ ആര്യന്മാരുടെ വരവിനും എത്രയോ മുൻപ് ഭാരതത്തിൽ ആര്യന്മാരുടേതിനെക്കാൾ വളർച്ചപ്രാപിച്ച സൈന്ധവസംസ്കാരം നിലനിന്നിരുന്നു എന്നു എല്ലാവരും അംഗീകരിക്കുന്നു.

പി.കെ. പരമേശ്വരൻ നായർ എഴുതിയിരിക്കുന്നു. 'അത്രമാത്രം സംസ്കാരസമ്പന്നമായ ഒരു ജനതയോടാണ് ആര്യന്മാർ ഇന്ത്യയിൽ പ്രവേശിച്ച കാലത്ത് ആദ്യം സമ്പർക്കത്തിനു വന്നത്. ഒരു പക്ഷേ അതിനുമുമ്പ് സ്ഥിരമായ വാസസ്ഥലമില്ലാതിരുന്ന ആര്യന്മാർ ശതാബ്ദങ്ങളായി ഒരു പ്രദേശത്തു പാർത്തു ശ്രേഷ്ഠമായ ഒരു പരിഷ്കാരം വളർത്തിയെടുത്ത ദ്രാവിഡന്മാരോടൊപ്പം പരിഷ്കൃതരാണെന്നു കരുതാൻ യാതൊരു ന്യായവുമില്ല. ഏതായിരുന്നാലും ചൈതന്യദായകമായിരുന്ന ഒരു സാമൂഹ്യസാംസ്കാരിക സങ്കലനമായിരുന്ന കാലക്രമേണ സംഭവിച്ചതെന്നുള്ളതിന് തർക്കമില്ല. വൈദികവും ഔപനിഷദവുമായ ചിന്തകളിൽ കാണുന്ന ആദ്ധ്യാത്മികൗന്നത്യത്തിന്റെ കാരണം തന്നെ ഈ ദ്രാവിഡസംസ്കാരത്തോടുണ്ടായ സങ്കലനമല്ലേ? ആയിരിക്കാനാണു സാധ്യത. അതല്ലെങ്കിൽ മറ്റു പ്രദേശങ്ങളിലേക്കു കടന്ന ആര്യജനതകളിലെങ്ങും ഇതുപോലെ ഉന്നതകോടിയിലുള്ള ഒരു ആദ്ധ്യാത്മികബോധമോ പ്രത്യേകതരത്തിലുള്ള സാംസ്കാരിക നിലവാരമോ ഉയർന്നുവരാത്തതെന്തുകൊണ്ട്? ഏതായാലും ആര്യദ്രാവിഡ സംസ്കാരങ്ങളുടെ സങ്കലിതമായ ഒരടിത്തറയിലാണ് അനന്തരകാലത്തെ ഭാരതീയ സംസ്കാരം ഉയർന്നുവന്നതെന്നതിൽ സംശയത്തിനവകാശമില്ല.[6]

'നമ്മുടെ നാടിന്റെ സ്വന്തമായുള്ളതെല്ലാം സംസ്കൃതഭാഷയിലാണുള്ളത്.'

അപ്പോൾ മുകളിൽ പറഞ്ഞ പ്രാകൃതങ്ങളിലും ദ്രാവിഡഭാഷകളിലും ഉള്ളതൊന്നും നമ്മുടെ നാടിന്റെ സ്വന്തമല്ലെന്നവരുന്നു. കൊള്ളാം. ഈ വാദഗതിയുടെ വക്താക്കൾതന്നെ ദേശീയബോധത്തിന്റെയും ദേശസ്നേഹത്തിന്റെയും കുപ്പായമണിഞ്ഞു ജനങ്ങളുടെയിടയിൽ പ്രചാരവേല നടത്തുന്നു രസകരമായ കാഴ്ചയാണ്. ഇനി സംസ്കൃതേതര ഭാഷകളിലുള്ളതെല്ലാം

വൈദേശികമെന്നും ഇറക്കുമതിച്ചരക്കെന്നും പറഞ്ഞ് എന്നാണിവർ പുറത്താക്കാൻ പ്രക്ഷോഭമാരംഭിക്കുന്നതെന്നേ നോക്കേണ്ടതുള്ളൂ. ആര്യാഭിമാനത്തിന്റെ പേരിൽ ഈ ധാരണകൾ പ്രചരിപ്പിച്ചാൽ നമ്മുടെ നാട്ടിൽ ദ്രാവിഡരാഷ്ട്രവാദം ടുമ്പിരിക്കൊണ്ടില്ലെങ്കിലേ വിസ്മയിക്കേണ്ടതുള്ളൂ.

സംസ്കൃതത്തിന്റെ ഇമ്മാതിരി അമിതവക്താക്കൾ എന്നാണ് ഇനി സംസ്കൃതത്തെ നമ്മുടെ രാഷ്ട്രഭാഷയായി പ്രഖ്യാപിക്കുക എന്നും നോക്കിക്കണ്ടാൽ മതി. ഭാരതവല്ലരണത്തിന്റെ ആഴം ഇത്രമാത്രമുണ്ടെന്ന ഒരു പക്ഷേ സംസ്കൃതത്തെക്കുറിച്ചറിയുന്നവർപോലും ചിന്തിച്ചിട്ടുണ്ടാവില്ല.

'എല്ലാ സംസ്കാരങ്ങളുടെയും മൂലം ഭാരതസംസ്കാരമെന്നയപോലെ എല്ലാ ഭാഷകളുടെയും മൂലം സംസ്കൃതമാണ്.'

അഞ്ജനമെന്നതെനിക്കറിയാം. മഞ്ഞളപോലെ വെളുത്തിരിക്കും എന്ന പഴമൊഴി കേട്ടിട്ടുണ്ട്. അതുതന്നെയല്ലേ ഇതും? എല്ലാ സംസ്കാരങ്ങളുടെയും മൂലം ഭാരതസംസ്കാരമാണുപോലും. അങ്ങനെ കുത്തക അവകാശപ്പെടുന്നതിനു ചരിത്രപരമായ വല്ല ആധാരവുമുണ്ടോ? പ്രാചീനഭാരതീയസംസ്കാരത്തോടൊപ്പം പഴക്കമുള്ള സംസ്കാരങ്ങൾ സമാനകാലത്തു ലോകത്തുണ്ടായിരുന്നു എന്നതാണ് ചരിത്രവസ്തുത. പ്രാചീന ഈജിപ്ഷ്യൻ സംസ്കാരവും മെസൊപ്പെട്ടോമിയൻ സംസ്കാരവും സൈന്ധവസംസ്കാരത്തേക്കാൾ പഴക്കമുള്ളതും സ്വതന്ത്രങ്ങളുമായിരുന്നു.

സംസ്കൃതം പ്രതിനിധാനം ചെയ്യുന്ന ഭാരതീയ സംസ്കാരത്തിന്റെ ഏറ്റവും പ്രാചീനമായ മുഖമാണല്ലോ വേദങ്ങളിൽ കാണുന്നത്. ആ വേദങ്ങളിൽത്തന്നെ ആര്യന്മാർ നേരിടേണ്ടിവന്ന മറ്റൊരു ജനതയെയും അവരുടെ സംസ്കാരത്തെയും കുറിച്ചുള്ള വ്യക്തമായ സൂചനകളുണ്ട്. 'ശിശ്നദേവന്മാർ', 'അയജ്വന്മാർ', 'അവ്രതന്മാർ', 'മൃധ്രവാക്കുകൾ' എന്നൊക്കെ ഋഗ്വേദത്തിൽ കാണുന്ന പരാമർശം അതിന്റെ തെളിവാണ്. ദസ്യുക്കളെന്നും അസുരന്മാരെന്നും മറ്റും വിളിക്കുന്ന ഇക്കൂട്ടർ ആര്യന്മാരായ ദേവന്മാരെക്കാൾ ഒട്ടും മോശക്കാരായിരുന്നില്ല എന്ന മാത്രമല്ല, പലപ്പോഴും കൂടുതൽ കേമന്മാരുമായിരുന്നു. ഋഗ്വേദത്തിലെ ഒരു മന്ത്രത്തിൽ ഇന്ദ്രനോടു യാജ്ഞികർ വിളിച്ചപേക്ഷിക്കുന്നത് 'ശിശ്നദേവന്മാർ ഞങ്ങളുടെ യാഗം മുടക്കിക്കളയാത്തവിധത്തിൽ'[7] രക്ഷിക്കണേ എന്നാണ്. അതേ സൂക്തത്തിലെ മറ്റൊരു മന്ത്രത്തിൽ പ്രാർത്ഥിക്കുന്നത് 'ഒരു നൂറു രക്ഷകരുള്ളവനേ, അങ്ങയെപ്പോലുള്ള ഒരുവൻ ദ്രോഹിക്കാൻ വന്നാൽ അവനെ തട്ടക്കണമേ'[8] എന്നാണ്. അപ്പോൾ ഇന്ദ്രസമാനന്മാരായ ശിശ്നദേവന്മാർ അക്കാലത്തുണ്ടായിരുന്ന എന്നു വ്യക്തം.

സംസ്കൃതാചാര്യന്മാരുടേതിനെക്കാൾ മെച്ചപ്പെട്ട സംസ്കാരവും പരിഷ്കാരവും ശിശ്നദേവന്മാർക്കുണ്ടായിരുന്ന എന്നതിനും തെളിവുകൾ വേദത്തിലുണ്ട്. ഇന്ദ്രനു 'പുരന്ദരൻ' എന്ന പേര് പറയുന്നത് അസുരന്മാരുടെ പുരങ്ങൾ നശിപ്പിക്കുന്നതുകൊണ്ടാണ്. കാലിമേയ്ക്കുന്ന ആര്യന്മാരുടേതിനെക്കാൾ മെച്ചപ്പെട്ട ഒരു നഗരസംസ്കാരം എതിരാളികൾക്കുണ്ടായിരുന്ന എന്നാണ് അതു വ്യക്തമാക്കുന്നത്. ഋഗ്വേദസൂക്തത്തിലെ ഒരു മന്ത്രത്തിൽ ഇന്ദ്രനെ

സ്തുതിക്കുന്നത് അദ്ദേഹം ശിശ്ടദേവന്മാരെ മർദ്ദിച്ചൊതുക്കി അവരുടെ നൂറുകവാടങ്ങളുള്ള നഗരങ്ങളുടെ സമ്പത്തുമുഴുവൻ പിടിച്ചെടുക്കുന്നവനാ ണെന്നാണ്.[9]

സംസ്കൃതാര്യസംസ്കാരത്തെക്കാൾ മെച്ചപ്പെട്ട ഒരു സംസ്കാരമായിരുന്ന ആര്യന്മാരുടെ വരവിനു മുൻപുതന്നെ ഭാരതത്തിൽ ഉണ്ടായിരുന്നതെന്നിരി ക്കെ മറിച്ചുള്ള എല്ലാ വാദഗതികളും ആര്യാഭിമാനപ്രചോദിതങ്ങൾ എന്നേ കാണാനാവൂ. ഭാരതസംസ്കാരത്തെ സംബന്ധിച്ച അഭിമാനം ആരും കുത്ത കയായി ഏറ്റെടുക്കാൻ പോകാതിരിക്കുന്നതാണ മിതമായി പറഞ്ഞാൽ ഭംഗി. ഭാരതസംസ്കാരമാണ ലോകസംസ്കാരങ്ങളുടെയാകെ പ്രഭവം എന്ന മട്ടിയുള്ള അവകാശവാദങ്ങൾ വെറും വികാരപ്രകടനങ്ങളാകുന്നു. എല്ലാ ഭാഷകളുടെയും മൂലം സംസ്കൃതം ആണെന്ന പറയുന്നതും അതുപോലെ തന്നെ. എല്ലാ ഭാഷകളുടെയും പോയിട്ട എല്ലാ ഭാരതീയഭാഷകളുടെയും മൂലം പോല്യമല്ല സംസ്കൃതം എന്നതാണ സത്യം. സംസ്കൃതത്തെയും തമിഴിനെയും വിശദമായി താരതമ്യം ചെയ്തുകൊണ്ട തമിഴ് സംസ്കൃതങ്ങളിൽ ആദിഭാഷ തമിഴന്നെയാണന്ന ചട്ടമ്പിസ്വാമികൾ 'ആദിഭാഷ' എന്ന കൃതിയിൽ സ്ഥാപിക്കുന്നു. സംസ്കൃതത്തിന്റെ പേരിലുള്ള അമിതാവേശം ഇതരഭാഷാ വിഭാഗങ്ങളെ ഭാരതീയപൈതൃകത്തിന്റെ അവകാശത്തിൽനിന്ന പിടിച്ച തള്ളുന്ന അവസ്ഥ ചട്ടമ്പിസ്വാമികൾ അന്നുതന്നെ മുൻകൂട്ടി കണ്ടു എന്നതു വിസ്മയകരമായിരിക്കുന്നു. അതിനു മറുപടിയായിട്ടാണ ദീർഘദർശിയായ ചട്ടമ്പിസ്വാമികൾ ആദിഭാഷ എഴുതിവെച്ചതെന്ന തോന്നിപ്പോകുന്നു. എല്ലാ ഭാഷകളുടെയും മൂലം സംസ്കൃതമാണെന്ന അഭിപ്രായത്തെ പൂർവപക്ഷങ്ങൾ ഓരോന്നായി എടുത്തവതരിപ്പിച്ചു നിഷേധിച്ചുകൊണ്ട ചട്ടമ്പിസ്വാമികൾ ഖണ്ഡിക്കുന്നു.

തമിഴിലെയും സംസ്കൃതത്തിലെയും അക്ഷരങ്ങൾ താരതമ്യം ചെയ്തിട്ട, തമിഴിന്റെ ലാളിത്യവും സംസ്കൃതത്തിന്റെ ഗാംഭീര്യവും സ്ഥാപിക്കുന്ന ചട്ടമ്പി സ്വാമികൾ. ഇടർന്നദ്ദേഹം പറയുന്നു – 'അരവിന്ദം, മന്ദാരം, മൃദുലം, കുസുമം, ഗംഭീരം, ഭ്രംഗനാദം തുടങ്ങിയ വാക്കുകളെ തമിഴ്രൂപത്തിലാക്കമ്പോൾ ഈ രണ്ടു ഭാഷകളെയും അറിയുന്നവർക്ക് സംസ്കൃതത്തിലുള്ള ഭംഗിയും ഗാംഭീര്യവും തമിഴിൽ കിട്ടുകയില്ലെന്ന തോന്നാതെ ഇരിക്കുകയില്ല. ഇതു കൊണ്ടാണ് തമിഴിന്റെ പിരിവുകളായ കർണ്ണാടകം, തെലുങ്ക് മുതലായ ഭാഷകളിൽ സംസ്കൃത അക്ഷരങ്ങളെ അനന്തരകാലങ്ങളിൽ കലർത്തി കാണുന്നത്. എന്നാൽ തമിഴ് എഴുത്തുകൾ സംസ്കൃതലിപികളിൽ അടങ്ങി യിരിക്കൈകൊണ്ട് സംസ്കൃത എഴുത്തുകൾ നല്ലതുപോലെ പഠിച്ചവർക്ക് തമി ഴെഴുത്തുകളെ ഉച്ചരിക്കുന്നതിന് പ്രയാസമില്ല. തമിഴ്മാത്രം അറിയുന്നവർക്ക് സംസ്കൃതത്തിലെ വിശേഷാൽ അക്ഷരങ്ങൾ ഉച്ചരിക്കവാൻ എളുപ്പം സാധി ക്കുന്നമില്ല. ഇതിൽനിന്ന സംസ്കൃതത്തിൽ കൂടുതൽ എഴുത്തുകൾ ഉച്ചരിക്കാൻ അധികം പ്രയത്നമുണ്ടെന്ന സിദ്ധമായി. വിഷമം അധികമുള്ള അക്ഷരങ്ങ ളുടെ ഉച്ചാരണത്തിന് അധികമായ പ്രയത്നം വേണമെന്ന സിദ്ധം. ഏതേതു അക്ഷരങ്ങൾ അതിപ്രയത്നങ്ങൾ കൊണ്ടുമാത്രമേ ഉച്ചരിക്കവാൻ കഴിയുക യുള്ളൂ എന്ന നാം കാണുന്നുവോ അവ ലഘുപ്രയത്നത്താൽ ഉച്ചരിക്കാവുന്ന

അക്ഷരങ്ങളുടെ പിന്നാലെ ഉണ്ടായവ എന്നൂഹിക്കുന്നതാണ ന്യായം. ഈ യുക്തിയെ മുൻനിർത്തിപോകുമ്പോൾ സംസ്കൃതലിപികളും തമിഴക്ഷ രങ്ങളും ഒരേകാലത്തിൽ ഒന്നിച്ചിരുന്ന എന്നും, ആ കാലത്തിൽ തമിഴരും സംസ്കൃതക്കാരും ഒരേ വർഗക്കാരായിരുന്ന പിന്നെ പിരിഞ്ഞവരാണെന്നും, അങ്ങനെ പിരിഞ്ഞു അനേകം നൂറ്റാണ്ടുകൾക്കശേഷം അക്ഷരങ്ങളേയും വാക്കുകളേയും ഒന്നിനപിറകെ വേറൊന്നായി അനേകം പ്രാവശ്യം മാറ്റി മറിച്ച് ഒട്ടവിൽ ഒരു രീതിയിൽ ഉറപ്പിച്ച് ആ ഭാഷയ്ക്ക് സംസ്കൃതം (സംസ്ക രിക്കപ്പെട്ടത്) എന്ന നാമകരണം ചെയ്തിരിക്കണം എന്നും ചിന്തിക്കാം. തമിഴർ മൂലഭാഷയെയും അക്ഷരങ്ങളെയും ഭേദഗതി ചെയ്യാൻ വിമുഖരായി രുന്നകാരണം പഴയ തമിഴ്വ്യാകരണമുറകളെ ആദരിച്ചപോന്നിരുന്നെന്നും കാലാന്തരത്തില്ലുണ്ടായ സംസ്കൃതപ്രചരണത്തിൽ ദാക്ഷിണാത്യന്മാരായ അഗസ്ത്യ പ്രൃതികൾ സംസ്കൃതത്തെ തഴുകിപ്പിടിച്ച് തമിഴിനു പല പരിഷ്ക രങ്ങളും ചെയ്യാൻ ഇടയായിട്ടുള്ളതാണെന്നും പറയാതെ കഴിയുകയില്ല.

സംസ്കൃതം ദേവഭാഷയാണെന്നും അതു മ്ലേച്ഛന്മാർ ഉച്ചരിച്ച് അധഃപതിപ്പി ച്ചുണ്ടായതാണ പ്രാകൃതമെന്നുമാണ ഇപ്പോഴും പ്രചരിപ്പിക്കപ്പെട്ടുന്ന ധാരണ. അങ്ങനെയുമുണ്ടോ ഒരു നിയമം? പ്രപഞ്ചത്തിന്റെ ഇന്നോളമുള്ള ഗതി മോശപ്പെട്ടതിൽനിന്നു മെച്ചപ്പെട്ടതിലേക്ക് എന്നല്ലേ? സംസ്കൃതം ദേവഭാഷ യാണെന്നും ജന്മനാ ലക്ഷണയുക്തമാണെന്നും വരുത്തിത്തീർക്കുവാനാണ സംസ്കൃതത്തിന്റെ വക്താക്കൾ ശ്രമിച്ചുവരുന്നത്. സംസ്കൃതത്തിന് ഒരു പ്രാ കൃതാവസ്ഥ ഉണ്ടായിരുന്ന എന്ന് സമ്മതിക്കുവാൻ അവർക്ക മടിയാണ്. അതുകൊണ്ടാണ സംസ്കൃതത്തിന്റെ അധഃപതിച്ച രൂപമാണ പ്രാകൃതമെന്ന വാദം അവർ എപ്പോഴും ഉന്നയിക്കുന്നത്. പഴയ 'സർവാണിസദ്യ'യെയാണ ഈ സിദ്ധാന്തം ഓർമിപ്പിക്കുന്നത്. തിരുനാൾ, കല്യാണം തുടങ്ങിയവ പ്ര മാണിച്ച മാന്യന്മാർക്ക സദ്യ വിളമ്പി. അവർ ഉണ്ട പോയിക്കഴിഞ്ഞാൽ പിന്നെ ശേഷിച്ചതു ഇരപ്പാളികൾക്കൊക്കെ നിരത്തി വിളമ്പും. അതാണ സർവാണിസദ്യ. ആഢ്യന്മാരുടെ കുറുള്ള സേവകന്മാർ ഇത്തരം സന്ദർഭ ങ്ങളിൽ പലതരം കറികൾ ഒരുമിച്ച ചേർത്തു ചവിട്ടിക്കുട്ടിയാണ ഇരപ്പാ ളികൾക്ക വിളമ്പിയിരുന്നത്. ഭാഷയുടെ കാര്യവും ഇമ്മട്ടിലാണ ചിലർ കാണുന്നത്. ആഢ്യന്മാർക്ക മാത്രമുള്ളതാണ സംസ്കൃതം. സ്ത്രീകൾക്കും ശൂദ്രന്മാർക്കും പാവപ്പെട്ടവർക്കും മറ്റും അതു പാടില്ല. വേശ്യകൾക്കുപോലും സംസ്കൃതം ആകാം. കാരണം അവരോട് ആഢ്യന്മാർക്ക പെരുമാറണമല്ലോ.

പ്രാകൃതത്തിൽനിന്നു സംസ്കൃതം ഉണ്ടായി എന്ന പറയാതെ സംസ്കൃത ത്തിൽനിന്നു പ്രാകൃതമുണ്ടായി എന്ന പറയുന്നതെങ്ങനെ? സംസ്കൃതം ദുഷിച്ച പ്രാകൃതങ്ങൾ, പ്രാകൃതങ്ങൾ പിന്നെയും അധഃപതിച്ച് അപഭ്രംശങ്ങൾ, അവയിൽ നിന്നു വടക്കേ ഇൻഡ്യയിലെ നാട്ടുഭാഷകൾ എന്നാണ പറഞ്ഞു വരുന്ന ക്രമം.[10] മലയാളഭാഷയ്ക്ക് യാതൊരുവിധത്തില്ലും വിസ്മരിക്കാനാവാ ത്ത മഹാനും ഉൽപതിഷ്ണുവുമായ എ.ആർ.തമ്പുരാൻപോലും പറയുന്നത് ഈ ന്യായമാണ്. 'സംസ്കൃതത്തോടാകട്ടെ, അതിൽനിന്നു ദുഷിച്ചുണ്ടായ വടക്കേ ഇന്ത്യയിലെ നാട്ടുഭാഷകളോടാകട്ടെ ദ്രാവിഡഭാഷകൾക്ക പറയത്തക്ക തായി യാതൊരു ബന്ധവും ഇല്ല.'[11]

സംസ്കൃതത്തിന്റെ സർവാണിയാണ് പ്രാകൃതമെന്ന സിദ്ധാന്തത്തെ ചട്ടമ്പിസ്വാമികൾ നിരാകരിക്കുന്നു. അദ്ദേഹം പറയുന്നു

'മനുഷ്യൻ മുമ്പ് നാഗരികത്വമില്ലാതിരുന്ന അവസ്ഥയിൽനിന്നും ഉത്ത രോത്തരം നാഗരികത്വം ഉള്ള സ്ഥിതിയെ ആശിക്കുകയല്ലാതെ നാഗരി കത്വത്തോടെ ഇരുന്നുകൊണ്ട് അതിന്റെ അഭാവദശയെ അഭിലഷിക്കുക സാധാരണമല്ല.' വളരെ പ്രധാനപ്പെട്ട ഒരു ലോകതത്ത്വമാണ് ഇവിടെ ചട്ടമ്പിസ്വാമികൾ അവതരിപ്പിക്കുന്നത്. മോശപ്പെട്ടതിൽ നിന്നു മെച്ചപ്പെ ട്ടതിലേക്ക് എന്നുള്ള പുരോഗതിയുടെ ശാസ്ത്രീയതത്ത്വമാണത്.

സംസ്കൃതവും പ്രാകൃതവും തമ്മിലുള്ള ബന്ധത്തിന്റെ കാര്യത്തിൽ ചട്ട മ്പിസ്വാമികളുടെ നിലപാട് യുക്തിയുക്തമായിരിക്കുന്നു. അദ്ദേഹം പറയുന്നു

'അതുകൊണ്ട് സംസ്കൃതഭാഷ നടപ്പാക്കുന്നതിനുമുമ്പ് പ്രാകൃതം ദേശഭാ ഷയായിരുന്നുവെന്നും, ചില ബുദ്ധിമാന്മാർ അതിനെ പരിഷ്കരിച്ച് സംസ്കൃതം എന്ന നാമകരണം ചെയ്തുവെന്നും, സംസ്കൃതഭാഷ, ചില ജനങ്ങൾ മാത്രം അഥവാ പ്രത്യേകവിദ്യാഭ്യാസവിഷയത്തിൽ മാത്രം ഉപയോഗിച്ചുവന്നി രിക്കാം. എന്നാൽ പൊതുവേ ദേശഭാഷയായിരുന്നത് പ്രാകൃതമായിരുന്ന എന്നും സംസ്കൃതം ഇതരഭാഷകളെക്കാൾ വിശേഷമായി പരിണമിച്ചതുകൊ ണ്ട് ആ ഭാഷയെ അനാദിദേവഭാഷയാണെന്നും അതിലെഴുതപ്പെട്ടിട്ടുള്ള വേദപുരാണാദിഗ്രന്ഥങ്ങൾ ഈശ്വരനാൽ ബ്രഹ്മദേവനുപദേശിക്കപ്പെട്ട് ബ്രഹ്മദേവനാൽ നിർമ്മിക്കപ്പെട്ടതെന്നും മറ്റും പറയുമെന്നും അന്യഭാഷക ളെല്ലാം മ്ലേച്ഛ (മ്ലേച്ഛ അവ്യക്തേ ശബ്ദേ – അസ്പടേ അപശബ്ദേ ചേത്യർത്ഥ: സിദ്ധാന്തകൗമുദി, അസ്പഷ്ടോച്ചാരണത്തിലും ശബ്ദശാസ്ത്രാനുസാരമല്ലാത്ത ശബ്ദപ്രയോഗത്തിലും എന്നർത്ഥം: 'ന മ്ലേച്ഛിതവൈ' മ്ലേച്ഛിക്കരുതേത്യുദവാ ക്യം, നാപഭാഷിതവൈഅപഭാഷിക്കവ്യാകരണവിരോധമായി പറയല രുതെന്ന് അർത്ഥം') ഭാഷകളാണെന്ന് സംസ്കൃതപക്ഷപാതികൾ പറയുന്നു. ഈ അഭിപ്രായം പിൽക്കാലത്തുള്ളവരിൽ പ്രബലപ്പെട്ടുഅനിമിത്തം അവരിലൊരാളായ വരരുചി മുനി സംസ്കൃതത്തിൽനിന്ന് ഉണ്ടായതെന്ന് അന്യന്മാർക്ക തോന്നത്തക്കവിധം സംസ്കൃതാക്ഷരങ്ങൾക്ക് ആദേശങ്ങൾ വിധിച്ച് പ്രാകൃതത്തെ പരിഷ്കരിക്കകൊണ്ട് ആ വ്യാകരണസമ്പ്രദായം സംസ്കൃതാഭിജ്ഞന്മാർക്ക് ഉപകാരപ്പെട്ടതായി, എന്നിട്ടും ആ പരിഷ്കരണ രീതിയെ ജനങ്ങൾ പണിപ്പെട്ടും ആദരിച്ചുവന്നു; എങ്കിലും കാലക്രമേണ അശക്യമായിത്തീർന്നതുകൊണ്ട് ആ പരിപാടി ഉപേക്ഷിക്കയും തന്മൂലം പ്രാകൃതവും ഇക്കാലത്തെ മഹാരാഷ്ട്രിയും രണ്ടായി പിരിയുകയും പ്രാകൃതം സംസ്കൃതജ്ഞന്മാർക്ക് നാടകം, സട്ടകം മുതലായ കൃതികൾ നിർമ്മിക്ക ന്നതിനുമാത്രം ഇന്ന് ഉപയോഗത്തിൽ ഇരിക്കുകയും ചെയ്യുന്നു. ഇങ്ങനെ നിരൂപിക്കുന്നതു യുക്തമായിരിക്കും.

ബാക്കിഭാഗവും ഉദ്ധരിക്കേണ്ടതാണെങ്കിലും ഇതേ പുസ്തകത്തിൽ ഉള്ള തുകൊണ്ട് അങ്ങനെ ചെയ്യുന്നില്ലെന്നുമാത്രം.

സംസ്കൃതം സംസ്കൃതമെന്ന നിലയ്ക്കു ഒരു കാലത്തും ഒരു ദേശത്തും ഒരു ജനതയുടെ സംസാരഭാഷ ആയിരുന്നില്ലെന്നതാണ് സത്യം. സംസ്കൃതക്കാർ

അതംഗീകരിക്കുകയില്ലെന്ന മാത്രം. എന്നാൽ ചട്ടമ്പിസ്വാമികൾ സംസ്കൃതം ദേശഭാഷയായിരുന്നില്ലെന്ന വസ്തുത അംഗീകരിക്കുന്നു.

പ്രാകൃതത്തിൽനിന്ന സംസ്കൃതം ഉണ്ടാകാനല്ലാതെ സംസ്കൃതം അധഃ പതിച്ച പ്രാകൃതമാകാനിടയില്ലെന്ന തനതായ നിരവധി യുക്തികൾ എടുത്തുനിരത്തിക്കൊണ്ട് ചട്ടമ്പിസ്വാമികൾ സ്ഥാപിക്കുന്നതു അത്യന്തം ശ്രദ്ധേയമായിരിക്കുന്നു.

ചട്ടമ്പിസ്വാമികൾ അവതരിപ്പിക്കുന്ന ചില നൂതനസിദ്ധാന്തങ്ങളെ ഉപരിപഠനത്തിനും ഗവേഷണത്തിനും വിഷയമാക്കാതെ തള്ളിക്കളയാനാ വുകയില്ല. ഉദാഹരണത്തിന ജീവോൽപത്തിയെ സംബന്ധിച്ച അദ്ദേഹം അവതരിപ്പിക്കുന്ന സിദ്ധാന്തം. സിംഹളദ്വീപിന മേക്കരികിലുള്ള ഏതോ സ്ഥലത്താണ ആദ്യം ജീവനുണ്ടായിരുന്നതെന്ന് അഗസ്ത്യമുനിയെ ഉദ്ധ രിച്ചുകൊണ്ട് അദ്ദേഹം സ്ഥാപിക്കുന്നു. അഗസ്ത്യരുടെ ഭൂമിശാസ്ത്രത്തിൽ പണ്ടേക്ക പണ്ടേ അമേരിക്കയെക്കുറിച്ചുള്ള വിജ്ഞാനം ഉണ്ടായിരുന്ന എന്നും സ്വാമികൾ സ്ഥാപിക്കുന്നു. അവയൊക്കെ അപ്പാടെ തള്ളിക്കള യാനാവുകയില്ല. വിശേഷിച്ച് ഭാരതത്തിന്റെ ഒളിഞ്ഞിരിക്കുന്ന പൈതൃക ത്തെക്കുറിച്ച പുതിയ സിദ്ധാന്തങ്ങൾ ഇപ്പോഴും വരുന്ന പശ്ചാത്തലത്തിൽ.[12] പൊതുവെ ചട്ടമ്പിസ്വാമികൾ അവലംബിക്കുന്ന ശാസ്ത്രീയസമീപനം അദ്ദേഹത്തിന്റെ വാദഗതികളിൽ ഒന്നും തന്നെ വെറുതെ തള്ളാൻ നമ്മെ അനുവദിക്കുന്നില്ല.

കുറച്ച മുൻപ് മലയാളത്തിൽ വാക്കുകളുടെ ഉത്ഭവത്തെച്ചൊല്ലി ഒരു വിവാദം നടക്കുകയുണ്ടായി. അയ്യപ്പപ്പണിക്കരുടെ കവിതയ്ക്കു എം.വി. ദേവനും കടമ്മനിട്ട രാമകൃഷ്ണന്റെ കവിതയ്ക്കു എം.ഗംഗാധരനും എഴുതിയ അവതാരികകളെ വിമർശിച്ചുകൊണ്ട് തായാട്ട ശങ്കരൻ എഴുതി

'ഭാഷ കണ്ടുപിടിക്കുന്നതും കായകല്പം നടത്തി ഊർജ്ജം സമ്പാദിക്ക ന്നതും കവിതയെഴുതുന്ന 'മാന്യൻ'മാരാണെന്ന വങ്കത്തത്തിൽനിന്നാണ 'വാക്കിന്റെക്കൂട്ട' തേടിപോകുന്നവർക്ക വഴി തെറ്റുന്നത്. ഭാഷയിൽ 'കണ്ട പിടുത്ത'ങ്ങൾ നടക്കുന്നവെങ്കിൽ നിത്യജീവിതത്തിൽ ഭാഷ കൈകാര്യം ചെയ്യുന്ന ജനങ്ങളാണ് പുതിയ പ്രയോഗശൈലികൾ ആവിഷ്കരിക്കുന്നത്.'[13]

വാക്കുകൾ മാത്രമല്ല എഴുത്തുകൾ പോലും നിർമ്മിക്കുന്നതു ജനങ്ങളാ ണെന്ന ചട്ടമ്പിസ്വാമികൾ പറയുന്നു.

'എഴുത്തുകൾ ഉത്ഭവിക്കുന്നതിനുള്ള കാരണമായിരിക്കുന്നത് ജനങ്ങള പ്രയോഗിക്കുന്ന വാക്കുകൾ അത്രേ.'

വൈയാകരണന്മാരല്ല ജനങ്ങളാണ വ്യാകരണ നിയമങ്ങളുടെ പോലും നിർമ്മാതാക്കൾ എന്ന അർത്ഥശങ്കക്കിടമില്ലാത്തവിധം ചട്ടമ്പിസ്വാമികൾ മറ്റൊരിടത്തു പറയുന്നു.

'സന്ധിയെന്നത് ജനങ്ങൾ ഒരു ഭാഷ സംസാരിച്ചു സംസാരിച്ചു കാലംകൊണ്ട് ദാർഢ്യം സിദ്ധിക്കുമ്പോൾ ഒരു വാക്കിനുശേഷം മറ്റൊ രുവാക്ക് ഉച്ചരിക്കുന്നതിൽ ഉണ്ടാവുന്ന വേഗസൗകര്യങ്ങൾ നിമിത്തം

സ്വാഭാവികമായി സംഭവിക്കാറുള്ള ഉച്ചാരണഭേദമാണെന്ന് കാണുന്ന സ്ഥിതിക്ക് വ്യാകരണംകൊണ്ട് നിയമനം ചെയ്തില്ലെങ്കിൽ ഈ വികാര ങ്ങൾ വരാവുന്നതാണ്.

മൊഴിയുടെ ഉൽപത്തിവികാസപരിണാമങ്ങൾ സംബന്ധിച്ച ചട്ടമ്പി സ്വാമികൾ അവതരിപ്പിക്കുന്ന സിദ്ധാന്തം എത്ര പ്രായോഗികവും അനുഭ വസിദ്ധവും ആയിരിക്കുന്നു!

'വാക്ക്' എന്നതിന് തമിഴ്ഭാഷയിൽ മുഖ്യമായ നാമം 'മൊഴി' എന്നത്രേ. എന്നാൽ തമിഴിലോ തമിഴിനോട്ട ചേർന്ന വേറെ ഭാഷയിലോ അല്ലാതെ, മറ്റുഭാഷകളിൽ പ്രകൃതിക്ക് ഇത്രത്തോളം ശരിയായിട്ട വാക്ക കിട്ടുകയില്ലെ ന്തന്നെ പറയണം. എങ്ങനെയെന്നാൽ, ഓഷ്ഠാധരങ്ങളെ ഒരുമിച്ചചേർത്ത വാമ്മടിക്കൊണ്ടുള്ള ഇരിപ്പിന് മൗനം എന്ന നാമവും 'മ്' എന്ന് രൂപവുമാകു ന്നു. ഈ 'മ്' എന്ന വാമ്മടലിനെ നല്ല വണ്ണം ഒഴിച്ചവിട്ടമ്പോൾ ഉണ്ടാകുന്നതാ കയാൽ മ്+ഒഴി = മൊഴി എന്ന നാമം സിദ്ധിച്ചു. ഈ മൊഴി തന്നെ ആദ്യം അകാരം, രണ്ടാമത് ഇകാരം, മൂന്നാമത് ഉകാരം ഇപ്രകാരം മുറയ്ക്ക്, അ, ഇ, ഉ എന്ന മൂന്ന് അക്ഷരങ്ങളായിട്ട് പ്രകാശിക്കം. എന്നാൽ 'മ്' എന്നതിനെ വിട്ടാൽ ആദ്യം അകാരമായിട്ടതന്നെ ധ്വനിക്കമെന്നതിരിക്കട്ടെരണ്ടാമ തും മൂന്നാമളും ഇകാരങ്ങളായിട്ടതന്നെ ഭവിക്കമെന്നതെങ്ങനെ? ഉകാര ഇകാരങ്ങളായിട്ട മാറി വരുതോ? എന്ന ശങ്കിക്കുന്ന പക്ഷം അപ്രകാരം പാടില്ല. ഇത്ത നമ്മുടെ പൂർവികന്മാരാൽ ചെയ്യപ്പെട്ട ക്രമമാകുന്നു. അവർ പ്രകൃതിചേഷ്ടയെ നോക്കാതെയും ഏതെങ്കിലുമൊരു ന്യായം കൂടാതെയും യാതൊന്നിനും വ്യവസ്ഥ ചെയ്തിട്ടുള്ളവരല്ല. എങ്ങനെയെന്നാൽ വർണ്ണാത്മ കങ്ങളായ ധ്വനിവിശേഷങ്ങൾ സാധാരണ മനുഷ്യനിൽ നിന്നാണെന്ന് അറിയാൻ തീരെ പ്രയാസമില്ല അതും പ്രകൃത്യന ഗുണമായി പ്രവഹിക്ക ന്നത് ഒരു ശിശ്ശമുഖത്തുനിന്ന തന്നെ എന്നും സ്പഷ്ടമാണ്.

ഇത്രമാത്രമല്ല, ശിശ്ശപ്രകൃതിയിൽനിന്ന അക്ഷരങ്ങൾ ഉണ്ടാകുന്നവിധം വിശദമായി സ്വാമികൾ പ്രതിപാദിക്കുന്നുണ്ട്. അതും ദ്വന്ദ്വാത്മകമായ രീതിയിലാണ സ്വാമികൾ ചെയ്യുന്നതെന്നാണ മറ്റൊരു സവിശേഷത. കേവലം ഉദ്ഘോഷണമായിട്ടല്ല സ്വാമികൾ ഒരു തത്ത്വവും അവതരിപ്പി ക്കുന്നത്. നിത്യജീവിതാനുഭവങ്ങൾ പരിശോധിച്ച് അതിൽനിന്ന സിദ്ധാ ന്തമുണ്ടാക്കുകയാണദ്ദേഹം ചെയ്യുന്നത്. പൂർവപക്ഷരൂപത്തിൽ സാധ്യമായ എല്ലാ സംശയങ്ങളും ഉന്നയിക്കാനും അവറ്റ തന്റെ അനുഭവപ്രധാനമായ രീതിയിൽ നിവൃത്തി വരുത്താനും സ്വാമികൾ ശ്രമിക്കുന്നു. അങ്ങനെ പൂർ വപക്ഷങ്ങൾ യുക്തിപൂർവ്വം നിരസിച്ചുകൊണ്ടാണ അദ്ദേഹം സ്വസിദ്ധാന്തം സ്ഥാപിക്കുന്നത്. തമിഴിലെയും സംസ്കൃതത്തിലെയും ലിംഗവചനവിഭക്തി വ്യവസ്ഥകൾ താരതമ്യം ചെയ്തപരിശോധിച്ചശേഷം ചട്ടമ്പിസ്വാമികൾ ഉന്നയിക്കുന്ന ഒരു തത്ത്വമുണ്ട്.

'ഏതും ആദ്യം പ്രാകൃതമായി ഉത്ഭവിച്ച് അനന്തരം കൃത്രിമത്വങ്ങൾ കലർന്ന് പരിഷ്കൃതരൂപത്തിൽ പരിണമിക്കുന്നു. ഈ നിയമം ഒരിക്കലും വിസ്മരിക്കാൻ പാടില്ല.'

ഇതാണ തമിഴ്, സംസ്തത്തിന്റെയും ആദിഭാഷയാണെന്നു പറയാൻ അദ്ദേഹം കാണുന്ന യുക്തി. ശാസ്ത്രീയഭൗതികവാദത്തിന്റെ നിയമമാണിത് എന്നോർമിക്കുക. ഇതുതന്നെ പുരോഗതിയുടെ സിദ്ധാന്തവും. ചട്ടമ്പിസ്വാമി കളുടെ ഉൽപതിഷ്ണുത്വത്തിന ഇതിൽക്കവിഞ്ഞ ഒരു തെളിവ് ആവശ്യമില്ല. തമിഴും സംസ്കതവും തമ്മിൽ താരതമ്യം ചെയ്ത് ഏതാണ് ആദിഭാഷ എന്ന തീരുമാനിക്കുന്ന കാര്യത്തിൽ ശാസ്ത്രീയഭൗതികവാദത്തിന്റെ പുരോഗമന സിദ്ധാന്തം പ്രയോഗിക്കുന്ന ചട്ടമ്പിസ്വാമികളെ ക്രാന്തദർശി എന്നതന്നെ വിശേഷിപ്പിക്കണം. ശാസ്ത്രീയഭൗതികവാദത്തിന കേരളത്തിൽ കാര്യമായ പ്രചാരം കിട്ടുന്നതിന മുൻപാണ ചട്ടമ്പിസ്വാമികൾ ഇതു ചെയ്തത് എന്നതു പരമപ്രധാനമാണ്. 1932ൽ മാത്രമാണ കേരളത്തിലാദ്യമായി തിരുവന ന്തപുരത്ത് ഒരു കമ്യൂണിസ്റ്റ് ഗ്രൂപ്പ് രൂപംകൊണ്ടത്. എന്നാൽ അതിനും എത്രയോ മുൻപാണ ചട്ടമ്പിസ്വാമികൾ ഇതു ചെയ്തത്.

സംസ്കതം നാട്ടുരവെ പഠിപ്പിച്ചിട്ട നമ്മുടെ രാഷ്ട്രഭാഷയായിത്തന്നെ അതിനെ പ്രഖ്യാപിക്കുവാൻ കോപ്പുകൂട്ടുന്നവർ ഗൗരവമായി ആലോചിക്കേ ണ്ട ഒരു സംഗതിയിലേക്കാണ് ചട്ടമ്പിസ്വാമികളുടെ സിദ്ധാന്തം വിരൽ ച്ചൂണ്ടുന്നത്. സംസ്കതം ഒരു ദേശഭാഷയല്ല; അത് ഒരു സ്വാഭാവികഭാഷയും അല്ല. ദൈവദത്തമായ ഭാഷയാണ സംസ്കതമെന്ന അർത്ഥത്തിലുള്ള എല്ലാ വ്യവഹാരങ്ങൾക്കും മറുപടിയാണ ചട്ടമ്പിസ്വാമികളുടെ ഈ നിലപാട്.

സംസ്കതം ലക്ഷണയുക്തമാണെന്നു വാദിക്കുമ്പോൾ ഒപ്പം വിസ്മരിക്കാൻ പാടില്ലാത്ത ഒരു കാര്യമുണ്ട്. സംസ്തത്തിന്റെ കൃത്രിമത്വമാണിത്. ആ യാഥാർത്ഥ്യത്തിലേക്കും ചട്ടമ്പിസ്വാമികളുടെ സിദ്ധാന്തം സൂചന നൽകുന്നു. അമരകോശത്തിന്റെ സംസ്തപദത്തിന പറഞ്ഞിരിക്കുന്ന അർത്ഥം ഇത്ത രുണത്തിൽ ശ്രദ്ധേയമാണ്.

'സംസ്കതം കൃത്രിമേ ലക്ഷണോപേതേ'[114] എന്നാണ അമരകോശം പറയുന്നത്. അകാരാന്തനപുംസകലിംഗ പ്രഥമൈകവചനമായ സംസ്കതം എന്ന പദം കൃത്രിമവസ്തവിന്റേയും ലക്ഷണത്തോട്ട കൂടിയതിന്റേയും പേര് എന്നാണ ചേപ്പാട്ട് അച്യുതവാര്യർ സാരാർത്ഥബോധിനീ വ്യാഖ്യാനത്തിൽ പറഞ്ഞിരിക്കുന്നത്. സംസ്കതഭാഷയുടെ കാര്യത്തിൽ സംസ്കതപദത്തിന്റെ രണ്ടർത്ഥവും യോജിക്കുന്നുവെന്നതാണ സത്യം. സംസ്കതം കൃത്രിമമാണ്. അതു ലക്ഷണയുക്തമാണെന്നു പറയുന്നവർ അനുപദം അതിന്റെ കൃത്രിമത്വം അംഗീകരിച്ചേ മതിയാവൂ. ആ യാഥാർത്ഥ്യമാണ ചട്ടമ്പിസ്വാമികൾ തന്റെ സിദ്ധാന്തത്തിലൂടെ വെളിപ്പെടുത്തുന്നത്.

സംസ്തത്തിൽ അഗാധമായ പാണ്ഡിത്യം നേടിയ ചട്ടമ്പിസ്വാ മികൾ ആ ഭാഷയിൽ ഒരു കൃതിപോലും രചിക്കാതെയിരുന്നത് ഈ പശ്ചാത്തലത്തിൽ പരിശോധിക്കുമ്പോൾ യാദൃച്ഛികമല്ലെന്ന കാണാം. സംസ്തത്തെ അതു പിൻപറ്റുന്ന സകല സംഘപരിവാരത്തോട്ടും ഒപ്പം മുൻകൂട്ടി കാണവാൻ, ഒരു പക്ഷേ, ചട്ടമ്പിസ്വാമികളെപ്പോലെ മറ്റാർക്കും കഴിഞ്ഞിട്ടുണ്ടാവില്ല. അക്കാലത്തെ ആംഗലവാദത്തിന്റെയും (Anglicism) പൗരസ്ത്യവാദത്തിന്റെയും (Orientalism) നടവിലെ ഒരു രജതരേഖയാണ സ്വാമികളുടെ വാദം.

അടിക്കുറിപ്പുകൾ

1. രാജരാജവർമ്മ ഏ. ആർ., കേരളപാണിനീയം, എൻ.ബി.എസ്. പതിപ്പ്, കോട്ടയം, 1988, പുറങ്ങൾ 4751.

2. സംസ്കൃതം വദ ആധുനികോ ഭവ, വിശ്വസംസ്കൃത പ്രതിഷ്ഠാനം, ആല്വ, 1995.

3. ടി. അവതാരിക

4. ഹീരാലാൽ ജൈൻ. ഡോ. ഭാരതീയസംസ്കാരത്തിന ജൈനമതത്തിന്റെ സംഭാവന, തിരുവനന്തപുരം, 1991.

5. കൃഷ്ണവാര്യർ. ഡോ. ഏ.ജി., ബൃദ്ധമതം, തിരുവനന്തപുരം, 1950, പുറങ്ങൾ 23

6. പരമേശ്വരൻ നായർ പി.കെ., ഏകഭാരതത്തിന്റെ ദീപശിഖകൾ, തിരുവനന്തപുരം, 1965, പുറം 43.

7. ഋഗ്വേദം 7, 21, 18

8. ടി. 7, 21, 8

9. ടി. 10, 99, 3.

10. രാജമൽ വോ. ഡോ., ഭാരത് കീ ഭാഷായേം, നയിദില്ലി, 1995, പുറം 94.

11. കേരളപാണിനീയം, പുറം 46.

12. ശ്രീ. എസ്. കെ. പാണ്ഡ്യൻ എഴുതിയ 'ദി ഹിഡൺ ഹെറിറ്റേജ്' എന്ന ഗ്രന്ഥം നോക്കുക.

13. തായാട്ടുശങ്കരൻ, ആധുനിക കവിതയുടെ ഒരു ജീർണ്ണമുഖം, തിരുവനന്തപുരം, 1983, പുറം, 17.

14. അമരകോശം, വ്യാഖ്യാനം ചേപ്പാട്ട് അച്യുതവാര്യർ, കൊല്ലം, 1122 (കൊല്ലവർഷം), പുറം 333.

ആദിഭാഷ

ശ്രീ ചട്ടമ്പിസ്വാമികൾ രചിച്ച
'ആദിഭാഷ ഭാഷാപഠനം' എന്ന കൃതിയിൽ നിന്ന്

ഭൂലോകത്തു ജനങ്ങൾ ഓരോ വർഗ്ഗക്കാർ ഓരോ ഭാഷകളെ അവലംബിച്ചിരിക്കുന്നതായും, ഇരുന്നിരുന്നതായും ഭാഷാചരിത്രങ്ങളിൽ നിന്നും അറിയുന്നു. ഈ ഭാഷകളെല്ലാം വീചീതരംഗന്യായേന1 ഏതോ ഒരു ആദിഭാഷയിൽ ഒരു ദിക്കിൽ തുടങ്ങി ക്രമേണ നാനാവഴിക്കും പരന്നിട്ടുള്ളതോ അല്ലെങ്കിൽ കദംബമുകുളന്യായപ്രകാരം2 അവിടവിടെ ഉണ്ടായി പ്രചരിച്ചിട്ടുള്ളതോ ഏതാണെന്ന പ്രസ്തുതവിഷയത്തെ ആസ്പദമാക്കി ചിന്തിക്കേണ്ടിയിരിക്കുന്നു. ഇതിലേക്കു നാം തുടങ്ങുമ്പോൾ മനുഷ്യജീവികളുടെ ഉല്പത്തിപ്രചാരങ്ങളും നമ്മുടെ ചിന്തയ്ക്കു വിഷയീഭവിക്കാതെ തരമില്ല. മനുഷ്യർ ഭൂഖണ്ഡത്തിൽ ഏതെങ്കിലും ഒരു ഭാഗത്തുണ്ടായി അവിടെനിന്നും പല ദേശങ്ങളിലേക്കും പിരിഞ്ഞു പോയിട്ടുള്ളതോ അതല്ല മനുഷ്യർ ഉണ്ടാകുന്നതിനുള്ള ഭൂപാകം ശരിപ്പെട്ടപ്പോൾ അവിടവിടെ തനിയെ ഉണ്ടായതോ?

ഈ ചോദ്യത്തിൽ രണ്ടാമത്തെ ഭാഗം ചരിത്രകാരന്മാർ സമ്മതിക്കുന്നില്ല. മനുഷ്യർ എവിടെയോ ഒരിടത്ത് ഉണ്ടായി പിരിഞ്ഞുപോയിട്ടുള്ളതാണെന്ന തെളിയിക്കാൻ അവർ ശ്രമിക്കയും ചെയ്യുന്നു. അതു വാസ്തവമാകുന്ന സ്ഥിതിക്ക് മനുഷ്യകുടുംബത്തിന പ്രകൃതിസിദ്ധമായ ഒരു ആദിഭാഷ ആദികാലത്തിൽ ഉണ്ടായിരുന്നിരിക്കണം. പിന്നീട്, ആ പൂർവകുടുംബം അനേകശാഖകളായി പിരിയുന്നതോടുകൂടി അതിന്റെ ഭാഷയ്ക്കും ഏറെക്കുറെ വിഭിന്നത്വം സംഭവിച്ചിരിക്കണം. ഇന്നു കാണുന്ന ഭാഷാവൈജാത്യത്തിന് ഒരു തീർച്ചയായ സമാധാനമായി വിചാരിക്കുന്നത് ഇതിനെയാണ്. ഭാഷാ ചരിത്രകാരന്മാർ ഈ വിവിധഭാഷകളെ എല്ലാംകൂടെ മൂലഭാഷകളിൽ അടക്കിയിരിക്കുന്നു. ഒന്ന് സംസ്കൃതവും മറ്റേത് തമിഴും ആണ്. അതായത് ആര്യഭാഷയും ദ്രാവിഡഭാഷയും തന്നെ.

അടിക്കുറിപ്പുകൾ

1. വീചി = തിര. തരംഗം = തിരയുടെ ഇടർച്ച. ആദ്യം ഒരു തിര പുറപ്പെ ട്ട് അതു തീരത്തെത്തും മുമ്പേ അടുത്ത തിര എന്ന വിധത്തിലാണ് തിരമാല ഉണ്ടാകുന്നത്. അതുപോലെ ഒന്നിനു പിറകെ മറ്റൊന്നായി ഉണ്ടാകുന്നതിനെ കുറിക്കുന്ന ഈ ന്യായം.

2. കദംബം = കടമ്പ്, മുകുളം = മൊട്ട്, കടമ്പുമരത്തിൽ എല്ലാ ഭാഗത്തും ഒരുമിച്ചാണ് മൊട്ടുണ്ടാകുന്നത്. അതുപോലെ ഒരേ സമയത്തു പല സ്ഥലത്തുണ്ടാകുന്നതിനെ കുറിക്കുന്ന ഈ ന്യായം.

ചാതുർവർണ്യാഭാസവും ബ്രാഹ്മണമതവും

ശ്രീ ചട്ടമ്പിസ്വാമികൾ രചിച്ച 'പ്രാചീനമലയാളം' എന്ന കൃതിയിൽ നിന്ന്

'ശൂദ്രായാം ബ്രാഹ്മണാജ്ജാതഃ ശ്രേയസാം ചേൽ പ്രജായതേ
അശ്രേയാംച്ശ്രേയസീം ജാതിം ഗച്ഛത്യാസപ്തമാദ്യഗാൽ'

അർത്ഥം: ബ്രാഹ്മണൻ വിവാഹംചെയ്ത ശൂദ്രസ്ത്രീയിൽ ജനിച്ച കന്യക ബ്രാ ഹ്മണനെത്തന്നെ വിവാഹംചെയ്യിട്ട് അവൾക്കും പുത്രികൾ ജനിച്ച് അവരും അപ്രകാരം തന്നെ ഏഴ തലമുറവരെ ബ്രാഹ്മണനെത്തന്നെ വിവാഹം ചെയ്യകൊണ്ടുവന്നാൽ ഏഴാമത്ത തലമുറയിൽ ജനിച്ചവർ ബ്രാഹ്മണജാതി യായിത്തീരുന്നു.

'ശൂദ്രോ ബ്രാഹ്മണതാമേതി ബ്രാഹ്മണശ്ചൈതി ശൂദ്രതാം
ക്ഷത്രിയാജ്ജാതമേവത്തു വിദ്യാദൈശ്യാ തഥൈവ ച' (മനുസ്മൃതി)

അർത്ഥം: മേൽപറഞ്ഞപ്രകാരം സ്ത്രീസന്തതിവഴിയിൽ ശൂദ്രകുലത്തിൽ ഏഴാമത്തെ തലമുറയിൽ ബ്രാഹ്മണൻ ജനിച്ചവൻ ബ്രാഹ്മണനാകുന്നു. ആ ശൂദ്രസ്ത്രീയിൽ തന്നെ ബ്രാഹ്മണൻ ജനിച്ച പുരുഷസന്തതി ശൂദ്രത്വത്തെ പ്രാപിക്കും. ക്ഷത്രിയന് ശൂദ്രസ്ത്രീയിൽ ജനിച്ച സ്ത്രീസന്തതി ക്ഷത്രിയനെത്ത ന്നെ ഇടർന്ന് വിവാഹംചെയ്യകൊണ്ട വന്നാൽ അഞ്ചാമത് തലമുറയിൽ ക്ഷ ത്രിയത്വത്തെ പ്രാപിക്കുന്നു. വൈശ്യൻ ശൂദ്രസ്ത്രീയിൽ ജനിച്ച സ്ത്രീസന്തതി മൂന്ന തലമുറവരെ വൈശ്യനെത്തന്നെ വിവാഹംചെയ്യകൊണ്ടവന്നാൽ വൈശ്യത്വത്തേയും പ്രാപിക്കും.

ബ്രാഹ്മണജാതിയിൽ ഉള്ള സ്ത്രീപുരുഷന്മാർ വിധിപ്രകാരം വിവാഹം ചെയ്ത് അവരിൽനിന്ന് ജനിച്ച പുത്രപൗത്രപരമ്പരകളായി വരുന്നവർമാ ത്രമാണ് ബ്രാഹ്മണജാതികൾ എന്ന കാണുന്നു. ഈ അഭിപ്രായപ്രകാരം, വർഗ്ഗവർദ്ധനയല്ല ജാതി ഇന്നതെന്ന കണ്ടപിടിക്കേണ്ടതത്യാവശ്യമാ കയാൽ അതിലേക്കുള്ള മാർഗ്ഗമെന്തെന്ന നോക്കാം. മനുഷ്യരിലുള്ള

ഗുണകർമ്മവിഭാഗങ്ങളെക്കൊണ്ട കണ്ടുപിടിക്കാമെന്നവച്ചാൽ, ബ്രാഹ്മ
ണന്റെ തൊഴിലിനെ ചെയ്താൽ ശൂദ്രൻ ബ്രാഹ്മണനാവുകയോ ശൂദ്രന്റെ
തൊഴിലിനെ ചെയ്താൽ ബ്രാഹ്മണൻ ശൂദ്രനാവുകയോ ചെയ്കയില്ലെന്നു
കാണുന്നസ്ഥിതിക്കും ഏതു ജാതിയിലും ഏതു കർമ്മവും വ്യവസ്ഥക്കൂടാതെ
കാണുമെന്നുള്ളതിനാലും അതിനെ ജാതിലക്ഷണമായി സ്വീകരിച്ചുകൂടാ.
ഗുണകർമ്മവിഭാഗങ്ങളെ ഒഴിച്ചാൽ ജാതി കണ്ടുപിടിക്കുന്നതിന് ഉപക
രിക്കുന്നതായി പറയുന്നത് രുഢ(വാദ)ത്തെയാണ്. ഇതു തീരെ അടി
സ്ഥാനമില്ലാത്തതാണെന്നു മുമ്പിൽത്തന്നെ സ്ഥാപിച്ചുകഴിഞ്ഞിരിക്കുന്നു.
ഇനി, 'കപിലാരുണപീതകൃഷ്ണാ'ദികളായ വർണ്ണങ്ങളെക്കൊണ്ടു ജാതി
നിർണ്ണയം ചെയ്യാം എന്നു വിചാരിക്കുന്നപക്ഷം അവ പരസ്പരവിരുദ്ധമായും
വ്യവസ്ഥയില്ലാതെയും കാണുന്നതുകൊണ്ട് അതിലേക്ക് തീരെ ഉപകരിക്കു
ന്നില്ല. പിന്നെ ജാതിയനുരിച്ച ദമ്പതികളെ തിരഞ്ഞെടുക്കുന്നതിനു മറ്റൊരു
മാർഗ്ഗവും ഉള്ളതായും തോന്നുന്നില്ല.

ഗുണകർമ്മങ്ങളെ ഒഴിച്ച് മറ്റ യാതൊന്നും ജാതിവിഭാഗത്തിന് അടി
സ്ഥാനമായി വന്നുകൂടായെന്നും പാരമ്പര്യത്തിനെ അതിലേക്ക് അടിസ്ഥാ
നമാക്കി കല്പിക്കുന്നതു ശരിയല്ലെന്നും ഉള്ളതിലേക്ക് ചില പ്രമാണങ്ങളെ
താഴെ ചേർക്കുന്നു.

1. ഭാരതം അനുശാസനപർവ്വം:
'തതോ ബ്രാഹ്മണതാം യാതോ
വിശ്വാമിത്രോ മഹാതപാഃ
ക്ഷത്രിയഃ സോപ്യഥ തഥാ
ബ്രഹ്മവംശസ്യ കാരകഃ'

അർത്ഥം: മഹാ തപസ്വിയായ വിശ്വാമിത്രൻ ക്ഷത്രിയനായിരുന്നി
ട്ടും പിന്നീട്ടു ബ്രാഹ്മണനായി. അല്ലാതേയും ബ്രാഹ്മണവംശത്തിനു
കാരണമായി.

2. വിഷ്ണുപുരാണം 4ാം അംശം 19ാം അദ്ധ്യായം
'പ്രതിരഥാൽ കണ്വസ്തസ്യാപി മേധാതിഥിർയ്യതഃ
കാണ്വായനദ്വിജാഃ ബഭ്രുവുഃ'

അർത്ഥം: ക്ഷത്രിയനായ പ്രതിരഥന്റെ പുത്രൻ കണ്വൻ, കണ്വന്റെ പുത്രൻ
മേധാതിഥി, മേധാതിഥിയിൽനിന്ന് കാണ്വായനബ്രാഹ്മണർ സകലരും
ഉണ്ടായി.

'പുത്ര പ്രതിരഥസ്യാസീൽ കണ്വഃ സമഭവന്നുപഃ
മേധാതിഥിസുതസ്തസ്യ യസ്മാൽ കണ്വോഭവദ്ദ്വിജഃ'

അർത്ഥം: കണ്വൻ പ്രതിരഥന്റെ പുത്രൻ. മേധാതിഥി അവന്റെ പുത്രൻ;
അവനിൽനിന്നു കാണ്വായനബ്രാഹ്മണർ ഭവിച്ചു.

'മഹാവീര്യാദ്ദുരുക്ഷയോനാമ പുത്രോഭൂൽ തസ്യ ത്രയ്യാ
രുണപുഷ്കരിണൗ കപിശ്ച പുത്രത്രയമഭൂൽ തച്ച ത്രിത
യമപി പശ്ചാൽ വിപ്രതാമുപജഗാമ'

അർത്ഥം: 'മഹാവിര്യനെന്ന ക്ഷത്രിയന് ഉരുക്ഷയനെന്ന പുത്രൻ ഭവിച്ച. അവനു ത്രയ്യാരുണൻ, പുഷ്ക്കരൻ, കപി ഇങ്ങനെ മൂന്നു പുത്രന്മാർ ഉണ്ടായി രുന്നു. ഈ മൂന്നു പേരും പിന്നീട്ട ബ്രാഫണരായി ഭവിച്ച.'

3. ഭാരതം ഹരിവംശം 32ാം അദ്ധ്യായം
'ദിവൗദാസസ്യ ദായാദഔ ബ്രഫർഷിർമ്മിത്രയുർന്നുപഃ
മൈത്രായണസ്തതസ്സോമമൈത്രേയാസ്തു തതസ്സുതാഃ'

അർത്ഥം: 'ദിവൗദാസനെന്നവന്റെ പുത്രൻ മിത്രയു എന്ന രാജാവ് ബ്രഫർഷി യായി. അദ്ദേഹത്തിന്റെ പുത്രൻ മൈത്രായണൻ. മൈത്രായണന്റെ പുത്രൻ സോമൻ. സോമനിൽനിന്ന് മൈത്രേയബ്രാഫണരുണ്ടായി.'

കേവലം ക്ഷത്രിയർ മാത്രമേ ബ്രാഫണരായിട്ടുള്ള എന്നുപറവാൻ പാടില്ലാ.' താഴ്ജാതിക്കാരും ബ്രാഫണരായിട്ടുണ്ട്; സ്കാന്ദപുരാണത്തിൽ ചേർന്ന സഹ്യാദ്രിഖണ്ഡം ഉത്തരാർദ്ധത്തിൽ താഴെ പറയുന്നവിധം കാണുന്നു.

'അബ്രാഫണ്യേ തദാ ദേശേ കൈവർത്താൻ പ്രേക്ഷ്യ ഭാർഗ്ഗവഃ
ചരിത്വാ തൽബലിശം കണ്ണേ യജ്ഞസൂത്രമകല്പയത്.'

അർത്ഥം: 'ബ്രാഫണരഹിതമായ ആ ദേശത്തിൽ ഭാർഗ്ഗവൻ മുക്കുവന്മാരെ കണ്ട്, അവരുടെ ചെണ്ടയെ ഖണ്ഡിച്ചുകളഞ്ഞിട്ട് കയറിനെ പൂണൂലായി ധരിപ്പിച്ചു.'

മേല്യം ഇപ്രകാരം ഒരു ജാതിയിൽനിന്നു വേറൊരു ജാതി കർമ്മം നിമിത്തം ഉണ്ടാകുന്നതു കൂടാതെ ഒരു വംശത്തിൽതന്നെ കർമ്മകാരണ ത്താൽ ബ്രാഫണാദിയായ നാല്യ ജാതികളും ഉണ്ടാകുന്നു എന്നു കാണുന്നു. ഇതിനും അനേക പ്രമാണങ്ങൾ ഭാരതം, വിഷ്ണുപുരാണം മുതലായ ഗ്രന്ഥ ങ്ങളിൽ ഉണ്ട്.

4. വിഷ്ണുപുരാണം 4ാം അംശം 1ാം അദ്ധ്യായം
'കരൂഷാൽ കാരൂഷാ മഹാബലാ ക്ഷത്രിയാ ബഭ്രൂവുഃ'

അർത്ഥം: (ബ്രാഫണനായ വൈവസ്വതമനുവിന്റെ പുത്രന്മാരിൽ ഒരുവനായ) കരൂഷനിൽനിന്ന് ഏറ്റവും ബലമുള്ള കാരൂഷന്മാരെന്ന ക്ഷത്രിയരുണ്ടായി.
'നാഭാഗോ നേദിഷ്ഠപുത്രസ്തു വൈശ്യതാമഗമത്.'

അർത്ഥം: 'ആ വൈവസ്വതമനുവിന്റെ മറ്റൊരു പുത്രൻ നേദിഷ്ടൻ, അവന്റെ പുത്രനായ നാഭാഗൻ വൈശ്യനായി ഭവിച്ചു.'
'പൃഷധ്രുസ്തു ഗുരുഗോവധാൽ ശൂദ്രത്വമഗമൽ'

അർത്ഥം: 'ആ വൈവസ്വതമനുവിന്റെ വേറൊരു പുത്രനായ പൃഷധ്രൻ എന്നവൻ ഗുരുവിന്റെ പശുവിനെ കൊന്നതിനാൽ ശൂദ്രനായി ഭവിച്ചു.'

5. വിഷ്ണുപുരാണം 4ാം അംശം 8ാം അദ്ധ്യായം
'ശകാലേശഗ്രുസമദാസ്തയോസ്യാഭവൻ
ഗൃത്സമദസ്യ ശൗനകശ്ചാതുർവർണ്യപ്രവർത്തയിതാ'

അർത്ഥം: '(സുനഹോത്രന) കാശൻ, ലേശൻ, ഗൃത്സമദൻ ഇങ്ങനെ മൂന്നു പുത്രന്മാർ. ഗൃത്സമദന്റെ പുത്രനായ ശൗനകനിൽനിന്നു നാലു ജാതികളുമുണ്ടായി.'

ഹരിവംശത്തിൽ ഈ 'ലേശൻ' എന്നുള്ള നാമത്തെ 'ശലൻ' എന്നും, 'ശൗനകൻ' എന്ന നാമത്തെ 'ശ്രനകൻ' എന്നും എഴുതിയിരിക്കുന്നു.

6. വിഷ്ണുപുരാണം 29ാം അദ്ധ്യായം
'സുനഹോത്രസ്യ ദായാദാസ്ത്രയഃ പരമധാർമ്മികാഃ
കാശഃ ശലശ്ച ദ്വാവേതൗ തഥാ ഗൃത്സമദഃ പ്രഭുഃ'

അർത്ഥം: 'സുനഹോത്രന കാശൻ, ശലൻ, 'ഗൃത്സമദൻ' എന്ന മഹാധർമ്മിഷ്ഠന്മാരായ മൂന്നു പുത്രന്മാരുണ്ടായിരുന്നു.'

'പുത്രോ ഗൃത്സമദസ്യാപി ശ്രനകോ യസ്യ ശൗനകാഃ
ബ്രാഹമണാക്ഷത്രിയാശ്ചൈവ വൈശ്യാഃ ശൂദ്രാസ്തഥൈവ ച'

അർത്ഥം: ഗൃത്സമദന്റെ പുത്രൻ ശ്രനകൻ. അവന്റെ പുത്രന്മാരായ ശൗനകന്മാർ ബ്രാഹമണരും ക്ഷത്രിയരും വൈശ്യരും ശൂദ്രരും ആയിട്ടു ഭവിച്ചു.

7. വിഷ്ണുപുരാണം 29ാം അദ്ധ്യായം
'ഭാർഗ്ഗസ്യ ഭാർഗ്ഗഭൂമിരതശ്ചായവർണ്യപ്രവൃത്തിഃ'

അർത്ഥം: 'ഭാർഗ്ഗന്റെ പുത്രൻ ഭാർഗ്ഗഭൂമി; ഭാർഗ്ഗഭൂമിയിൽനിന്നും നാലു വർണ്ണങ്ങളും ഉണ്ടായി.'

8. ഭാരതം ഹരിവംശം 32ാം അദ്ധ്യായം
'ഏതേഷ്വംഗിരസഃ പുത്രാ ജാതാ വംശേഥ ഭാർഗ്ഗവേ
ബ്രാഹമണാഃ ക്ഷത്രിയാഃ വൈശ്യാഃ ശൂദ്രാശ്ചഭരതർഷഭ!'

അർത്ഥം: 'ഭൃഗവംശത്തോട്ടുചേർന്ന അംഗിരസ്സിന്റെ പുത്രന്മാർ ബ്രാഹമണക്ഷത്രിയവൈശ്യശൂദ്രരായി ഭവിച്ചു.'

9. ഭാരതം ഹരിവംശം 11ാം അദ്ധ്യായം
'നാഭാഗാരിഷ്ടപുത്രൗ ദ്വൗ വൈശ്യൗ ബ്രാഹമണതാം ഗതൗ'

അർത്ഥം: 'നാഭാഗാരിഷ്ടപുത്രന്മാരായ രണ്ടു വൈശ്യന്മാർക്കു ബ്രാഹമണ്യം സിദ്ധിച്ചു.'

വൈവസ്വതമനവിന്റെ പൗത്രനായിരുന്ന് വൈശ്യനായി ഭവിച്ച നാഭാഗൻ എന്നവൻ ഹരിവംശമെന്ന പ്രമാണത്തിൽ നാഭാഗാരിഷ്ടൻ എന്ന സംജ്ഞയാൽ പറയപ്പെടുന്നു. നേദിഷ്ടന്റെ പുത്രനായ ഈ നാഭാഗൻ അല്ലെങ്കിൽ നാഭാഗാരിഷ്ടൻ എന്നവൻ നീചകർമ്മത്താൽ വൈശ്യനായി ഭവിച്ചതുപോലെതന്നെ വൈശ്യന്മാരായിരുന്ന അവന്റെ രണ്ടു പുത്രന്മാർ ഉത്തമകർമ്മത്താൽ ബ്രാഹമണരായി ഭവിച്ചു. ഇതിനാൽ ഒരു വംശക്കാർ ഒരു കാലത്തു നീചകർമ്മത്താൽ നീചജാതികളായി ഭവിച്ചു എങ്കിലും മറുപടിയും

ആ വംശക്കാർതന്നെ ഉത്തമകർമ്മത്താൽ ഉയർന്ന ജാതിക്കാരാകാമെന്ന സിദ്ധിക്കുന്നു. ഇതുവരെ എടുത്തുകാണിച്ച ശാബ്ദപ്രമാണങ്ങളാൽ പൂർവ്വി കന്മാർ നിയമിച്ച ജാതിക്ക കാരണം കർമ്മമല്ലാതെ ജന്മമെന്ന വരുന്നില്ല എന്നുള്ളതു നിഷ്പക്ഷപാതികളായ എല്ലാപേർക്കും നിശ്ചയമാകുമെന്നു വിചാരിക്കുന്നു.

ഇനി ഇതിലേക്ക് വേദത്തിൽനിന്നും ചില പ്രമാണങ്ങളെ ഉദ്ധരിക്കുന്നു.

10. കൗഷീതകിബ്രാഹ്മണം

'മാദ്ധ്യമാഃ സരസ്വത്യാം സത്രമാസത. തദ്ധാപി കവഷോമദ്ധ്യേ നിഷസാദ. തം ഹേമ ഉപോദ്ധുർദ്ദാസ്യാ വൈത്വം പുത്രോസി – ന വയം ത്വയാ സഹ ഭക്ഷയിഷ്യാമ ഇതിസഃ ക്രൂദ്ധഃ പ്രദ്രവത്സരസ്വതീമേതേന സൂക്തേന യുഷ്ടാവ. തം ഹേയമന്വേയായാത ഉഹേ മേ നിരാഗാ ഇവ മേനിരേ. തം ഹാന്വാവൃത്യോച്ച് ഋഷേ നമസ്തേ അസ്മാനോഹിംസീ സ്ത്വം വൈനഃ ശ്രേഷ്ഠോസി യം ത്വയമന്വേ നീതി. തം ഹ യജ്ഞപ യാംചക്രു സ്തസ്യഹ ക്രോധം വിനിന്യുഃ (സ ഏഷ കവഷസ്സൈയഷ മഹിമാസൂക്തസ്യ ചാനുവേദിതാ.)'

അർത്ഥം: നടുവ(മദ്ധ്യമ)രെന്ന വിളിക്കപ്പെടുന്ന (ആശ്വലായനസൂക്തം24) ഗൃത്സമദ, വിശ്വാമിത്ര, വാമദേവ, അത്രി, ഭരദ്വാജ, വസിഷ്ട മഹർഷിമാർ സരസ്വതീതീരത്ത് (ഒരിക്കൽ) ഒരു സത്രം നടത്തി. അവരുടെ ഇടയിൽ അപ്പോൾ 'കവഷൻ' കയറി ഇരുന്നു. അദ്ദേഹത്തെ ഇവർ നീ അടിമ പ്പെൺപിള്ള (ദാസീപുത്രൻ) ആകുന്നു എന്നിങ്ങനെ ശകാരിച്ചു. അദ്ദേഹം കോപിച്ച സരസ്വതിയെ മേൽ പറഞ്ഞ (പ്രദേവത്രേതി) സൂക്തംകൊണ്ടു സ്തുതിച്ചു. അപ്പോൾ ദേവി അദ്ദേഹത്തെ ചുഴ (ക്കുടി) വരികയാൽ അവർ, അദ്ദേഹം നിഷ്കന്മഷനെന്നുവച്ച് അടുത്തുചെന്ന് 'അല്ലയോ ഋഷേ! മന്ത്രദ്ര ഷ്ടാവേ! അങ്ങേയ്ക്ക നമസ്കാരം; ഞങ്ങൾക്ക ദ്രോഹം ചെയ്യരുതേ! യാതൊരു അങ്ങെ ഈ ദേവി അനുഗ്രഹിച്ചുവന്നുവോ അതിനാൽ അങ്ങു ഞങ്ങളിൽ ശ്രേഷ്ഠനാകുന്നു.' എന്നിങ്ങനെ പറഞ്ഞ് അവർ അദ്ദേഹത്തെ യജ്ഞകാ ര്യദർശിയാക്കിച്ചെയ്ത് അദ്ദേഹത്തിന്റെ കോപമടക്കി. (ഈ സൂക്തത്തെ ഉണ്ടാക്കിയ (കണ്ടുപിടിച്ച) ആളെന്നതാണ് ഇദ്ദേഹത്തിന്റെ മഹിമ) കൗഷീ തകിബ്രാഹ്മണത്തിൽ കാണിച്ചതുപോലെ ഐതരേയബ്രാഹ്മണത്തിലും ദാസീപുത്രനായ ഈ കവഷന്റെ കഥയുണ്ട്.

11. കൗഷീതകിബ്രാഹ്മണംദ്വിതീയപഞ്ചികാ തൃതീയാദ്ധ്യായഃ

'ഋഷയോ വൈ സരസ്വത്യാം സത്രമാസതതേ കവഷമെല്ലൂഷം സോമാദനയന്ദാസ്യാഃ പുത്രഃ കിതവോ ബ്രാഹ്മണഃ കഥം നോ മദ്ധ്യേ ദീക്ഷിഷ്ഠേതി. തം ബഹിർദ്ധന്വോദ വഹന്നത്രൈനം പിപാസാ ഹന്ത്വ, സരസ്വത്യോദകം മാ പാദിതി സ ബഹിർദ്ധന്യോത്ര ഇഹ പിപാസയാ വിത്ത ഏതദപോനപ്രീയമപശ്യത്. പ്രദേവത്രിബ്രാഹ്മണേ ഗാഉരേ ത്വിതി.'

അർത്ഥം: (പ്രസിദ്ധിപെറ്റ) ഋഷിമാർ സരസ്വതീതീരത്തുള്ള ഒരു സത്രം

ആരംഭിച്ചിരുന്നതിൽ നിന്നും ഇല്ലൂഷപുത്രനായ 'കവഷ'നെ 'ദാസീപുത്രനും ധൂർത്തനും അബ്രാഹ്മണനു (ശൂദ്രനു)മായ ഇവൻ എങ്ങനെ നമ്മുടെ ഇടയിൽ ഇരുന്ന് യജ്ഞകൃത്യമർഹിക്കും' എന്നു പറഞ്ഞു പുറംതള്ളി അദ്ദേഹത്തെ ഒരു ഊഷരഭ്രമിയിലാക്കി സരസ്വതിയിലെ വെള്ളം കുടിക്കാതെ (ദാഹം ഇവനെ കൊല്ലട്ടെ) മരിക്കണമെന്ന നിശ്ചയിച്ചു. അദ്ദേഹം ഇങ്ങനെ (നിർജ്ജല) മരുഭ്രമിയിലാക്കപ്പെട്ട് ദാഹംകൊണ്ടു വലഞ്ഞപ്പോൾ 'ആപോ നപ്ത്രീയം' എന്ന മന്ത്രത്തെ ദർശിച്ചു (കണ്ടുപിടിച്ചു).

12. ഇനിയും വേദത്തിൽ 'കക്ഷീവാൻ' എന്ന ഒരു ബഹുമാന്യനായ ശൂദ്രസ്ത്രീപുത്രന്റെ കഥ പറയുന്നുണ്ട്.

'സോമപാനസ്സുരണം കുണഹി ബ്രഹ്മണസ്പതേ കക്ഷീവന്തം യ ഔശിജ്ഃ'

അർത്ഥം: അല്ലയോ ബ്രഹ്മണസ്പതേ! ഈ സോമപാനം ചെയ്യുന്ന എന്നെ യാവനൊരുത്തനോ 'ഉശിക്' എന്നവളുടെ പുത്രൻ ആ 'കക്ഷീവാനെ'പ്പോലെ പ്രകാശമുള്ളവനാക്കിച്ചെയ്യാലും.

ശൂദ്രനു വിദ്യയ്ക്കും വേദാദ്ധ്യയനം മുതലായവയ്ക്കും അധികാരമില്ലെന്നാണ് ബ്രാഹ്മണരുടെ വാദം. ഇതിലേയ്ക്കായിട്ട് വേദവേദാംഗങ്ങളിലുള്ള പല പ്ര മാണങ്ങൾക്കും അവർ പൂർവപക്ഷംചെയ്തു കൃത്രിമാർത്ഥങ്ങൾ കല്പിക്കാൻ ശ്രമിച്ചിട്ടുണ്ട്. ഈ വിഷയത്തിൽ അവർക്ക് ഒട്ടവളരെ ബുദ്ധിമുട്ടിന് ഇടയാക്കീട്ടുള്ളയും ഇപ്പോഴും മുഴുവൻ സ്ഥിരപ്പെടാതെ കിടക്കുന്നയും ആയ ഒരു വിഷയമാണ് ഛാന്ദോഗ്യോപനിഷത്തിലെ ജാനശ്രുത്യുപാഖ്യാനം. അതിന്റെ സംഗതിസാരം താഴെ ചേർക്കുന്നു.

'ജാനശ്രുതി' അല്ലെങ്കിൽ 'പൗത്രായണൻ' എന്ന പ്രഭു തന്റെ മാളികയിൽ ഉറങ്ങിക്കിടന്നിരുന്നു. അപ്പോൾ മൂന്നു ഹംസങ്ങൾ അവിടെ പറന്നുപറ്റി. അതിൽ ഒരുവൻ 'ഈ ജാനശ്രുതിതന്നെ മഹാകേമൻ' എന്നിങ്ങനെ പറഞ്ഞു. അതുകേട്ട് മറ്റൊരുവൻ 'ഹെ! എന്തുപറഞ്ഞു? വിദ്യാവിഹീന നായ ഇവനാണോ കേമൻ? വണ്ടിയോട്ടുകൂടിയ 'രയിക്വ'നെ കേമനെന്നു പറയണം' എന്ന് അപഹസിച്ചു. ഈ അനാദരവാക്യം കേട്ട് ജാനശ്രുതി തന്റെ കുറവു തീർപ്പാൻ ഏതാനും സ്വർണ്ണവും പശുക്കളും മറ്റുംകൊണ്ട് രയിക്വന്റെ അടുക്കൽചെന്ന് തനിക്കു ബ്രഹ്മവിദ്യ ഉപദേശിക്കണമെന്ന് അപേക്ഷിച്ചു. 'കഷ്ടം! കഷ്ടം! എടാ! ശൂദ്രാ! നിന്റെ പശുക്കൾ നിനക്കുതന്നെ ഇരിക്കട്ടെ' എന്ന് അദ്ദേഹം നിരസിച്ചു. ജാനശ്രുതി തിരിച്ചുവന്ന് തന്റെ പുത്രിയും സുന്ദരിയും ആയ ഒരു കന്യകയേയും ആയിരം പശുക്കളേയും ഏതാനും രഥത്തേയും മറ്റും കൊണ്ട് രയിക്വന്റെ അടുക്കൽ വീണ്ടും ചെന്നു. അവയെ സ്വീകരിച്ചുകൊണ്ട് അദ്ദേഹം ജാനശ്രുതിക്കു ബ്രഹ്മവിദ്യയെ ഉപദേശിച്ചു.'

ഇതിന്റെ മൂലം താഴെ ചേർക്കുന്നു. (സാമവേദം – ഛാന്ദോഗ്യ ഉപനി ഷത്ത്)

(4ാം പ്രപാഠം, സംവർഗ്ഗവിദ്യ, ജാനശ്രുത്യുപാഖ്യാനം)

1. തദൂഹ ജാനശ്രുതിഃ പൗത്രായണ ഷഡ്ശതാനിഗവാം നിഷ്ക്കമശ്വത രീരഥം തദാദായ പ്രതിചക്രമേ തഥംഹാഭ്യവാദ.

2. രയിക്വേമാനി ഷഡ്ശതാനീ ഗവാമയം നിഷ്ക്കേയമശ്വതരീരഥോന്മ ഏതാം ഭഗവോ ദേവതാംഗംശാധിയാം ദേവതാമുപാസ്സ ഇതി. തന്മഹപരഃ പ്രത്യുവാച ഹ ഹാരേ ത്വാ ശൂദ്ര തവൈ വസഹ ഗോഭിര സ്ലിതി തദൂഹ പുനരേവ ജാനശ്രുതിഃ പൗത്രായണ സഹസ്രം ഗവാം നിഷ്ക്കമശ്വതരീരഥം ദുഹിതരം തദാദായ പ്രതിചക്രമേ.

3. തഥംഹാഭ്യവാദ രയിക്വേദളം സഹസ്രം ഗവാമയം നിഷ്ക്കോയമ ശ്വതരീ രഥ ഇയം ജായായം ഗ്രാമോയസ്ലീന്നാസ്തേന്നോവമാഭഗവഃ ശാധീതി.

4. തസ്യ ഹമുഖമപോദ്ഗ്രഹ്ണന്നുവാചാ ജഹാരേ മാം ശൂദ്രാനേനൈവ മുഖേനാലാപയിഷ്യഥാ ഇതി തേ ഹൈതേ രയിക്വ പർണ്ണാനാമമ ഹാവൃഷ്ഷേയത്രാസ്ലാ ഉവാസതത്സ്സെ ഹോവാച.

12. ബ്രഹ്മസൂത്രവും ശങ്കരഭാഷ്യവും

മേൽ കാണിച്ച വേദഭാഗങ്ങളിലെ ശൂദ്രശബ്ദത്തിന് കൃത്രിമാർത്ഥം ചെയ്ത സൂത്രങ്ങളും അവയുടെ ഭാഷ്യങ്ങളുടെ അർത്ഥങ്ങളും അടിയിൽ ചേർക്കുന്നു. (ഭാഷ്യങ്ങൾക്ക് അനുബന്ധം നോക്കുക 2)

സൂത്രം: ശ്രഗസ്യ തദനാദരശ്രുവണാത്തദാദ്രവണാൽ സൂച്യതേ ഹി. 34

ഭാഷ്യാർത്ഥം: മനുഷ്യർക്ക് വിദ്യാധികാരമുണ്ടെന്ന് സിദ്ധാന്തിച്ചംവെച്ച് ഏഇപ്രകാരം ദേവന്മാർക്കും വിധിക്കപ്പെട്ടുവോ അപ്രകാരം ശൂദ്രനും വിദ്യാധികാരമുണ്ടെന്ന ശങ്കയെ നിവൃത്തിക്കാനാണ് ഈ അധികരണം ആരംഭിക്കപ്പെട്ടുന്നത്.

ശൂദ്രനു വിദ്യയിലധികാരമുണ്ട്. ശൂദ്രനു യാഗത്തിൽ അധികാരമില്ലെ ന്ന നിഷേധിക്കപ്പെട്ടതുപോലെ വിദ്യയിലും നിഷേധിക്കപ്പെട്ടതായി കേൾക്കുന്നില്ല. ശൂദ്രന് (അനഗ്നിത്വം) യാഗാഗ്നിയുടെ ഇല്ലായ്മയുണ്ട്. ഈ 'അനഗ്നിത്വം' തനിക്ക കർമ്മങ്ങളിൽ അധികാരമില്ലെന്നുള്ളതിനു കാരണ മാകുമെന്നല്ലാതെ അത് വിദ്യാധികാരനിഷേധത്തിനും കാരണമാകുന്നില്ല. ആഹവനീയാദിയായ യാഗാഗ്നിയില്ലാത്തവന് വിദ്യയെ ഗ്രഹിപ്പാൻ കഴിയുന്നതല്ലെന്നുമില്ല. വിദ്യയിൽ ശൂദ്രാധികാരത്തെ പ്രബലീകരിക്ക ന്നതിന് സംവർഗ്ഗവിദ്യയിൽ ജാനശ്രുതിയായിരിക്കുന്ന പൗത്രായണൻ, വേദശ്രുവണത്തിന് ഇച്ഛിച്ചപ്പോൾ രയിക്വന്റെ സംബോധനവാക്യത്തിൽ പ്രയോഗിക്കപ്പെട്ട ശൂദ്രശബ്ദം പരാമർശകമായിരിക്കുന്നു. അതായത് 'കഷ്ടം കഷ്ടം കഷ്ടം എടാ ശൂദ്രാ, നിന്റെ പശുക്കൾ നിനക്കതന്നെ ഭവി ക്കട്ടെ' എന്നാണ്. വിദുരാദികൾ ശൂദ്രയോനിയിൽ ജനിച്ചവരായിരുന്നിട്ടും വിശിഷ്ടവിജ്ഞാനസമ്പത്തിയുള്ളവരായിരുന്ന എന്ന സൂരിച്ചിട്ടുമുണ്ട്, ഈ കാരണങ്ങളാൽ ശൂദ്രന് വിദ്യാധികാരമുണ്ടെന്നുണ്ടെങ്കിൽ നാമിപ്രകാരം പറയുന്നു. എങ്ങനെയെന്നാൽ, ശൂദ്രന് വേദാധികാരമില്ലാത്തതിനാൽ വിദ്യ യില്ലമധികാരമില്ല. വേദം പഠിച്ചവന മാത്രമേ വേദാർത്ഥങ്ങളില്ലമധികാരമു ണ്ടാവൂ. ശൂദ്രന് വേദാദ്ധ്യയനമില്ലല്ലോ. എന്തെന്നാൽ വേദാദ്ധ്യയനത്തിന്

ഉപനയനസംസ്കാരം കഴിഞ്ഞാലെ വിധിയുള്ളൂ. ഉപനയനമോ (ദ്വിജാ ദികൾ) ബ്രഹ്മക്ഷത്ര, വൈശ്യന്മാർക്ക മാത്രമേ വിധിച്ചിട്ടുള്ളൂ. (സാമർത്ഥ്യം) ശക്തിയില്ലാതിരിക്കമ്പോൾ വിദ്യയിൽ അപേക്ഷയുണ്ടെന്നുള്ളതുമാത്രം അധികാരകാരണമായി തീരുന്നില്ല. ശാസ്ത്രീയകാര്യത്തിൽ ശാസ്ത്രീയമാ യിരിക്കുന്ന സാമർത്ഥ്യം വിദ്യാധികാരത്തിനു മതിയാവുന്നമില്ല. ശൂദ്രന് വേദാദ്ധ്യയനം നിഷിദ്ധമാകയാൽ തത്സംബന്ധിനിയായ ശക്തിയും നിരാ കരിക്കപ്പെട്ടിരിക്കയാണല്ലോ? ന്യായത്തിനു സാധാരണത്വമുള്ളതാകയാൽ ഏതു ന്യായത്താൽ ശൂദ്രന് യാഗത്തിലുമധികാരമില്ലയോ? അതുതന്നെ വിദ്യയ്ക്കുമധികാരമില്ലെന്നുള്ളതിനെ സൂചിപ്പിക്കുന്നു.

സംവർഗ്ഗവിദ്യയിൽ ശൂദ്രശബ്ദം കേൾക്കപ്പെട്ടുകയാൽ ശൂദ്രനും വിദ്യാ ധികാരമുണ്ടെന്നു വിചാരിക്കയാണെങ്കിൽ ന്യായവിരുദ്ധമാകയാൽ അതും കാരണമാകുന്നില്ല. എന്തെന്നാൽ ന്യായവചനത്തിന് ലിംഗദർശനം ദ്യോ തകമാകുന്നു. ഇവിടെ ന്യായമുണ്ടാകുന്നമില്ല. ഈ ശൂദ്രശബ്ദം സംവർഗ്ഗവി ദ്യയിൽ ഇരിക്കയാൽ ആ വിദ്യയൊന്നിൽ ഇരിക്കുന്ന ശൂദ്രനെ മാത്രമേ അധികരിക്കുന്നുള്ളൂ. 'സംവർഗ്ഗവിദ്യ' അർത്ഥവാദഘട്ടത്തിലാകയാൽ ഈ ശൂദ്രശബ്ദം തനിക്ക മറ്റുള്ള വിദ്യകളിൽ ഒരിടത്തും അധികാരമുണ്ടാക്കുന്ന തിനു ശ്രമിക്കുന്നില്ല. ഈ ശൂദ്രശബ്ദം അധികാരവിഷയത്തിൽ മാത്രമേ ഉപയോഗിക്കൂ എന്നുള്ളതെങ്ങനെയാണെന്നുണ്ടെങ്കിൽ പറയാം: 'എടാ, വിദ്യാഹീനനായിരുന്നിട്ടും (ഒരുത്തനെ) ഈ ജാനശ്രുതിയെ വണ്ടിയോട്ടുക്ക ടിയിരിക്കുന്ന രൈക്വനോട്ട സദൃശനാക്കിപ്പറയുന്നോ?' എന്ന ഹംസവാക്യ ത്താൽ തന്റെ അനാദരത്തെ ശ്രുതവാനായിരിക്കുന്ന ആ ജാനശ്രുതിയെന്ന പൗത്രായണന് ദുഃഖമുണ്ടായി. ഇതിനെ ഋഷിയായിരിക്കുന്ന രൈക്വൻ ശൂദ്ര ശബ്ദംകൊണ്ട് സൂചിപ്പിച്ചത്, ജാതിശൂദ്രന് വിദ്യാധികാരമില്ലാഴികയാൽ തന്റെ പരോക്ഷജ്ഞാനത്തെ അറിയിക്കുന്നതിനായിട്ടാണെന്നു തോന്നുന്നു, തനിക്ക് (ശുക്)ശോകമുണ്ടായെന്നു ശൂദ്രശബ്ദംകൊണ്ട സൂചിക്കപ്പെടുന്നത്. (എങ്ങനെയെന്നാൽ) ശുക്കിന്റെ ആദ്രവണം ഹേതുവായിട്ടും, ശുക്കിനെ അഭിദ്രവിക്കയാലും, ശുക്കിനാൽ അഭിദ്രവിക്കപ്പെട്ടെന്ന്, ശുക്കോട്ടുകൂടി രൈക്വനെ അഭിദ്രവിച്ചെന്നും, ശൂദ്രശബ്ദത്തിന് അവയവാർത്ഥമുള്ളതാക യാലും ശുദ്ധാർത്ഥമില്ലാഴികയാലുമാകുന്നു. എന്നാൽ ഈ അർത്ഥം ഈ ജാനശ്രുത്യുപാഖ്യാനത്തിൽ കാണപ്പെടുന്നുമുണ്ട്.

സൂത്രം: ക്ഷത്രിയത്വഗതേശ്ചോത്തരത്ര
ചൈത്രരഥേന ലിംഗാൽ 35

ഭാഷ്യാർത്ഥം: ഇതുഹേതുവായിട്ടും ജാനശ്രുതി ജാതിശൂദ്രനല്ല. യാതൊന്നി ന്റെ കാരണം പ്രകരണത്തെ നിരൂപിക്കയാൽ സ്പഷ്ടമാകുന്നു. എങ്ങനെയെ ന്നാൽ ഈ ജാനശ്രുതിക്ക് സംവർഗ്ഗവിദ്യയുടെ ഉത്തരഭാഗത്തിൽ ചൈത്ര രഥനായി അഭിപ്രതാരിയായിരിക്കുന്ന ക്ഷത്രിയനോട്ടുള്ള സമഭിഹാരം (കൂട്ടിച്ചേർത്തു പറക) എന്നു ഹേതുവാൽ ക്ഷത്രിയത്വം ബോദ്ധ്യപ്പെട്ടു ന്നു. സംവർഗ്ഗവിദ്യാവാക്യശേഷത്തിലാണ് ചൈത്രരഥിയായിരിക്കുന്ന അഭിപ്രതാരിയെന്ന ക്ഷത്രിയൻ കീർത്തിക്കപ്പെടുന്നത്. അതായത് അനന്തരം സൂതനാൽ പരിവിഷ്യമാണന്മാരായി (വിളംബപ്പെടുന്നവരായി)

ശൗനകനായിരിക്കുന്ന കാക്ഷസേനിയേയും ബ്രഹ്മചാരി ഭിക്ഷിച്ചു എന്നാണ്. അഭിപ്രതാരി തനിക്ക കാപേയയോഗം ഹേതുവായിട്ട് (ചൈത്ര രഥിത്വ) ചിത്രരഥന്റെ വംശത്തിലുള്ളവനാണെന്നുള്ളതും സ്പഷ്ടമാകുന്നു. എന്തെന്നാൽ 'ഇതുകൊണ്ടാണ് ചൈത്രരഥനെ കാപേയന്മാർ യജിപ്പി ച്ചത്,' എന്ന വേദവാക്യത്താൽ ചൈത്രരഥന കാപേയയോഗമുണ്ടെന്നും അറിയപ്പെട്ടു. തുല്യവംശന്മാർക്ക മിക്കവാറും തുല്യവംശന്മാർ മാത്രമേ യാജ കന്മാരാകുന്നുള്ളൂ. അതു ഹേതുവായിട്ട് ചൈത്രരഥിയെന്ന പ്രസിദ്ധനായ ഒരു ക്ഷത്രപതിയുണ്ടായി എന്നും വേദവാക്യത്തിൽ ക്ഷത്രപതിയെന്ന ബോധിക്കയാൽ ചൈത്രരഥിക്ക ക്ഷത്രിയത്വമുണ്ടെന്നും സ്പഷ്ടമാകുന്നു. ക്ഷ ത്രിയനായിരിക്കുന്ന ആ അഭിപ്രതാരിയോട്ടുക്കൂടി ജാനശ്രുതിക്ക തുല്യയായി രിക്കുന്ന വിദ്യാവിഷയത്തിൽ സങ്കീർത്തനം ഭവിക്കയാൽ തനിക്കും ക്ഷത്രി യത്വമുണ്ടെന്ന സൂചിക്കുന്നു. തുല്യന്മാരെ മാത്രമേ മിക്കവാറും കൂട്ടിച്ചേർത്തു പറകയുള്ളൂ. സൂതനെ അയയ്ക്കുക മുതലായ ഐശ്വര്യയോഗമിരിക്കയാല്യം ജാനശ്രുതിക്കും ക്ഷത്രിയത്വമുണ്ടെന്ന വെളിവാകുന്നു. ഇതു ഹേതുവായിട്ടും ജാതിശൂദ്രന് വിദ്യാധികാരമില്ല.

സൂത്രം: സംസ്കാരപരാമർശാത്തദഭാവാഭിലാപാച്ച. 36

ഭാഷ്യാർത്ഥം: ഇതു ഹേതുവായിട്ടും ശൂദ്രന് വിദ്യുക്ല, അധികാരമില്ല.

എന്തെന്നാൽ വിദ്യാപ്രദേശങ്ങളിൽ ഉപനയനാദിയായിരിക്കുന്ന സംസ്കാ രങ്ങൾ ആവശ്യമാണെന്ന പരാമർശിക്കപ്പെടുന്നു, 'അവനെ ഉപനയിപ്പിച്ച ഭഗവാനെ! പഠിപ്പിക്കണേ!' എന്ന പറഞ്ഞുംകൊണ്ട് ഉപസാദിച്ച എന്നും വേദപാരഗന്മാരായും സഗുണബ്രഹ്മനിഷ്ഠന്മാരായുമുള്ള ഭരദ്വാജാദികൾ ബ്രഹ്മത്തെ തിരഞ്ഞ് ഈ പിപ്പലാദൻ എല്ലാം പറയുമെന്ന നിശ്ചയിച്ച് അവർ കയ്യിൽ ചമതയും വച്ചുകൊണ്ട് ഭഗവാനായിരിക്കുന്ന പിപ്പലാദനെ പ്രാപിച്ച് എന്നും 'അവരെ ഉപനയിപ്പിക്കാതെ' എന്നും കേൾക്കകയാൽ വേദാധ്യയനത്തിന് ഉപനയനപ്രാപ്തി കാണിക്കപ്പെട്ടതായിത്തന്നെയിരി ക്കുന്നു. 'ശൂദ്രൻ നാലാമത്തെ വർണ്ണവും ഏകജാതിയും' എന്ന് സ്മരിച്ചിരി ക്കയാല്യം ശൂദ്രുകൽ പാപം അല്പവും ഇല്ലാത്തതിനാൽ അവന് സംസ്കാരം ആവശ്യമില്ലെന്ന പറകയാല്യം ശൂദ്രന് സംസ്കാരമില്ലെന്ന പറയപ്പെടുന്നു.

സൂത്രം: തദഭാവനിർദ്ധാരണേ ച പ്രവൃത്തേഃ

ഭാഷ്യാർത്ഥം: ഇതു ഹേതുവായിട്ടും ശൂദ്രന് വിദ്യയിലധികാരമില്ല. എന്തെ ന്നാൽ, സത്യവചനത്താൽ താൻ ശൂദ്രനല്ലെന്ന് ഉറപ്പാക്കിയതിന്റെ ശേഷമേ ജാബാലനെ ഗൗതമൻ ഉപനയിപ്പിക്കുന്നതിനും അഭ്യസിപ്പിക്കുന്നതിനും ശ്രമിച്ചിട്ടുള്ള. ഇതിനെ വിവേചിച്ച പറയുന്നതിന് ബ്രാഹ്മണനല്ലാത്തവൻ യോഗ്യനാകുന്നില്ല. അല്ലയോ സൗമ്യ! നീ ചെന്ന് ചമതയെക്കൊണ്ടുവാ, നിന്നെ ഉപനയിപ്പിക്കാം. നീ സത്യത്തിൽനിന്നും തെറ്റിയില്ല എന്ന വേദവാക്യം (ലിംഗ)കാരണമാകുന്നു.

സൂത്രം: ശ്രവണാദ്ധ്യയനാർത്ഥപ്രതിഷേധാൽ സൂതേശ്ച. 38

ഭാഷ്യാർത്ഥം: ഇതു ഹേതുവായിട്ടും ശൂദ്രന്ന് വിദ്യയിൽ അധികാര മില്ല, എന്തെന്നാൽ സ്മൃതിപ്രമാണത്താൽ ശൂദ്രന്ന് ശ്രവണത്തിനും

അദ്ധ്യയനത്തിനും പ്രതിഷേധം കാണകയാൽ വേദശ്രവണപ്രതിഷേധവ്വും വേദാദ്ധ്യയനപ്രതിഷേധവ്വും വേദാർത്ഥജ്ഞാനപ്രതിഷേധവ്വും വേദാനു ഷ്ഠാനപ്രതിഷേധവ്വും സൂരിക്കപ്പെട്ടന്നു. ശ്രവണപ്രതിഷേധം പറയപ്പെട്ടത് എങ്ങനെയെന്നാൽ, 'ഇവൻ വേദത്തെ കേൾക്കുകയാൽ ഈയവ്വും മെഴു കുമുരുക്കിയൊഴിച്ച് ഇവന്റെ ചെവികളെ നിറയ്ക്കുക' എന്നം, പദ്യ[2] ഹവേ, ത്യാദിവാക്യത്താൽ ശൂദ്രസമീപത്തിൽവച്ച അദ്ധ്യയനം ചെയ്യരുതെന്ന് കേൾക്കുകയാൽ സമീപത്തിൽവച്ചപോലും വിധിയല്ലാത്ത വേദാദ്ധ്യയനം തനിക്ക് അശേഷം പാടില്ലെന്നും സ്പഷ്ടമാകുന്നു. 'അത്രയുമല്ലാ ശൂദ്രൻ വേദ മുച്ചരിച്ചാൽ നാക്ക കണ്ടിക്കണമെന്നും, ധരിച്ചാൽ ശരീരത്തെ വെട്ടിപ്പിളർ ക്കണമെന്ന'മിരിക്കയാൽ, വേദാർത്ഥജ്ഞാനത്തിനും തദനുഷ്ഠാനത്തിനും പാടില്ലെന്ന് സിദ്ധമാകുന്നു. 'ശൂദ്രന് ജ്ഞാനത്തെ കൊട്ടക്കരുതെന്നം' അദ്ധ്യയനം, യാഗം, ദാനം ഇളകൾ ദ്വിജാതികൾക്കാണെന്നും വേദപ്ര മാണവ്വും കാണുന്നു. പൂർവ്വജന്മത്തിൽ ചെയ്യപ്പെട്ട സംസ്കാരപ്രാപ്തിയാൽ വിദുരൻ, ധർമ്മവ്യാധൻ തുടങ്ങിയ ശൂദ്രർക്ക് ജ്ഞാനോല്പത്തിയുണ്ടായിരു ന്നുവെങ്കിലും ജ്ഞാനത്തിന് ഐകാന്തികഫലത്വമുള്ളതിനാലും ഇതിഹാ സപ്പുരാണങ്ങളെ ചാതുർവർണ്ണ്യങ്ങളെ ശ്രുവിപ്പിക്കണമെന്ന ഹേതുവാലും അവർക്ക് ഫലപ്രാപ്തിയെ പ്രതിബന്ധിപ്പിക്കാൻ കഴിയുന്നതല്ല. ആകയാൽ വേദപൂർവ്വകമായിരിക്കുന്ന വിദ്യാധികാരം ശൂദ്രന് വിഹിതമല്ലെന്നിരി ക്കുന്നു.'

ജാനശ്രുതി രയിക്വന്റെ അടുക്കൽചെന്ന് ഉപദേശം വേണമെന്ന് അപേ ക്ഷിക്കുകയും രയിക്വൻ 'കഷ്ടം! കഷ്ടം! ശൂദ്രനായ നിനക്ക പറഞ്ഞുതരിക യില്ലാ; നിന്റെ ദ്രവ്യം നീതന്നെ എടുത്തോ' എന്ന് ഉപേക്ഷിച്ച പറയുകയും ചെയ്തു. ശൂദ്രന വിദ്യാധികാരമില്ല, അവനെ യാതൊന്നും പഠിപ്പിച്ചപോക രുത് എന്നുള്ള നിയമം പ്രബലമായി നടന്നുവരുന്ന കാലത്താകയാൽ, ഈ വാക്കുകേട്ടുകൂട്ടുമ്പോൾ, 'ഓഹോ എന്നെ രയിക്വൻ ശൂദ്രനെന്നു തെറ്റിദ്ധരിച്ച പോയി; അതുകൊണ്ടാണ് ഇപ്രകാരം പറഞ്ഞുനിഷേധിച്ചത്.' എന്ന ജാന ശ്രുതിക്ക നല്ലതിൻവണ്ണം മനസ്സിലായിരിക്കും. താൻ ശൂദ്രനല്ലായിരുന്നു എങ്കിൽ (പെട്ടെന്ന്) 'അയ്യോ ഞാൻ ശൂദ്രനല്ലെ, ഇന്ന ജാതിക്കാരനാണെ' എന്ന് ഉടൻ പറയുമായിരുന്നു. അപ്രകാരം യാതൊന്നും ചെയ്യാത്തതുകൊ ണ്ട ജാനശ്രുതി ജാതി ശൂദ്രനാണെന്നും തന്നിമിത്തം ശൂദ്രശബ്ദത്തിന് അവയവാർത്ഥമില്ലെന്നും വരുന്നു.

അല്ലാതെയും, ഈ ജാനശ്രുത്യുപാഖ്യാനം കേട്ടാൽ സാധാരണ വിദ്വാ ന്മാർപോലും ഈ ശൂദ്രശബ്ദത്തിന് ജാതിശൂദ്രതയെത്തന്നെ അർത്ഥമായി ഗ്രഹിപ്പാനെ ഇടയുള്ള. അങ്ങനെതന്നെ ധരിച്ചുമിരിക്കുമെന്ന കരുതിയാണ് സൂത്രഭാഷ്യകാരന്മാർ ആയതിനെ മറയ്ക്കുന്നതിന മനഃപൂർവ്വം പൂർവ്വപക്ഷം ചെയ്തു നിഷേധിച്ചുംവച്ച വേറെ പ്രകാരത്തിൽ സിദ്ധാന്തിച്ച് വളരെ ഒക്കെ ബദ്ധപ്പെട്ടു പരാക്രമങ്ങളെ കാണിച്ചിരിക്കുന്നത്; ഇതിനെ ആലോചി ക്കുമ്പോൾ ഇപ്രകാരം ഒരു സിദ്ധാന്തം ചെയ്തില്ലെങ്കിൽ ജാനശ്രുതിക്ക് എല്ലാപേരും ജാതിശൂദ്രതയെത്തന്നെ നിശ്ചയിച്ചുകളയുമെന്ന ഭാഷ്യ കർത്താവും നിരൂപിച്ചിട്ടുള്ളതായി തെളിയുന്നു; ജാനശ്രുതി രയിക്വന്റെ

വാക്ക് കേട്ടുകൂട്ടുമ്പോൾ അതിന്റെ സാധാരണ അർത്ഥമായ ജാതിശ്ശൂദ്രത യെത്തന്നെയാണ് മനസ്സിലാക്കിയത് എന്ന് ഇതുകൊണ്ടും നിശ്ചയിക്കാ വുന്നതാണ്.

അതല്ല, രയിക്വൻ ആന്തരമായിക്കരുതിയ അവയവാർത്ഥത്തെ താൻ അറിഞ്ഞതുകൊണ്ടായിരുന്നു മിണ്ടാതെ പോയതെങ്കിൽ 'വിദ്യാവിഹീന നായ ഒരുവനെ' എന്ന പറഞ്ഞതുകേട്ട വ്യസനിച്ച് അതിനെ പരിഹരിപ്പാൻ നോക്കിയ ജാനശ്രുതിക്കു രയിക്വന്റെ മനോഗതത്തേയും ശ്രുദ്രശബ്ദത്തിന് അസാധാരണമായി കൊണ്ടുവന്ന അവയവാർത്ഥത്തേയും അറിയുന്ന തിനതക്കതായ പരോക്ഷജ്ഞാനവും ശബ്ദാർത്ഥ ശാസ്ത്രപാണ്ഡിത്യവും ഉണ്ടായിരിപ്പാനും ഇടയില്ല. ആയതിനാൽ അതും ചേരുകയില്ല. ഈ ന്യായങ്ങളാൽ ജാനശ്രുതി ജാതിശ്ശൂദ്രനെന്നും അവയവാർത്ഥം വൃഥാക ല്പിതമെന്നും തെളിയുന്നു.

പിന്നെയും, അവയവാർത്ഥം സ്വീകരിക്കുന്നപക്ഷം ജാനശ്രുതി ജാതി ശ്ശൂദ്രനല്ല ക്ഷത്രിയനാണെന്നും അപ്പോൾ വേദാദ്ധ്യയനത്തിന് അനർഹന ല്ലെന്നും വരണം. ആ സ്ഥിതിക്ക് നേരെ ഉപദേശിച്ചുകൊടുക്കാതെ 'കഷ്ടം കഷ്ടം.' എന്നപറഞ്ഞു നിഷേധിച്ചത് ഉചിതമായോ? അതിശ്രദ്ധയോട്ടുകൂടി വ്യസനിച്ച വരുന്നവന് ഉപദേശിക്കരുതെന്ന് വല്ല നിഷേധവ്യുമുണ്ടായിരു ന്നിട്ടാണെങ്കിൽ അത പ്രമാണവിരുദ്ധമാകുന്നു; ഉപദേശിക്കപ്പെട്ടാലല്ലാതെ വിട്ടുപോകാത്തയും ആദ്യം ഉപദേശിക്കാതെ ഉപേക്ഷിപ്പാൻ കാരണമെന്ന കാണപ്പെടുന്നതുമായ വ്യസനത്തോട്ടുകൂടി ഇരിക്കവേതന്നെ രണ്ടാമത് ഉപദേശിച്ചുമിരിക്കുന്നു; ഇപ്രകാരം വരുന്നവൻ ആകുന്ന ഉപദേശിക്കപ്പെ ടാൻ പാത്രമെന്നുള്ളത് 'വിദ്യായാം വ്യസനം' മുതലായ പ്രമാണങ്ങൾക്കും യുക്ത്യനുഭവങ്ങൾക്കും അനുസരണമായുമിരിക്കുന്നു.

ജാനശ്രുതിയുടെ പരിപാകതയെ പരീക്ഷിപ്പാനായിരുന്നു എങ്കിൽ മുമ്പിൽക്കൂട്ടി പരോക്ഷജ്ഞാനംകൊണ്ട് അറിഞ്ഞിരിക്കുന്ന രയിക്വന് പരീക്ഷ വേണ്ടല്ലോ. വേണമെന്ന വരുന്നപക്ഷത്തിൽ അദ്ദേഹം പരോ ക്ഷജ്ഞാനം കൊണ്ട് അറിയുന്ന ആളല്ലെന്നും അപ്പോൾ ശ്രുദ്രശബ്ദം അവയവാർത്ഥകമല്ലെന്നും വരും.

ജാനശ്രുതിക്ക് അപ്പോൾ ഉണ്ടായിരുന്ന ഭക്തിശ്രുദ്ധ മതിയാകായ്കയാൽ ആയതിനെ വർദ്ധിപ്പിക്കാനായിരുന്നു എങ്കിൽ വളരെക്കാലം താമസി പ്പിക്കയും ശ്രുശ്രൂഷിപ്പിക്കയും മറ്റുംചെയ്ത് സൂക്ഷിച്ച കണ്ടറിഞ്ഞ് പറഞ്ഞു കൊട്ടക്കേണ്ടതായിരുന്നു. പരീക്ഷിക്കാനാണെങ്കിലും അപ്രകാരംതന്നെ 'ദ്വാദശാബ്ദത്തു ശ്രുശ്രൂഷാം' എന്നല്ലയോ പ്രമാണം പറയുന്നത്. ഇവിടെ അതും അനുഷ്ഠിക്കപ്പെട്ടില്ല; നേരേമറിച്ച് 'ഇയം ജായാ അയംഗ്രാമോ' എന്നി രിക്കയാൽ ഗുരവോ ബഹവസ്തുതി ശിഷ്യവിത്താപഹാരകാഃ എന്നപോലെ പരീക്ഷിപ്പാൻ നോക്കിയത് കൂടുതൽ ദക്ഷിണയെക്കരുതിയാണെന്ന തോന്നുന്നു. വേറെ വിധം പറയുന്നതിന് യാതൊരു മാർഗ്ഗവും കാണുന്നില്ല.

താൻ ആദ്യം ഉപേക്ഷിച്ചാൽ രണ്ടാമത് ഉപദേശിക്കേണ്ടതായി വരും; അപ്പോൾ അടുത്ത ഭവിഷ്യത്തിനെപ്പോലും അറിയുന്നതിനുള്ള

പരോക്ഷജ്ഞാനം തനിക്ക് ഇല്ലെന്ന വന്നുപോകും; ആയത്തു ശരിയുമല്ല എന്നോർത്തു ക്ഷമിച്ചുകളയാതെ ഉപേക്ഷിച്ചതിനെ നോക്കുമ്പോൾ എല്ലാ പേരേയുംപോലെ മാംസദൃഷ്ടികൊണ്ട് പുറമെ അപ്പോൾ കണ്ടപ്രകാരം അറിഞ്ഞിരിക്കുമെന്നല്ലാതെ രയിക്വൻ തന്റെ പരോക്ഷജ്ഞാനംകൊണ്ട് അറിയുകയോ ആയതിനെ വെളിക്ക സൂചിപ്പിക്കണമെന്ന കരുതുകയോ ചെയ്തിട്ടില്ലെന്നും ആദ്യം ഉപേക്ഷിച്ചിട്ട് രണ്ടാമത് ഉപദേശിക്കയും വേണ്ടെന്ന തള്ളിയേച്ച കൂടുതലായി കിട്ടിയപ്പോൾ മടങ്ങി സ്വീകരിക്കയും ചെയ്തതിനാൽ എന്തായാലും ദ്രവ്യലാഭത്തിനുതക്കപോലെ പ്രവർത്തിക്ക ണമെന്നല്ലാതെ തന്റെ വാക്കിനും പ്രവൃത്തിക്കും വ്യവസ്ഥകേട്ട സംഭവി ക്കരുതെന്നുള്ള വിചാരത്തിന മൂലവും ന്യായവുമായ ഒരഭിമാനം രയിക്വന് ഉണ്ടായിരുന്നില്ലെന്നും കാണുന്നതിനാൽ ഈ ശൂദ്രശബ്ദം അവയവാർത്ഥ കമല്ലെന്നും ജാനശ്രുതി ജാതിശ്ശൂദ്രൻ തന്നെ എന്നും സിദ്ധിക്കുന്നു.

മേൽകാണിച്ച സൂത്രഭാഷ്യത്തിൽ ഒരുദാഹരണമായി സ്വീകരിച്ചിരിക്ക ന്നതും ജാനശ്രുത്യുപാഖ്യാനംപോലെ ഈ വിഷയത്തിൽ ഒരു പ്രമാണമായി പറയപ്പെടുന്നതും ആയ ജാബാലന്റെ കഥയെപ്പറ്റി സ്വല്പം ചിന്തിക്കാം.

ജാബാലകഥാസാരം: 'ജാബാലൻ ഗൗതമന്റെ അടുത്ത് അദ്ധ്യയനത്തിന ചെന്നു. ഗൗതമന് അവന്റെ പേരിൽ ശൂദ്രശങ്കയുണ്ടായി. ജാബാലനെക്കൊ ണ്ട് താൻ ശൂദ്രനല്ലെന്ന സത്യംചെയ്യിച്ചശേഷമേ പഠിപ്പിച്ചുകൊടുത്തുള്ളൂ.'

ഇതിനെയും ശൂദ്രൻ വിദ്യയ്ക്ക് പണ്ടുപണ്ടേ അനർഹനാണെന്നുള്ളതിന ഒരു ദൃഷ്ടാന്തമായി ബ്രാഹ്മണർ പറയുന്നുണ്ട്.

ശൂദ്രൻ വിദ്യയ്ക്ക് അനർഹനെന്നും അതിനാൽ അവനെ യാതൊന്നും പഠിപ്പിച്ചുപോകരുതെന്നും മുമ്പിനാലെ നിഷേധിക്കപ്പെട്ടിട്ടുണ്ട് – ജാബാലൻ ചെന്നത് അഭ്യസിപ്പാനമായിരുന്നു. അപ്പോൾ ഗൗതമൻ ജാബാലനെക്കൊണ്ട് ശൂദ്രനല്ലെന്ന സത്യം ചെയ്യിച്ചതിനാൽ ഗൗതമന് ജാബാലനെക്കുറിച്ച് ശൂദ്രശങ്കയുണ്ടായിരുന്നെന്നും തന്നിമിത്തം ഇവൻ നമ്മെ കബളിപ്പിച്ച് വിദ്യാമോഷണത്തിനായി വന്നിരിക്കയാണെന്നുള്ള സംശയം അദ്ദേഹത്തിന്റെ ഉള്ളിൽ ജനിച്ചിരുന്നു എന്നും നിശ്ചയംതന്നെ: പിന്നെ ശൂദ്രൻ അനൃതവാക്കാണെന്ന് പ്രമാണവും ഉണ്ട്. ഇങ്ങനെ അവിശ്വാ സിയെന്ന തെളിയുന്ന ജാബാലന്റെ വാക്കിനെ ഗൗതമൻ വിശ്വസിക്കയും സന്ദേഹത്തിൽനിന്നു വേർപെടുകയും ചെയ്യയില്ല. ഗൗതമന് ജാബാലന്റെ ജാതിനിർണ്ണയം ചെയ്യേ കഴിയൂ എന്ന നിർബന്ധമുണ്ടായിരുന്നെങ്കിൽ ജാബാലനെ നല്ല പരിചയമുള്ളവരായ ബ്രാഹ്മണരോട് ആരോടെങ്കിലും അദ്ദേഹം പരമാർത്ഥം ചോദിച്ചറിയുമായിരുന്നു. അപ്രകാരം ചെയ്തതായി കാണുന്നുമില്ല. ഉപനയിപ്പിക്കയും പഠിപ്പിക്കയും ചെയ്തിട്ടുമുണ്ട്. ഇതെല്ലാം കൊണ്ടും ഗൗതമന് മനഃപൂർവ്വമായിട്ട് ശൂദ്രനെ പഠിപ്പിച്ചുകൂടെന്നോ പഠി പ്പിച്ചാൽ തനിക്കും പഠിച്ചാൽ അവനും ദോഷമുണ്ടെന്നോ ശൂദ്രനല്ലെന്ന് വരികിലേ പഠിപ്പിക്കാവൂ എന്നോ ഉള്ള അഭിപ്രായം ഉണ്ടായിരുന്നില്ലെന്നും ആരായാലും എന്തു ജാതിയായാലും ശരി, ശ്രദ്ധയുള്ളവരെ പഠിപ്പിക്കണമെ ന്നുള്ള അഭിപ്രായമേ ഉണ്ടായിരുന്നുള്ളൂ എന്നും സ്പഷ്ടമാകുന്നു.

സമാധാനം: എന്നാൽ സത്യം ചെയ്യിച്ചതെന്തിന്?

നിഷേധം: അതു പറയാം. ശൂദ്രന് ബ്രാഹ്മണശുശ്രൂഷ ഒഴിച്ച് മറ്റൊരു നന്മയ്ക്കും അധികാരമില്ലെന്നും, ആരും ഒന്നും പഠിപ്പിച്ചുപോകരുതെന്നും, അവനവന്റെ ഇച്ഛപോലെ ചില സങ്കേതങ്ങൾ ഏർപ്പെടുത്തി അവയെ അനാദിപ്രമാണാ നുസരണം നടത്തുന്നതിന് ശ്രദ്ധാലുക്കളായിരുന്ന അക്കാലത്തെ പ്രബലന്മാ രോട്, ഞാൻ സത്യംചെയ്യിച്ചതിൽ പിന്നീടേ പറഞ്ഞുകൊടുത്തുള്ള എന്നുള്ള സമാധാനംപറഞ്ഞ് സമ്മതപ്പെടുത്തുന്നതിലേക്കായിട്ടുമാത്രമായിരുന്നു.

ഇനി മേൽക്കാണിച്ച ഭാഗങ്ങളെത്തുടർന്ന്, ഉപനയനാദികൊണ്ട് ബ്ര ഹ്മവിദ്യയ്ക്ക് അർഹത സിദ്ധിക്കയില്ലെന്നും, സാധനചതുഷ്ടയസമ്പന്നനാണ് അതിലേക്ക് അർഹനെന്നുമുള്ളതിന് ശ്രീവേദാന്തസൂത്രഭാഷ്യം ഒന്നാം അദ്ധ്യായം, ഒന്നാം പാദം, ഒന്നാം അധികരണം, ഒന്നാം സൂത്രഭാഗത്തെ താഴെ ചേർക്കുന്നു.

'അഥാതോ ബ്രഹ്മജിജ്ഞാസാ' ഇതിഭാഷ്യം തത്ര അഥ ശബ്ദ ആനന്തര്യാർത്ഥഃ പരിഗൃഹ്യതേ. നാധികാരാർത്ഥഃ ബ്രഹ്മജിജ്ഞാസായാ അനധികാര്യത്വാൽ മംഗളസ്യ ച വാക്യാർത്ഥേ സമന്വയാഭാവാൽ അർത്ഥാന്തരപ്രയുക്തം ഏവ ഹി അഥ ശബ്ദഃ ശ്രുത്യാ മംഗളപ്രയോജനോ ഭവതി. പൂർവ്വ പ്രകൃതാപേക്ഷായാശ്ച ഫലതഃ ആനന്തര്യ അപ്യതിരേകാൽ സതി ച ആനന്തര്യാർത്ഥത്വേ യഥാ ധർമ്മജിജ്ഞാസാ പൂർവ്വവൃത്തം വേദാദ്ധ്യയനം നിയമേനാപേക്ഷ തേ ഏവം ബ്രഹ്മജിജ്ഞാസാപി യൽ പൂർവ്വവൃത്തം നിയമേനാപേക്ഷതേ തദ്വക്തവ്യം സ്വാദ്ധ്യായാനാന്തര്യ സമാനം നന്വിഹ കർമ്മാവബോധാനന്തര്യം വിശേഷഃ ന ധർമ്മജിജ്ഞാ സായാഃ പ്രാഗപ്യധീതവേദാന്തസ്യ ബ്രഹ്മജിജ്ഞാസോപപത്തയേ യഥാ ച ഹൃദയാദൃവദാനാനാമാനന്തര്യനിയമഃ ക്രമസ്യ വിവക്ഷിതത്വാൽ ന തഥേഹ ക്രമോ വിവക്ഷിതഃ ശേഷശേഷിത്വേ അധികൃതാധികാരേ വാ പ്രമാണാഭാവാൽ ധർമ്മബ്രഹ്മജിജ്ഞാസയോഃ ഫലജിജ്ഞാസാഭേദാച്ച അഭ്യുദയഫലം ധർമ്മജ്ഞാനം തച്ചാനുഷ്ഠാനാപേക്ഷം നിശ്രേയസഫ ലത്തു ബ്രഹ്മവിജ്ഞാനം, ന ചാനുഷ്ഠാനാന്തരാപേക്ഷം ഭവൃശ്ച ധർമ്മോ ജിജ്ഞാസ്യോ ന ജ്ഞാനകാലേസ്തി പുരുഷവ്യാപാര തന്ത്രത്വാൽ ഇഹ ഇ ഭൂതം ബ്രഹ്മജിജ്ഞാസ്യം നിത്യനിർവൃത്തത്വാൽ ന പുരുഷവ്യാപാരത ന്ത്രം ചോദനാപ്രവൃത്തി ഭേദാച്ച യാ ഹി ചോദനാധർമ്മസ്യ ലക്ഷണം സാ സ്വവിഷയേ നിയുഞ്ജാനൈവ പുരുഷമവബോധയതി ബ്രഹ്മചോദനന്തു പുരുഷമവബോധയത്യേവകേവലം. അവബോധനസ്യചോദനാജന്യ ത്വാൽ ന പുരുഷോളവബോധേ നിയുജ്യതേ യഥാ ക്ഷാത്ര്യസന്നികർ ഷേണാർത്ഥാവബോധേ തദ്വൽ തസ്മാൽ കിമപി വക്തവ്യം യദനന്തരം ബ്രഹ്മജിജ്ഞാസോപദിശ്യത ഇതി ഉച്യതേ. നിത്യാനിത്യവസ്തുവിവേകാ ഇഹാമുത്രാർത്ഥ ഭോഗവിരാഗഃ ശമദമാദി സാധനസമ്പൽമുമുക്ഷത്വഞ്ച തേഷു ഹി സത്സുപ്രാഗപി ധർമ്മജിജ്ഞാസായ ഊർദ്ധ്വഞ്ചശക്യതേ ബ്രഹ്മജിജ്ഞാസിതും ജ്ഞാതുഞ്ച തസ്മാദഥ ശബ്ദേന യഥോക്തസാധന സമ്പത്ത്യാനന്തര്യമുപദിശ്യതേ.

ഗുണകർമ്മങ്ങളെ അടിസ്ഥാനപ്പെടുത്തി മാത്രമേ വർണ്ണവ്യത്യാസം ഉണ്ടായിരിക്കാൻ പാട്ടുള്ള എന്നും അതിലേക്കു പാരമ്പര്യത്തെ അടിസ്ഥാനമാക്കിപ്പറയുന്നതു പിശകാണെന്നും ആദ്യകാലംമുതൽക്ക് പാരമ്പര്യഭിന്നമായും അനുലോമപ്രതിലോമഗതികളായും വർണ്ണഭേദങ്ങളുണ്ടായിട്ടുണ്ടെന്നും മുമ്പിൽ പ്രസ്താവിച്ചു. ഇതിലേക്കു വേറൊരുദാഹരണമായി ബ്രാഹണവർഗ്ഗത്തിന്റെ ഒരു പൊതു വിവരണവും പുത്രപൗത്രപരമ്പരയാ ബ്രാഹണരെന്നഭിമാനിച്ച് പരിഷ്ക്കാരപ്രാപ്തിക്കു ബാധകളായിത്തീർന്നിരിക്കുന്നവരിൽ ചിലരുടെ ഉല്പത്തികളും ഇവിടെ ചേർക്കുന്നു. ഇവർക്ക് വർണ്ണവ്യത്യാസം സംബന്ധിച്ചും വർഗ്ഗസാധാരണമായും എത്തമാത്രം ബഹുമാന്യത സാമുദായികമായി സംഭവിക്കാമെന്ന് വായനക്കാർതന്നെ തീർച്ചപ്പെടുത്തിക്കൊള്ളട്ടെ.

സ്കാന്ദപുരാണാന്തർഗ്ഗത സഹ്യാദ്രിഖണ്ഡോത്തരാർദ്ധം ഒന്നാം അദ്ധ്യായത്തിന്റെ സാരം:

ചിത്പാവനബ്രാഹമണോല്പത്തി (സ്കന്ദമഹാദേവസംവാദം.) ബ്രാഹമണർ പ്രധാനമായി രണ്ടുവിധമുണ്ട്. (1) പഞ്ചദ്രാവിഡർ, 2) പഞ്ചഗൗഡർ.

പഞ്ചദ്രാവിഡർ: 1) ദ്രാവിഡന്മാർ, 2) തൈലംഗന്മാർ, 3) കർന്നാടർ, 4) മധ്യദേശഗന്മാർ, 5) ഗുർജരന്മാർ.

പഞ്ചഗൗഡന്മാർ: 1) ഗൗഡർ, 2) സാരസ്വതർ, 3) കാന്യകുബ്ജർ, 4) ഉൽകലർ, 5) മൈഥിലർ; അഥവാ 1) ത്രിഹോത്രന്മാർ, 2) അഗ്നിവൈശ്യന്മാർ, 3) കാന്യകുബ്ജർ, 4) കനോജയർ, 5) മൈത്രായണർ.

ബ്രാഹണരുടെ പൊതു അവകാശങ്ങൾ:

1) ബ്രഹഗായത്രി, 2) വേദകർമ്മം, 3) അദ്ധ്യയനാദ്ധ്യാപനാദിഷ്ക്കർമ്മം, 4) ഭുഞ്ജ്യത്വം, 5) ഭോജനീയത്വം, 6) വിവാഹം (ശാഖയ്ക്കും സൂത്രത്തിനും (ഗോത്രത്തിനും)) ഒത്ത്.

ബ്രാഹണരുടെ ആചാരങ്ങൾ (ദേശദോഷങ്ങൾ)

1) ഗുർജരദേശത്ത്, തോലിൽ ആക്കിയ വെള്ളം (ചർമ്മാംബു) സ്ത്രീ കരിക്കക (ഉപയോഗിക്കുക), 2) ദക്ഷിണദേശത്ത്, ദാസീഗമനം, 3) കർന്നാടദേശത്ത്, പല്ലുതേല്ലില്ലായ്മ, 4) കശ്മീരദേശത്ത്, അലക്കുജോലി ചെയ്യുക, 5) തൈലംഗദേശത്ത്, ഗോവാഹനം, 6) ദ്രാവിഡദേശത്ത്, പഴഞ്ചോറുഭക്ഷണം; ഗുർജരസ്ത്രീകൾ മേൽക്കച്ചയില്ലാത്തവരും (കച്ചഹീനാ) വിധവകൾ റൗക്കയുള്ളവരും ആകുന്നു; ത്രിഹോത്രന്മാരും കനോജയന്മാരും മത്സ്യമാംസം തിന്നുന്നവരും, കാന്യകുബ്ജർ ഭ്രാതൃഗാമികളും ആകുന്നു.

അനന്തരം ചിത്പാവനബ്രാഹമണോല്പത്തിയാകുന്നു: ഇതിനെപ്പറ്റിയുള്ള പ്രധാനവിവരങ്ങൾ അവതാരികയിലും മറ്റും വിവരിച്ചിട്ടുള്ളതുകൊണ്ട് ഇവിടെ ചേർക്കുന്നില്ല.

13. സഹ്യാദ്രിഖണ്ഡം ഉത്തരാർദ്ധം രണ്ടാം അദ്ധ്യായത്തിന്റെ സാരം:

കരാഷ്ട്രബ്രാഹ്മണോല്പത്തി:

കാരാഷ്ട്രദേശം, വേദവതിക്ക വടക്കും, കോയനാസംഗമത്തിന തെക്കമായി ദശയോജനവിസ്താരത്തിൽ കിടക്കുന്നു.

ബ്രാഹ്മണരുടെ സ്ഥിതി:
'ഖരസ്യാവ്യസ്ഥിയോഗേന രേത ക്ഷിപ്തം വിഭാവകം
തേന തേഷാം സമുല്പത്തിർ ജാതാ വൈ പാപകർമ്മിണാം.'

കരാഷ്ട്രബ്രാഹ്മണരുടെ മാതൃകാദേവിക്ക വർഷംതോറും ലക്ഷണമൊത്ത ബ്രാഹ്മണപുരുഷനെ ബലികൊട്ടുക്കാറുണ്ട്. (ഇപ്രകാരം) ബ്രഹ്മഹത്തികൊ ണ്ട് ഇവർ നശിക്കുന്നു. ഇവരെ തൊട്ടാൽ കുളിക്കണം. ഇവരുള്ളേടംതൊട്ട് മൂന്നു യോജനദ്ദൂരം വായു ദൂഷിച്ചപോകുന്നു.

ഇവർ സർവ്വകർമ്മധർമ്മബഹിഷ്ഠതന്മാരാകുന്നു. ഇതിൽ ചിലർ ഇരു പദനാമധാരകന്മാരാകുന്നു.

കൊങ്കണദേശം: സഹ്യന്റെ മുകളിൽ നാല്യം നൂറും യോജനവിസ്താരത്തിൽ ഈ ദേശം കിടക്കുന്നു. കൊങ്കണത്തിലുള്ളവർ പാദമാത്രഗായത്രിയുള്ളവ രാണ്. കൊങ്കണബ്രാഹ്മണർ (പദ്യയോഃ ബ്രാഹ്മണാ ഖലു) പാദപാരഗനാ മധാരകന്മാർ ആകുന്നു. ഇവരെ സകല കർമ്മങ്ങളില്ലും വർജ്ജിക്കണം.

14. ടിയിൽ അഞ്ചാം അദ്ധ്യായം:

ഗൗഡന്മാർ: ഇവരിൽ ഗോവിന്ദപുരവാസികളായ ബ്രാഹ്മണർ മദ്യമാംസം അശിക്കുന്നവരാകുന്നു. കിഴക്കും പടിഞ്ഞാറുമുള്ള സമുദ്രതീരവാസികളായ സാരസ്വതന്മാർ മത്സ്യം ഭക്ഷിക്കുന്നവരാണ്. ഇവർ പത്തുവിധം: 1) ശ്രുദ്ധർ 2) അശ്രുദ്ധർ 3) സിദ്ധർ 4) കാപൗണ്ഡ്രർ 5) ഭീതചാരി 6) ശ്രേണി 7) കൗശികർ 8) നർവ്വർ 9) ബധികർ 10) ലജ്ജകർ. വാരാഹത്തിൽ ബ്രാ ഫണർ ഗജഭക്ഷകരായിരുന്നു എന്നു പറയുന്നു. ജഗന്നാഥത്തുള്ളവർ മദ്യമാം സങ്ങൾ ഉപയോഗിക്കും. ഉത്തരഭാഗത്തും മാംസഭക്ഷണമുണ്ട്. നർമ്മദയ്ക്കു തെക്കുള്ളവർ മരുമകളെ വിവാഹംചെയ്യും. (സ്കാന്ദത്തിൽ നാഗരഖണ്ഡവ്വും, ലിംഗപുരാണവ്വും നോക്കുക)

ഈ വിവരണം വിസ്തരഭയത്താൽ തൽക്കാലം നിറുത്തിവയ്ക്കുന്നു. കേരള ത്തിൽ മേല്പറഞ്ഞ തരത്തിലുള്ള ബ്രാഹ്മണരുടെ പ്രവേശനവും മറ്റും അടുത്ത പുസ്തകത്തിൽ കാണിച്ചുകൊള്ളാം.

കേരളാചാരങ്ങളെ കുറിക്കുന്നതായും കേരളവാസികൾക്ക സർവ്വോപ രിയായ ഒരു പ്രമാണമായും നിർമ്മിക്കപ്പെട്ടിട്ടുള്ള ഒരു ഗ്രന്ഥമാണ് കേരള മാഹാത്മ്യം. ഇതിൽ കേരളീയർക്കായി ഉണ്ടാക്കിവച്ചിട്ടുള്ള മതവും ആചാ രങ്ങളും അത്യന്തം പാപഗർഭവും ലജ്ജാവഹവുമാണെന്നു വ്യസനസമേതം പറയേണ്ടിയിരിക്കുന്നു. ഇതിനെ അറിവാനിച്ഛിക്കുന്ന വായനക്കാർ 3ാം അനുബന്ധം നോക്കി കാര്യം ഗ്രഹിച്ചുകൊള്ളട്ടെ. (അവിടെയും അതിനെ വ്യാഖ്യാനിക്കാൻ ശ്രമിച്ചിട്ടില്ല.)

ഈ കേരളത്തിൽ വളരെ പുരാതനകാലംമുതൽക്കെ നടപ്പുണ്ടായിരുന്ന

സദാചാരങ്ങളെക്കുറിച്ചും സത്യതല്പരതയെക്കുറിച്ചും മറ്റും ഈ ഗ്രന്ഥത്തിൽ സവിസ്തരം പ്രതിപാദിച്ചിട്ടുണ്ട്. ശാങ്കരസ്മൃതി, സഹ്യാദ്രിഖണ്ഡം മുതലായ സംസ്കൃതപ്രമാണങ്ങൾ ഇവയെ വേണ്ടവിധം സാധൂകരിക്കയും ചെയ്യുന്നു. അങ്ങനെയുള്ള ജനസമുദായത്തിന് ഇത്ര കഠിനമായ ഒരു പതിത്വം എങ്ങനെ സംഭവിച്ച ഇതിനെ അവർ സ്വയം വരുത്തിക്കൊണ്ടതോ? അതോ വിദേശീയന്മാർ അവർക്കായി ചമച്ചവച്ചതോ? എന്നിങ്ങനെ നിരൂ പിക്കുമ്പക്ഷത്തിൽ ഈ ഗ്രന്ഥത്തിൽ ഇതിനുമുൻപിൽ അനേകം തവണ പ്രസ്താവിച്ചവിധം സ്വദേശബഹിഷ്കൃതന്മാരും പാഷണ്ഡമതഗാമികളും ആയ ഒരുക്കൂട്ടം ആര്യബ്രാഹ്മണരുടെ ആഗമനം നിമിത്തമാണ് കേരളീയരായ സാധുക്കൾക്ക് ഈ നരകാന്ത്രതിക്കിടവന്നതെന്ന വിചാരിക്കേണ്ടിവരുന്നു. പാരമ്പര്യമായ ധർമ്മതല്പരതയുള്ള ഒരു സമുദായത്തിലോ സ്ഥാപനത്തിലോ സംസർഗ്ഗദോഷംകൊണ്ടും കാലഭേദത്താലും ഓരോ ദുരാചാരങ്ങൾ വന്നു കൂട്ടുന്നതിനു ലോകചരിത്രത്തിൽ വേണ്ടവോളം ഉദാഹരണങ്ങളുണ്ട്. മേല്പം പുരാണകാലത്തിനു മുമ്പുതന്നെ ആര്യന്മാരായ ബ്രാഹ്മണരുടെ കൂട്ടത്തിൽ ദുരിതരൂപികളായ വംശക്കാർ ധാരാളമുണ്ടായിരുന്നതായി മേൽക്കാണിച്ച പുരാണഭാഗങ്ങളിൽ കാണുന്നു. ഈ കേരളത്തിൽ വന്നുകൂടിയ ബ്രാഹ്മണർ ഇപ്രകാരമുള്ള പാപികളോ അതോ അവർ മദ്ധ്യപ്രദേശങ്ങളിലും മറ്റുമുള്ള ചില സൽ ബ്രാഹ്മണരോ എന്ന് ഇനി തീരുമാനിക്കേണ്ടതായിരിക്കുന്നു. ഇതിലേക്കായി അന്യവർഗ്ഗക്കാരായ മലയാളികളുടെ സദാചാരധർമ്മതല്പ രതയ്ക്കു സാക്ഷ്യംവഹിക്കുന്നതും ആര്യന്മാരാൽ സംസ്കൃതഭാഷയിൽ എഴുത പ്പെട്ടതും ആയ സഹ്യാദ്രിഖണ്ഡം മുതലായവയും നാരദവ്യാസവചനങ്ങളും ഉദാഹരണങ്ങളാകുന്നു. (സഹ്യാദ്രിഖണ്ഡഭാഗത്തിന് 4ാം അനുബന്ധം നോക്കുക ആർഭടീയസംഹിത 11ാം അദ്ധ്യായത്തിലും മേല്പറഞ്ഞ വചന ങ്ങളിലും ഇതിനെക്കുറിച്ചുള്ള വിവരങ്ങൾ താഴെ ചേർത്തുകൊള്ളുന്നു.

ശൗനക:

'ശൃണു വിപ്ര! ദ്വിജശ്രേഷ്ഠാ ഭ്രഷ്ടാസ്തേ പര്യടൻ ഭവി ആക്ഷിപ്ലാ
(അലബ്ധാ) ഹാരനിലയാ ജഗ്മസ്തേ ദക്ഷിണാം ദിശം
യത്രാസ്തേ ഭഗവാൻ സാക്ഷാൽ കുംഭയോനിർമ്മുനീശ്വര:
യത്ര ദക്ഷിണകന്യാഖ്യം കുമാരീക്ഷേത്ര(തീർത്ഥ)മുത്തമം.
യത്രാഖിലഗുണാഢ്യാ ഭ്രസ്ഥിവേണീ വ വിരാജതേ
പശ്ചിമാണ്ഡിതടാത്സഹ്യപര്യന്തം ദ്വിജപുംഗവ!
ഈശ്വരാരാധനേ രക്താ ഭക്താ യത്ര സുസാധവ:
ജനാ യത്ര ദാനശൂരാ: സംഗ്രാമാങ്കണഭൈരവാ:
യോഗിനോ യൽ ഗൃഹാന്തസ്ഥ പേടികാ രത്നദീപികാ:
നായകാഖ്യാ യത്ര ശൂദ്ര(ാ) രാജാന: സന്തി സർവദാ
തത്രാഗത്യാ ചലാദ്യാസം ചക്രു: ക്വചന കേചന
സേവാരതാ: കേചിദന്യേപ്രഭലബ്ണോപജീവികാ: (ന:)
കൃത്വാഭിചാരമപരേ ജഗൃഹർധന സമ്പദ:
മിഥ: കലഹമുൽക്ഷിപ്യ തത്രപൂജ്യാ: പരേഭവൻ
രാജ്ഞോപവരകേ സ്ഥിത്വാപ്യന്യേ ധനമുപാദദു:

ശ്രാവൃത്യാപൃപജീവന്തി ഭാസുരാ അപി ഭ്രൂസുരാഃ
കിം ന കുർവന്തി വിഭ്രഷ്ടാ രാമശാപഹതാശ്ച തേ.'
(ആർഭടീയസംഹിത. അ. 11)

അർത്ഥം: ഭ്രഷ്ടന്മാരായ ബ്രാഹ്മണൻ ഭക്ഷണവും ഇരിപ്പിടവുമില്ലാത്തവരായി
ട്ട് അലഞ്ഞുതിരിഞ്ഞ് ഒടുവിൽ യാതൊരിടത്തു പടിഞ്ഞാറെ സമുദ്രംമുതൽ
സഹ്യൻവരെ ഗുണാഢ്യയായിരിക്കുന്ന ഭൂമി ത്രിവേണിയെന്നപോലെ
ശോഭിക്കുന്നോ, യാതൊരുദിക്കിൽ അഗസ്ത്യഭഗവാൻ വസിക്കുന്നോ,
എവിടെ ദക്ഷിണകന്യാകുമാരീക്ഷേത്രമിരിക്കുന്നോ, എവിടത്തുകാർ
ഭക്തിയുള്ള സാധുക്കളോ, യാതൊരിടത്തുള്ളവർ ദാനശൂരന്മാരായും വിശി
ഷ്ടയോദ്ധാക്കളായും ഇരിക്കുന്നോ, എവിടെയുള്ള ഗൃഹകളിൽ പെട്ടികളിൽ
രത്നദീപങ്ങളെന്നപോലെ യോഗികൾ ശോഭിക്കുന്നോ, സർവ്വസ്വവും ദാനം
ചെയ്യുന്ന നായകരെന്ന ശൂദ്രരാജാക്കളെവിടെയോ (അങ്ങനെ ഇരിക്കുന്ന)
ആ ദക്ഷിണദിക്കിനെ നോക്കിത്തിരിച്ചു. അവരിൽ ചിലർ ചിലടത്തു
സൂത്രത്തിൽ (കേറി) പാർത്തു പ്രഭവിങ്കൽനിന്നു കിട്ടിയതുകൊണ്ടുപജീവനം
കഴിച്ചു. ചിലർ സേവിച്ചുനിന്നു. ക്ഷുദ്രംചെയ്തു ചിലർ ധനസമ്പത്തുകളുണ്ടാക്കി.
ചിലർ തമ്മിൽത്തല്ലിച്ച ധനം കൈക്കലാക്കി. അടുക്കളവേലചെയ്തു ചിലർ
ധനം നേടി. ഹീനവൃത്തിയെടുത്തും ചില ബ്രാഹ്മണർ കാലംകഴിക്കുന്നു.
രാമശാപമേറ്റ കെട്ടവരെല്ല ചെയ്കയില്ലതന്നെ.

(ശതാനീകൻ ചോദിച്ചതിന് ഉത്തരമായിട്ടു മേല്പറഞ്ഞവ സ്കന്ദൻ പറഞ്ഞ
താകുന്നു.)

നാരദവചനം:
'ശ്രുതിസ്മൃതിപഥഭ്രഷ്ടാശ്ലിഷ്ടാചാരപരാങ്മുഖാഃ
തേമീപാഷണ്ഡിനസ്സാക്ഷാൽശിശ്നോദരപരായണാഃ'
വ്യാസവചനം:
'സന്ധ്യാത്രയവിഹീനാശ്ച ഗായത്രീഭക്തിവർജ്ജിതാഃ
ദൈവഭക്തിവിഹീനാശ്ച പാഷണ്ഡമതഗാമിനഃ
അഗ്നിഹോത്രാദി സൽകർമ്മസ്വധാസ്വാഹാവിവർജ്ജിതാഃ
മൂലപ്രകൃതിരവ്യക്താം നൈവ ജാനന്തി കർഹിചിൽ
തപ്ലമുദ്രാജിതാഃ കേചിൽ കാമാചാരരതാഃ പരേ
കാപാലികാഃ കൗളികാശ്ച ബൗദ്ധാജ്ജനാസ്ഥാപരേ
പണ്ഡിതാ അപി തേ സർവേ ദുരാചാരപ്രവർത്തകാഃ
ലംപടാ പരദാരേഷു ദുരാചാരപരായണാഃ
കുംഭീപാകം പുനസ്സർവേ യാസ്യന്തി നിജകർമ്മഭിഃ'

ഇങ്ങനെയുള്ള പ്രമാണങ്ങൾ നിഷേധിക്കപ്പെട്ടുകയയാണെങ്കിൽ ഉണ്ടാകു
ന്ന സ്ഥിതിയെപ്പറ്റി മുമ്പു പ്രസ്താവിച്ചിട്ടുണ്ട്. ഇവയിൽ വിവരിക്കുന്നവിധമുള്ള
മനുഷ്യർ കേരളമാഹാത്മ്യാദികളിലെ നിന്ദ്യമായ മതം നിർമ്മിച്ചതിൽ
അതിശയിപ്പാനില്ല. അതുനിമിത്തമുള്ള കഷ്ടനഷ്ടങ്ങൾ അനുഭവിച്ചുപോയ
വർക്ക് തങ്ങളുടെ ബുദ്ധിമോശത്തിനെ ഓർത്തു പശ്ചാത്തപിക്കയെ ഇനി
നിവൃത്തിയുള്ളൂ. മേലാൽ തങ്ങളുടെ കർത്തവ്യങ്ങളെ ശരിയായനുഷ്ഠിക്കുന്ന

പക്ഷം ഈ ദൃശ്യശസ്സ് ഒടുങ്ങുകയും പൂർവമഹിമ പ്രകാശിക്കയും ചെയ്യുമെന്ന് സമാശ്വസിക്കാം.

അടിക്കുറിപ്പുകൾ:

1. പ്രഫസർ രംഗസ്വാമി അയ്യങ്കാരുടെ ഇൻഡ്യാചരിത്രം നോക്കുക. – പ്ര. സാ.

2. പദ്യ = പാദയുക്തം, ശൂദ്രവദ്യയൽ = ഏതൽ; ശ്മശാനം. ഹവാ സഞ്ചരി ഷ്ട്രൂപം ശ്മശാനം.

പരശ്ശരാമൻ
മലയാളഭൂമിയെ ദാനം ചെയ്തിട്ടില്ല

ശ്രീ ചട്ടമ്പിസ്വാമികൾ രചിച്ച
'പ്രാചീനമലയാളം' എന്ന കൃതിയിൽ നിന്ന്

കേരളമാഹാത്മ്യം, കേരളാവകാശക്രമം, ജാതിനിർണ്ണയം മുതലാ
യവയിൽ മലയാളബ്രാഹ്മണരായ സകലരും അറുപത്തിനാ
ല്യഗ്രാമക്കാരിൽ ഉൾപ്പെട്ടവരാണെന്നും ഈ അറുപത്തിനാല്യ ഗ്രാമക്കാർ
ക്കുംകൂടിയാണ് പരശ്ശരാമൻ മലയാളഭ്രമിയെ ദാനംചെയ്തിട്ടുള്ളതെന്നും
പറഞ്ഞിരിക്കുന്നു. എല്ലാർക്കും കൊട്ടത്തു എന്നു പറഞ്ഞള ശരിയാണെ
ങ്കിൽ ദാനസ്വീകാരംകൊണ്ട് ചിലർക്കുമാത്രം പതിത്വം വന്നതെങ്ങനെ
എന്നു നോക്കുമ്പോൾ കൈയിൽ വാങ്ങിയവർ (പൂവും നീരും സഹിതം)
പാപികൾ, കൈയിൽ വാങ്ങാത്തവർ ഉത്തമർ എന്ന് ആ പ്രമാണങ്ങ
ളിൽ സമാധാനം കാണുന്നു. കൈയിൽ വാങ്ങിയില്ലെങ്കിൽ അവകാശം
എങ്ങനെ സിദ്ധിച്ചു എന്നുള്ള ചോദ്യത്തിന് കൈയിൽ വാങ്ങിയവർ
തങ്ങൾക്കുവേണ്ടിയും മറ്റുള്ളവർക്കുവേണ്ടിയുംകൂടി (കുറതീർത്ത് അല്ലെങ്കിൽ
പ്രതിനിധിസ്ഥാനം വഹിച്ച്) വാങ്ങി എന്നും അങ്ങനെ വാങ്ങിയവർക്ക്
ഭ്രമിയും പാപവും സിദ്ധിക്കയും മറ്റുള്ളവർക്ക് പാപം കൂടാതെ ഭ്രമിമാത്രം
സിദ്ധിക്കയുംചെയ്തു എന്നും മറുപടി കിട്ടുന്നു. എന്നാൽ ഈ അറുപത്തി
നാല്യ ഗ്രാമക്കാരിൽത്തന്നെ പലർക്കും ജന്മിത്വമില്ലാതെ ഇരിക്കുന്നല്ലൊ
കുറ തീർത്തു വാങ്ങിയതിൽ ഇവരെ ഉൾപ്പെടുത്താത്തതെന്ത് എന്നുള്ള
ചോദ്യത്തിനു സമാധാനമേ കാണുന്നില്ല. മുമ്പിലത്തെ ചോദ്യങ്ങൾക്കുള്ള
സമാധാനങ്ങൾ സ്വീകാര്യങ്ങളല്ലായ്യായാലും ഒടുവിലത്തെ ചോദ്യത്തിനു
സമാധാനമില്ലായ്യായാലും അറുപത്തിനാല്യ ഗ്രാമക്കാരിൽ എല്ലാർക്കും
കൂടി പരശ്ശരാമൻ മലയാളഭ്രമിയെ ദാനംചെയ്തു എന്നു പറഞ്ഞിരിക്കുന്നത്
സാധുവല്ല. അങ്ങനെ ഓരോ കാരണങ്ങളാൽ ഈ ബ്രാഹ്മണരിൽ ഉത്ത
മന്മാരായ അഷ്ടഗ്രഹത്തിൽ ആഢ്യന്മാർക്കും അളപോലെ കൈയിൽ

വാങ്ങിയവരെന്നു പറയുന്ന ദുഷ്ടന്മാർക്കും, ഈ മൂന്നു സംഗതികളേയും വേറെ ചില കാരണങ്ങളേയും അടിസ്ഥാനപ്പെടുത്തി ഈ ബ്രാഹ്മണരിൽ യാതൊരുത്തർക്കും പരശുരാമൻ മലയാളഭൂമിയെ ദാനം ചെയ്തിട്ടില്ല.

'*അഖിലാം കേരളീം ഭൂമീം ബ്രാഹ്മണേഭ്യോ ദദൗ പ്രഭുഃ*

ചതുഷ്ഷഷ്ഠിതമേഭ്യസ്തു.' (കേ. മാ)

അർത്ഥം: 'ഭാർഗ്ഗവൻ അറുപത്തിനാലു ഗ്രാമക്കാർക്കുമായിട്ടു കേരളഭൂമി മുഴുവനും ദാനംചെയ്തു' എന്ന് അടക്കിപ്പറഞ്ഞിരിക്കകൊണ്ട് ഇവിടെയുള്ള എല്ലാ മലയാളബ്രാഹ്മണർക്കും (ഈ അറുപത്തിനാലിൽ ഉൾപ്പെടാതെ ഇവിടെയില്ല) ജന്മഭൂമിയും ജന്മിത്വവും ഉണ്ടായിരിക്കേണ്ടതാണ്. അപ്രകാര മല്ലാതെ എത്രയോ മലയാളബ്രാഹ്മണകുടുംബങ്ങൾ പാരമ്പര്യമായിട്ടേ ഈ മലയാളഭൂമിയിൽ ഉണ്ട്. അതിനാൽ എല്ലാപേർക്കും കൊടുത്തു എന്നുള്ള പ്രമാണവും ജനശ്രുതിയും ധാരണയും ശരിയായിട്ടുള്ളതല്ല. എന്നാൽ അനേ കംപേർക്ക കൊടുത്തിട്ടില്ലതന്നെ എന്നാണെങ്കിൽ ഭാർഗ്ഗവൻ അന്യായ ക്കാരനാണെന്നും വന്നുപോകും.

എങ്ങനെയെന്നാൽ, പരദേശങ്ങളിൽ ചെന്ന് ഉത്തമബ്രാഹമണരെ സത്യംചെയ്തു ക്ഷണിച്ചുകൊണ്ടുവന്ന് ഇവിടെ സുഖമായി പാർപ്പിച്ചതിന്റെ ശേഷം അവരിൽ ഏതാനംപേർ സ്വദേശത്തേക്ക പൊയ്ക്കളഞ്ഞതിനാൽ ഭാർഗ്ഗവൻ വ്യസനിച്ച് ഇതുപോലെ ശേഷം ഉള്ളവരും പോകാതിരിപ്പാൻ വേണ്ടി അവർക്കെല്ലാം പൂർവ്വശിഖ (മുൻകുടുമ) വയ്പ്പിക്കയും വേഷം ആചാരം വേദാദ്ധ്യയനസ്വരസമ്പ്രദായം മുതലായവയെ ഭേദപ്പെടുത്തുകയും ചെയ്തു എന്ന കാണുകയാൽ അവർക്ക് ഇവിടം സ്വദേശംപോലെ സുഖപ്രദമല്ലാ യിരുന്ന എന്നും, എങ്കിലും തിരിച്ചുപോകാതിരിപ്പാൻ ആയിരുന്ന പരദേശ നിഷിദ്ധമായ മുൻപറഞ്ഞ ഏർപ്പാടുകൾ ചെയ്തു ബലാത്കാരമായി അവരെ താമസിപ്പിച്ചതെന്നും സ്പഷ്ടമാകുന്നു. ഇപ്രകാരം ഭാർഗ്ഗവൻ ചെയ്തുള്ള വാസ്തു വമാണെന്നുവരികിൽ ദാനം വാങ്ങിയവർക്കെന്നപോലെതന്നെ വാങ്ങാ ത്തവർക്കും ഭൂമി മുതലായവയും അതുകളുടെ ജന്മാവകാശവും ആഢ്യത്വവും അദ്ദേഹം കൊടുത്തിരിക്കണം. അല്ലാതെ കുലശത്രുത ഉണ്ടായിരുന്നിട്ടും കീഴടങ്ങിയ ക്ഷത്രിയനെ സ്വക്ഷേത്രത്തിൽ കൊണ്ടിരുത്തി രക്ഷിച്ച ഇദ്ദേഹം തന്നാൽ കൊണ്ടുവരപ്പെട്ടവരും തന്റെ ആജ്ഞയ്ക്ക കീഴടങ്ങി സ്വദേശത്തേക്ക കൊള്ളരുതാത്തവിധത്തിൽ വേഷം മുതലായവയും മാറ്റി അനന്യഗതികളായി നിന്നിരുന്നവരും ആയ എത്രയോ ബ്രാഹ്മണരെ ഒന്നും കൊടുക്കാതെ ഉപേക്ഷിച്ച എന്ന പറയുന്നത് ഒരിക്കലും ചേരുകയില്ല. എന്നാൽ കൊടുക്കാതെ ഉപേക്ഷിച്ചിട്ടല്ല അവർക്ക വേണ്ടെന്ന് ഒഴിഞ്ഞി ട്ടാണ് എന്ന പറകയാണെങ്കിൽ വിദേശത്തുനിന്നുമുള്ള അവരുടെ ആഗമ നത്തിന്റെ ഉദ്ദേശ്യം പിന്നെ എന്തായിരിക്കും? ഒരുവേള അബദ്ധത്തിൽ വന്നുപോയതാണെന്നുവരികിൽ അവർ വേഷം മാറുകയും വേറെ വിധം സമ്പാദിച്ച് ഉപജീവനം കഴിച്ചുകൊണ്ടെങ്കിലും ഇവിടെത്തന്നെ സ്ഥിരമായി താമസിക്കുകയും ചെയ്യാതെ ഉടൻതന്നെ പൊയ്ക്കളയുമായിരുന്നു.

ഇനി ഇവർ ഭാർഗ്ഗവനാൽ ക്ഷണിക്കപ്പെടാതെ (തനിയെ) വന്ന വേഷംമാറി താമസിച്ചവരാകകൊണ്ടാണ് ഇവർക്ക് ഭ്രമി കിട്ടാതിരുന്നതെ ങ്കിൽ, ഒന്നാമത് അതിലേക്ക് പ്രമാണമോ ജനശ്രുതിയോ ഒന്നുംതന്നെയില്ല; രണ്ടാമത പരദേശത്തുള്ള ബ്രാഹ്മണരുടെ വാസസ്ഥലത്തുചെന്ന് അവരെ നിർബന്ധിച്ച കൂട്ടിക്കൊണ്ടുവന്ന് ദാനംചെയ്ത ഭാർഗ്ഗവൻ ആ കാലത്ത തനിയെ വന്നവരും ജന്മം മുഴുവൻ ഇവിടെ താമസിക്കുന്നതിന് സന്ന ദ്ധരായിരുന്നവരും ആയ ഇവരെ ഒഴിക്കയില്ലായിരുന്നു. അതുകൊണ്ടും ദാനംവാങ്ങിയവർ വാങ്ങാത്തവരായ മറ്റുള്ളവർക്കവേണ്ടിച്ചെയ്ത കുറതീർ ച്ചയിൽ ഇവർ ഉൾപ്പെടാതിരുന്നതു കൊണ്ടും അറുപത്തിനാലു ഗ്രാമക്കാരിൽ എല്ലാവർക്കും കൊടുത്തു എന്ന് പറഞ്ഞതു ശരിയാകുന്നില്ല.

ഈ മലയാളത്തിലെ ഭ്രമിദാനസ്വീകരണത്തിൽ ദത്തഭ്രമി മാത്രമ ല്ല ഒരുനാളും മാറാത്തതായ ഭ്രംശരൂപമായ പാപവുംകൂടി സിദ്ധിക്കും എന്നാണല്ലോ പ്രമാണംകൊണ്ടും അനുഭവംകൊണ്ടും ഈ ബ്രാഹ്മണർ വിശ്വസിച്ചിരിക്കുന്നതായി തെളിഞ്ഞിരിക്കുന്നത്. ഈവിധ ഭ്രഷ്ടരൂപപാപ സഹിതദാനസ്വീകാരമാകുന്നു ഇവിടെ ഉള്ള ജന്മിത്വത്തിനും പ്രഭുത്വത്തിനും കാരണമെന്നും കാണുന്നു. ആഢ്യന്മാർക്കുള്ള അവകാശം ഭാർഗ്ഗവദാനപ്ര കാരം സിദ്ധിച്ചതാണെന്നു കാണുന്നതിനാൽ മേൽപറഞ്ഞ മുറയ്ക്ക് ഇവർക്കും പാപവും തന്നിമിത്തം ഭ്രഷ്ടം സംഭവിച്ചിരിക്കേണ്ടതായിരുന്നു. അപ്രകാരം കാണുന്നില്ല. ആഢ്യന്മാർ ഇന്നും ശ്രേഷ്ഠന്മാർതന്നെയാണ്.

സമാധാനം: നേരിട്ട കയ്യിൽ വാങ്ങിച്ചെങ്കിലേ പാപമുള്ളൂ. ഈ ആഢ്യ ന്മാർ അങ്ങനെ വാങ്ങിച്ചിട്ടില്ല. അതുകൊണ്ട് അവർക്ക പാപവുമില്ല.

നിഷേധം: 'മഹാബ്രാഹ്മണർക്ക ഭ്രഷ്ട വരത്തേണ്ട. ദാനം മേൽപ്ര കാരംമതി. അതുകൊണ്ട ദാനഫലം സിദ്ധിച്ചകൊള്ളും' എന്നിങ്ങനെ ഭാർഗ്ഗവന ദയവ്യതോന്നി ദാനം സ്വീകരിക്കാനുള്ളവരെ മാറ്റിനിറുത്തിയും വെച്ച് ഭ്രമിയിലോ മറ്റെവിടെയെങ്കിലുമോ ദാനവസ്തു വെച്ച കൊടുക്കകയും അപ്രകാരം ഇവർക്ക സിദ്ധിക്കയും ചെയ്തിരിക്കയാണെന്ന് ഊഹിക്കേ ണ്ടിയിരിക്കുന്നു. ആ സ്ഥിതിക്ക് ഇത്ര ദയാലുവായ ഭാർഗ്ഗവന് മറ്റുള്ളവരെ (കയ്യിൽവാങ്ങിയവരെ) സംബന്ധിച്ചും ഇപ്പോലെ ചെയ്ത ദോഷം കൂടാതെ കാര്യം സാധിക്കാമായിരുന്നു. അങ്ങനെ നടത്തിയതായിക്കാണാത്തതി നാൽ ഭാർഗ്ഗവന് അതു സമ്മതമല്ലെന്നും അതുകൊണ്ട് അദ്ദേഹം അങ്ങനെ ചെയ്തിട്ടില്ലെന്നും തെളിയുന്നു.

വിശേഷിച്ചും ദാനവിഷയമായ പാപം ഏതുവിധത്തിലെങ്കിലും ദാനം സ്വീകരിച്ചവനോടല്ലാതെ എവിടേക്കുപോകുമെന്ന് അറിയുന്നില്ല. അതുവീണ്ടും ദാതാവിൽതന്നെ ചേരുമെന്നോ അതല്ലാ തൽക്കാലം മാറിനിന്ന് കൈയിൽ വാങ്ങാതെയുള്ള സ്വീകാരക്രിയകൊണ്ടു നശിച്ച പോകുമെന്നോ പറയുന്നതായാൽ അതു യുക്തിക്ക ചേരുന്നതല്ല.

ഒരുവൻ കൊടുക്കകയും വേറൊരുവൻ അതിനനുകൂലമായിനിന്ന് ഏറ്റുവാങ്ങുകയും ചെയ്തെങ്കിലേ അതു ദാനമാകയും ഫലപ്പെട്ടകയും പ്രതി ഗ്രഹീതാവിനു ദത്തവസ്തുവിൽ അവകാശം സിദ്ധിക്കയും ചെയ്തുയുള്ളൂ. ആ

സ്ഥിതിക്ക് നേരേ ഏറ്റവാങ്ങീട്ടില്ലാത്ത ഇവർക്ക വസ്തു അവകാശമുണ്ടെന്നു പറയുന്നതു ശരിയല്ല. അഥവാ അവകാശമുണ്ടെന്നുവരികിൽ അത്യവേറെ വല്ല മാർഗ്ഗത്തിലും സിദ്ധിച്ചിട്ടുള്ളതായിരിക്കണം.

എന്നാൽ, ഇവർ (ആഢ്യന്മാർ) വാങ്ങിയില്ലെങ്കിലും മറ്റുള്ളവർ വാങ്ങീട്ടുണ്ടല്ലോ. ആ വാങ്ങൽ ഇവരുടെ അവകാശത്തിനും കാരണമായി എന്നാണെങ്കിൽ, അവർക്ക ഭാർഗ്ഗവനോട്ട ദാനം വാങ്ങീട്ടുള്ളതായല്ലാതെ വേറെ വസ്തുക്കളില്ലാത്തതിനാലും അവരുടെ വാങ്ങലിന്റെ ഫലസിദ്ധി ഇവർ ക്കാണെന്ന് ഇപ്പറഞ്ഞ ഭാഗംകൊണ്ട വന്നുപോകുന്നതിനാലും അവരുടെ സകലവസ്തുക്കളുടെ അവകാശവും ഇവർക്ക സിദ്ധിച്ചിരിക്കേണ്ടതാകുന്നു.

സമാധാനം: മറ്റവർ (കൈയിൽ വാങ്ങിയവർ) അവർക്കവേണ്ടിയും ഇവർക്കവേണ്ടിയും ഇങ്ങനെ രണ്ടുവിധം വാങ്ങീട്ടുണ്ട്; അതിനാൽ ഇവർ ക്കവേണ്ടി വാങ്ങിയതുമാത്രം ഇവരുടേതായിരിക്കും.

നിഷേധം: അപ്രകാരം വാങ്ങിയത് ദത്തവസ്തുസഹിതമോ അതോ പാപത്തെമാത്രമോ? ദത്തവസ്തുസഹിതമാകുന്നു എങ്കിൽ ആർക്കവേ ണ്ടി ആയാലും ശരി ദേയവസ്തുസംബന്ധമായി ദാതാവിന്നുണ്ടായിരുന്ന അവകാശം ആ ദാതാവിനോട്ട വേർപെട്ട പ്രതിഗ്രഹീതാവിന്റെ അധീന ത്തിൽ ആക്കുമാറുള്ള കൃത്യത്തിനെ ആകുന്നു സ്വീകാരം (വാങ്ങൽ) എന്നു പറയുന്നത്. അതിനാലും,

'സർവ്വപാപവിമുക്തയേ' (കേ. മാ. അ. 5)

അർത്ഥം: 'എല്ലാ പാപത്തിന്റേയും വിമോചനത്തിനായിട്ട്' എന്നതി നാലും എല്ലാ പാപത്തിന്റേയും വിമോചനമാണ് ദാനത്തിന്റെ പ്രയോജന മെന്നു സിദ്ധിക്കുന്നു. പാപത്തെ ഏറ്റവാങ്ങിക്കൊണ്ടതിനാൽ ഭാർഗ്ഗവന ദാനത്തിന്റെ പ്രയോജനമായ പാപവിമോചനത്തിന ഹേതു കൈയിൽ വാങ്ങൽ ആകുന്നു. ആകയാൽ സ്വാർത്ഥമായും പരാർത്ഥമായും ഉള്ള രണ്ട വാങ്ങലിൽ ഉൾപ്പെട്ട വസ്തുക്കളുടെ അവകാശങ്ങളും തുല്യബലത്തോട്ടുകൂടി ആ കൈയിൽ വാങ്ങിയവരിൽതന്നെ ഇരിക്കാനേ ന്യായമുള്ളൂ. അതല്ലാ നല്ല മനസ്സോട്ടുകൂടി പരാർത്ഥം വാങ്ങിയ വസ്തുക്കളെ വിട്ടുകൊടുക്കുന്നപ ക്ഷത്തിലും സ്വാർത്ഥംവാങ്ങിയ വസ്തുക്കളുടെ അവകാശം എല്ലാ കാലത്തും അവരിൽതന്നെ ചേർന്നിരിക്കേണ്ടതാണ്. ഈ സ്ഥിതിക്ക് എല്ലാ വകക്കാ രുടെയും വസ്തുക്കളുടെ അവകാശം ആദ്യം ഭാർഗ്ഗവനും രണ്ടാമത് അദ്ദേഹം കൊടുത്തിട്ട് കൈയിൽ വാങ്ങിയവർക്കും അവർ കൊടുത്തിട്ട് 3ാമത് ഇവർക്കും (ആഢ്യന്മാർക്കും) സിദ്ധിച്ചിട്ടുള്ളതായിരിക്കണമെന്നു സ്ഥിരപ്പെ ടുന്നു. ഭാർഗ്ഗവദാനപ്രകാരം സിദ്ധിച്ചതു മറ്റവർക്കും അവരുടെ ദാനപ്രകാരം സിദ്ധിച്ചത് ഇവർക്കും എന്നല്ലാതെ ആഢ്യന്മാർക്ക ഭാർഗ്ഗവദാനപ്രകാരം സിദ്ധിച്ച എന്നു പറയുന്നതിനെ ഇവരുടെ പ്രമാണംതന്നെ ഖണ്ഡിക്കുന്നു.

ഇനി കൈയിൽ വാങ്ങിയവർ അവകാശത്തെ വിട്ട പാപത്തെ മാത്രമാണ് വാങ്ങിയതെങ്കിൽ ഭൂമി അതിൽ ഉൾപ്പെടാതിരുന്നതുകൊ ണ്ട് അത് ആഢ്യന്മാരുടെ ജന്മാവകാശത്തിന കാരണമല്ലെന്നാവും. ഭാർഗ്ഗവനോട്ട വാങ്ങീട്ടില്ലെന്ന് ആദ്യമേതന്നെ പറഞ്ഞുപോയതിനാൽ

ഭാർഗ്ഗവദാനമാണ് ജന്മാവകാശത്തിന കാരണമെന്ന പറവാനം പാടില്ല. അല്ലാതെയും ആചന്ദ്രതാരം അനുഭവിപ്പാൻ വസ്തുവിനെ അല്ലാതെ വിഷ്ചിക എന്നപോലെ ക്ഷയത്തിന ഹേതുഭൂതമായ പാപത്തെ ആണോ പൂവ്വം നീരും സഹിതം കൊടുക്കുന്നത്? ദാനത്തിന്റെ മുറ പ്രകാരം ആണോ? ഇതിന വിപരീതമായി ഭാർഗ്ഗവൻതന്നെ ചെയ്തിട്ടുള്ള ഭ്രമീദാനമര്യാദയെ നോക്കാം:

'പുരോഹിതാൻ സമാഹൂയ വേദജ്ഞാൻ വേദപാരഗാൻ
വസിഷ്ഠാദീൻ ദ്വിജാതീംശ്ച ഭ്രമിദാനമകല്പയൽ;
അസ്മൽ പാപവിനാശാർത്ഥം കുസുമൈസ്സഹിതോദകം
ഹസ്തേ ഗൃഹീത്വാ രാമസ്തു ഉവാച മുനിപുംഗവാൻ:
പുരോഹിതശ്ശതാനന്ദസ്സമാഗത്യ സമാസ്ഥിതഃ
ഭൂദാനം ദീയതാം രാജൻ ഗോത്രപൂർവ്വം സനാമകം
ഗൗതമസ്യ സുതേനോക്തമബ്രവീന്മന്ത്രപൂർവ്വകം:
ഭ്രമിം ലിഖിത്വാ പത്രേഷു ബ്രാഹ്മണേഭ്യോ ദദൗപ്രഭഃ
സർവ്വാൻ ഭ്രമണ്ഡലാന്വാപി സർവ്വപാപവിമുക്തയേ
വിപ്രേഭ്യോഹം ഭ്രമിദാനം പ്രദദാമി മുനീശ്വരാഃ:
ചതുസ്സാഗരമദ്ധ്യാ ച ഭ്രമിസ്സാദീയതേ മയാ
നാനാഗോത്രദ്വിജേഭ്യസ്തു ഭ്രമിദാനം മയാ കൃതം.'

(കേ. മാ. അ. 5)

ഇപ്രകാരം ദാനംചെയ്തിട്ടുള്ള പ്രയോജനം ദാതാവിന് പാപമോചനവും സ്വീകർത്താവിന വസ്ത്വനുഭോഗവും ആകുന്നു. ദാതാവു വസ്തുവിനേയും പാപ ത്തേയുംകൂടി കൊടുത്തു എങ്കിലും വസ്തു അനുഭവിക്കപ്പെടണമെന്നും പാപം ക്ഷയിപ്പിക്കപ്പെടണമെന്നും ആകുന്നു ഉദ്ദേശ്യം. അതിനാൽ കുസുമോദക സമേതം ദത്തമാകേണ്ടയും ആയിട്ടുള്ളതും 'ദേയവസ്തു' ആകുന്നു. അല്ലാതെ ഒരിക്കലും 'പാപമല്ലാ' എന്നുള്ളതു മുൻകാണിച്ച പ്രമാണംകൊണ്ടും സിദ്ധി ക്കുന്നു. അതിനാൽ വസ്തുവിനെ ഒഴിച്ച ദാനം വാങ്ങി എന്ന പറഞ്ഞാൽ ആയതു ചേരുകയില്ലാ.

ഇനി വാങ്ങിച്ചവർ വാങ്ങിക്കാത്തവരായ ഇവർക്കുവേണ്ടി കുറതീർച്ചചെ യ്തപ്പോൾ കുറ തീർന്നുപോയതായും പാപം വസ്തുവിനേയും തദനുഭോക്താക്ക ളായ ഇവരേയും വിട്ടിട്ട് അവരുടെ അടുത്ത് ഉടൻ ചെന്നതായും പറയുന്നത് ഒട്ടും ശരിയല്ലെന്നു കാണിക്കാം.

ദാതൃപാപത്തെ ദേയവസ്തുവിൽ സങ്കല്പിച്ചാക്കിയും ദേയവസ്തു കയ്യിൽ അടങ്ങാത്തതാണെങ്കിൽ ആയതിനെ ഉദകദാനത്തിൽ സങ്കല്പിച്ചാക്കിയും ആകുന്നു ദാനംചെയ്യുന്നത്. ദാതാവ് നീരും പൂവ്വം കയ്യിലെടുത്ത് എന്റെ പാപം എന്നെ വിട്ട് ഈ ദാനത്തോടുകൂടി പോയൊഴിയട്ടെ എന്നിങ്ങനെ സങ്കല്പിച്ച കൊടുക്കുകയും സ്വീകർത്താവ് ഈ ദാതാവിന്റെ പാപത്തെ ഈ ദേയവസ്തുവോട്ടുകൂടി ഞാൻ ഏറ്റിരിക്കുന്നു എന്ന സങ്കല്പിച്ച വാങ്ങിക്കുക യും ചെയ്യുമ്പോൾ ആ സങ്കല്പപ്രകാരം ആ പാപമാകട്ടെ ദത്തവസ്തുവിനെ ഇടർന്ന സ്വീകൃത്തിനോടു ചേരുന്നു. ഈ സ്ഥിതിക്ക് ദാതൃസങ്കല്പം അവന്റെ

പാപത്തെ അവന്റെ പക്കൽനിന്നും വേർപെടുത്തി സ്വീകൃത്തിനോട്ട ചേരുമാറ് ദത്തവസ്തുമാർഗ്ഗമായി തള്ളിവിട്ടുന്നതിനുള്ള ഒന്നാകുന്നു: ദത്ത പദാർത്ഥം മേൽപ്രകാരം വിടപ്പെട്ട പാപത്തിനു സ്വീകൃത്തിങ്കൽ പാഞ്ഞു ചെല്ലുന്നതിനുള്ള മാർഗ്ഗമാകുന്നു. സ്വീകൃത്തിന്റെ സങ്കല്പം അപ്രകാരം വരുന്ന പാപത്തെ അത് ഇരുന്ന സ്ഥലത്തേയ്ക്കു (മറുപടിയും ദാതാവിങ്കൽ തന്നെ) ചെല്ലാത്തവിധം ഏറ്റുകൊള്ളുന്നതിനുള്ള ഒന്നാകുന്നു. ഇപ്രകാരം ദാനവും സ്വീകാരവും കഴിഞ്ഞിട്ട് ദത്തവസ്തുവിൽ ദാതാവിനാൽ സങ്കല്പംകൊണ്ടുണ്ടാക്കപ്പെട്ടിട്ടുള്ള പാപത്തെ സ്വീകൃത്തായവൻ തന്റെ തപോബലംകൊണ്ടു നശിപ്പിച്ച് ആ വസ്തുവിനെ അന്യനെ പാപത്തിൽനിന്നും രക്ഷിച്ചതിന്റെ പ്രതിഫലമായിട്ട് അനുഭവിച്ചുകൊള്ളുന്നു.

അല്ലാതെ കയ്യിൽ നേരിട്ടുകൊടുക്കുന്നതും വാങ്ങുന്നതും പാപത്തെ മാത്രമല്ല സങ്കല്പവിന്യസ്തപാപമായിരിക്കുന്ന ദേയവസ്തുവിനേയും തദവകാശത്തേയുമാകുന്നു. ഈ അവസ്ഥയ്ക്ക് ഒരു ദാനത്തിൽ വസ്തുവും പാപവും ഒന്നിച്ചിരിക്കവെ വസ്തു ഒരിടത്തും പാപം മറ്റൊരിടത്തും ആകുമെന്നുള്ളത് അസംഭാവ്യംതന്നെ.

സമാധാനം: കയ്യിൽ വാങ്ങിയവർക്ക് ഇവർക്കുള്ളതുപോലെ തന്നെ ഭാർഗ്ഗവദത്തവസ്തുക്കൾ ഉള്ളതിനാൽ ഈ പാപവുംകൂടി സങ്കല്പപ്രകാരം അവയിൽ ചേർന്നിരുന്നുകൊള്ളും.

നിഷേധം: എങ്കിൽ, ആ ദത്തവസ്തുമാർഗ്ഗം സംക്രമിച്ച പാപം എവിടെ പോകും? ഈ പാപത്തിന് ഇരിപ്പാൻകൂടി ആ വസ്തുക്കൾ മടിയാകുമെങ്കിൽ ഇവർക്കു വേറെ കൊടുത്തിട്ടാവശ്യമില്ലാ, കൊടുത്തിരിക്കുകയും ഇല്ല.

ഇനിയും കയ്യിൽ വാങ്ങിയവർ വാങ്ങാത്തവരായ മറ്റുള്ളവരുടെ കുറതീർച്ചക്കൂടി ചെയ്യവാങ്ങിച്ച എന്നു പറയുന്നവല്ലോ. ആയതു സത്യമായിരുന്നുവെങ്കിൽ തങ്ങൾക്കുവേണ്ടിയും, കൈയ്യിൽ വാങ്ങലാകുന്ന അശ്രുദ്ധിയെ തൊടാതെ വസ്തുക്കളെമാത്രം മുറുകെപ്പിടിച്ച് അനുഭവിച്ചുംകൊണ്ട് പരിശുദ്ധമായിരിക്കുന്ന മറ്റുള്ള ജന്മികൾക്കുവേണ്ടിയും ദാനത്തെ കയ്യിൽ വാങ്ങിച്ച് കുഴങ്ങിക്കിടക്കുന്ന ആ ജന്മികളെ പിടിക്കൂടിയ സ്വാർത്ഥപരാർത്ഥകൃത്യങ്ങളായിരിക്കുന്ന രണ്ടുവക ഭ്രഷ്ടുകളേയും ഭ്രഷ്ടുകൂടാതെ കാര്യം പറ്റിച്ചു സമർത്ഥന്മാരായിരിക്കുന്ന ജന്മികൾ, ദാനദോഷപരിഹാരമാർഗ്ഗം സ്മൃതികളിൽ വിധിക്കപ്പെട്ടിരുന്നിട്ടും, ആയതിനെ ചെയ്ത് ഉപകാരികളായ സ്വജനങ്ങളിൽനിന്നു ദോഷം നീക്കി അവരെ തങ്ങളുടെ സമൂഹത്തിൽ ചേർത്തുകൊള്ളാതെ എന്നന്നേക്കും ഇങ്ങനെ പുറംതള്ളി വിട്ടുകളയുകയും അവർ (കയ്യിൽവാങ്ങിയവർ) ആ ഉപകാരത്തെ ഓർമ്മപ്പെടുത്തി മറ്റവരോട് നിർബന്ധിച്ച പ്രതിവിധി ചെയ്യിച്ച തങ്ങളുടെ സ്ഥിതി ശരിയാക്കിക്കൊള്ളാതെ ഉള്ള കാലമൊക്കെയും ഈ കാര്യത്തിൽ മാത്രം ക്ഷമയോട്ടുക്കൂടി ഇങ്ങനെ മൗനവ്രതം അനുഷ്ഠിച്ചുകൊണ്ടിരിക്കുകയും ചെയ്തുകളയുമായിരുന്നോ? ഒരിക്കല്ലുമില്ല. അതുകൊണ്ട് വാങ്ങിയവർ മറ്റുള്ളവരുടെ കുറ തീർച്ചചെയ്തു വാങ്ങീട്ടില്ലെന്നുള്ളത നിശ്ചയമാകുന്നു.

സമാധാനം: ഇത് ഈ ഒരു ദാനത്തിനു മാത്രമായിട്ടുള്ള പുതിയ

സംഭവമാണ്. ആയതിനാൽ ഇതിന്റെ നിവൃത്തിക്കുള്ള ഉപായം ഒരു സ്മൃതിയില്ലും പ്രമാണങ്ങളില്ലും വേദത്തില്ലും കാണുകയില്ല. അതുകൊണ്ടാണ് പരിഹൃതം ആകാതെ കിടക്കുന്നത്. അല്ലാതെ അവർക്ക മനസ്സില്ലാഞ്ഞിട്ടല്ല.

നിഷേധം: ഒരു ദാനത്തിൽ വസ്തുവും പാപവും ഉൾപ്പെട്ടിരിക്കവെ വസ്തു മാത്രം ദാനം വാങ്ങിയവനോട്ട പാപം മാത്രം അതിൽ സംബന്ധിക്കാത്ത വേറൊരുവനോട്ടം ചെന്നുചേരുമെന്നുള്ള നിയമവും ഒന്നില്ലും ഒരിടത്തും ഇല്ല. അതിനാലായിരിക്കാം പരിഹാരവും കല്പിക്കപ്പെടാത്തത്.

സമാധാനം: ദാനം വാങ്ങാത്തവർ മറ്റുള്ളവരുടെ കുറ തീർച്ചചെയ്തു വാങ്ങിയ നിമിത്തമാണ് അവർക്ക് അവകാശം സിദ്ധിച്ചത്.

നിഷേധം: ആയത് എല്ലാവർക്കും സിദ്ധിച്ചിരിക്കേണ്ടതായിരുന്നു. ഇവിടെ വാങ്ങാത്തവരിൽ അനേകംപേർക്ക് ഇതു ഫലിക്കാതെ അവർ കുടിയായിവന്മാരുടെ ശേഖരത്തിൽ വേറെവിധം സമ്പാദിച്ചു കാലക്ഷേപം ചെയ്യുന്നവരായി കാണുന്നു. അതിനാൽ ഇതു ശരിയാകുന്നില്ല.

സമാധാനം: ചിലർക്കുവേണ്ടി മാത്രമേ വാങ്ങിയുള്ളൂ.

നിഷേധം: അപ്രകാരം പക്ഷപാതം ചെയ്യാൻ കാരണമില്ല. അവർ അങ്ങനെ ഇനിഞ്ഞാലും.

'നാനാഗോത്രദ്വിജേഭ്യസ്തു ഭൂമിദാനം മയാ കൃതം'

(കേ. മാ. അ. 5)

'എല്ലാ ഗോത്രക്കാരായ ബ്രാഹ്മണർക്കും എന്നാൽ ഭൂമി ദാനം ചെയ്യ പ്പെട്ടു.'

ഇങ്ങനെ എല്ലാപേർക്കും പക്ഷപാതം കൂടാതെ ദാനം ചെയ്ത ഭാർഗ്ഗവൻ അതില്ലുൾപ്പെട്ട ഏതാനുംപേർക്കായിട്ട മാത്രം കൊടുക്കയില്ല. കൊടുക്കാത്ത സ്ഥിതിക്ക അവർ വാങ്ങിയും ഇരിക്കയില്ലല്ലൊ.

സമാധാനം: ഈ മലയാളഭൂമിദാനത്തിനുമാത്രം ഭാർഗ്ഗവൻ പക്ഷപാത മാർഗ്ഗത്തെ അനുഷ്ഠിച്ചു.

നിഷേധം: ഇത് അറുപത്തിനാലു ഗ്രാമക്കാരായ ബ്രാഹ്മണർക്കുമായിട്ട കേരളഭൂമി മുഴുവനും ഭാർഗ്ഗവൻ ദാനം ചെയ്ത എന്നുള്ള പ്രമാണത്തിനു വിപ രീതമായിട്ടിരിക്കുന്നു.

ഇനിയും ഇവർക്കുള്ളതിനെ ഇവർതന്നെ വാങ്ങാതിരിപ്പാനും ആ കുറവിനെ അന്യരുടെ വാങ്ങലിൽ സമർപ്പിച്ചുകളയാനും കാരണമെന്ത്? ദോഷശങ്കനിമിത്തം മനസ്സില്ലാഞ്ഞിട്ടോ, അതോ ഭാർഗ്ഗവൻ കൊടുക്കാ ഞ്ഞിട്ടോ?

ദോഷശങ്കനിമിത്തം മനസ്സില്ലാഞ്ഞിട്ടെങ്കിൽ ഇത്ര ദൂരം വരികയും അനന്തരം അനന്യദേശശരണന്മാരായിട്ട് ഇവിടെത്തന്നെ വാഴുകയും ചെയ്യയില്ലായിരുന്നു. അല്ലാതേയും ദാനാർഹന്മാർക്ക് ഇതിൽ ദോഷശങ്കു വകയും ഇല്ല. ഉണ്ടായിപ്പോയെങ്കിൽ അർഹരല്ലെന്നും ജന്മിത്വകാരണം ഭാർഗ്ഗവദാന (സ്വീകരണ)മല്ലെന്നും വന്നുകൂട്ടും. ഭാർഗ്ഗവൻ കൊടുക്കാതി രിക്കാൻ ഇടയില്ലെന്നുള്ളത താഴെപ്പറയുന്ന പ്രമാണഭാഗത്തിൽനിന്നും

വെളിവാകുന്നു.

'തത്രാസ്തേ ബ്രാഹ്മണഃ കശ്ചിദ്ദേവവിദ്ഭിരലംകൃതഃ
ഷട്ക്കർമ്മനിരതോ നിത്യമാചാര്യസ്തൽ പുരേ സുധീഃ
തസ്യ ദാരാ പതിവ്രതാ ഭർത്തൃശുശ്രൂഷണേ രതാ
തയോരഷ്ടസുപുത്രാംശ്ച...
ഭാർഗ്ഗവേണൈവ മുക്തസ്യ ദ്വിജാതീനാം ഗുരുസ്തദാ
അഷ്ടപുത്രൈ സദാരൈശ്ച പ്രയാണമകരോദ്ദ്വിജഃ
ആഗത്യ കേരളേ സംജ്ഞേ വൃഷാദ്രിപുരസംജ്ഞികേ'
(കേ. മാ. അ. 11)

മേൽകാണിച്ച പ്രമാണത്തിൽനിന്നും അഷ്ടഗൃഹത്തിൽ ആദ്യന്മാർ ഒരച്ഛന്റെയും അമ്മയുടേയും പുത്രന്മാരെന്നു കാണുന്നു. ഈ സ്ഥിതിക്ക് അവർ ഒരു ഗോത്രക്കാരായിരിപ്പാനേ ഇടയുള്ളൂ. ഒരു ഗോത്രക്കാർക്ക് അന്യോന്യം വിവാഹബന്ധം പാടില്ല എന്ന നിയമം ഇന്നും ബ്രാഹ്മണരുടെ ഇടയിൽ നടപ്പാണ്. ഇവർ അന്യോന്യം വിവാഹം ചെയ്യവരുന്നതുകൊണ്ട് മുൻ പറഞ്ഞതു ശരിയല്ലെന്നും അവർ വെവ്വേറെ ഗോത്രം ഉള്ളവരാണെന്നും നിശ്ചയിക്കേണ്ടിയിരിക്കുന്നു.

കയ്യിൽ വാങ്ങിയവർ എന്നു പറയപ്പെടുന്നവരായ ജന്മികൾക്കും ഭാർ ഗ്ഗവൻ കൊടുത്തിട്ടില്ലാ

ഭാർഗ്ഗവൻ വളരെ ക്ലേശപ്പെട്ട് സമുദ്രത്തിൽനിന്നും ഈ ഭൂമിയെ സമ്പാ ദിച്ചത് എന്തിനായിട്ട്? അദ്ദേഹം ആദ്യം ചെയ്ത ഷോഡശമഹാദാനം (ദശ) സർവ്വഭ്രമണ്ഡലദാനം ഇളകൾനിമിത്തം മുമ്പിൽ കാണിച്ചപ്രകാരം വീരഹത്യാപാപത്തിന്റെ എന്നല്ല തന്റെ സകല പാപങ്ങളുടെയും മോചനം സിദ്ധിച്ചപോയതിനാൽ ആയതിലേക്ക് അല്ലെന്നുള്ളതു തീർച്ചതന്നെ. 'പ്ര യോജനമനുദ്ദിശ്യ ന മന്ദോപി പ്രവർത്തതേ' പ്രയോജനത്തെ ഇച്ഛിക്കാതെ മന്ദനായുള്ളവൻപോലും ഒന്നുംതന്നെ പ്രവർത്തിക്കയില്ല. ഭാർഗ്ഗവന് ഈ സന്ദർഭത്തിൽ അത്യാവശ്യമായ പ്രയോജനമെന്തായിരുന്നിരിക്കാം എന്നു നോക്കിയാൽ ആയതു മുമ്പുള്ള പ്രമാണങ്ങൾകൊണ്ട് ഇരിപ്പാൻ ഇടം ഉണ്ടാ വുകയാണെന്നു വെളിപ്പെടുന്നു.

അല്ലാതെ ദാനം ചെയ്യണമെന്നുള്ള ആവശ്യം അദ്ദേഹത്തിനു സ്വല്പം പോലും ഉണ്ടായിരുന്നില്ല.

അദ്ദേഹം ആവേഗത്തോട്ടുംകൂടിവന്ന് ഭൂമിയെ ഉണ്ടാക്കി പുതുമോടിയിൽ അപ്രകാരം യഥേച്ഛം ഇരുന്നുവെങ്കിലും കുറേക്കാലം കഴിഞ്ഞശേഷം ബ്രാഹ്മണർക്കു കൊടുത്തു എന്ന് വിചാരിക്കുന്നപക്ഷം, ഭാർഗ്ഗവൻ അദ്ദേ ഹത്തിന്റെ പുതിയ ഭൂമിയിൽ ബ്രാഹ്മണരെ ഇരുന്നുകൊള്ളവാൻ അനുവദി ച്ചുംവെച്ച് പോകയും കുറഞ്ഞൊരുകാലം ചെന്നശേഷം അവർ അദ്ദേഹത്തെ പരീക്ഷിക്കയാൽ തൽക്ഷണം വന്ന കോപിച്ച ശപിച്ചിട്ട് ഭൂമി കൊടുക്കുക യില്ല, എന്നു പറകയും അവർ ഭയന്നു സ്തുതിച്ചപ്പോൾ, ശാപമോക്ഷം കൊട്ട ത്തുംവെച്ച പോവുകയും ചെയ്ത. ഇപ്രകാരമല്ലാതെ സഹ്യാദ്രിഖണ്ഡത്തിൽ ഭാർഗ്ഗവദാനത്തിനേക്കുറിച്ച് ഒന്നുംതന്നെ കാണുന്നില്ല. അതുകൊണ്ട്

ഭാർഗ്ഗവൻ ദാനംചെയ്തിട്ടില്ല. ഇനി ഉണ്ടെന്ന വയ്ക്കുന്നപക്ഷവും അത് ഇപ്പ റഞ്ഞതിനിടയ്ക്ക് ഏതെങ്കിലും ഒരു സന്ദർഭത്തിലായിരിക്കാനേ പാട്ടുള്ളൂ. അങ്ങനെയാണെങ്കിൽ അത് ബ്രാഹ്മണരെ ഇരുത്തിയുംവെച്ച് സന്തോഷ മായിട്ട് പോയപ്പോഴോ അതല്ല, അനന്തരം ബ്രാഹ്മണർ പരീക്ഷിച്ചതിനാൽ രണ്ടാമത്തെ വന്ന ശപിച്ചപ്പോഴോ? ആദ്യമാണെങ്കിൽ,

'സർവ്വാൻ ഭ്രമണ്ഡലാന്ന്യാപി സർവ്വപാപവിമുക്തയേ
വിപ്രേഭ്യോഽഹം ഭ്രമിദാനം പ്രദദാമി മുനീശ്വരാഃ'

(കേരളമാഹാത്മ്യം)

'എല്ലാ ഭ്രമിയും സകലപാപനിവൃത്തിക്കായിട്ട് ഞാൻ ബ്രാഹ്മണർക്ക് ദാനംചെയ്യുന്നു.' എന്നും മറ്റും കാണുന്നതുപോലെ, ആ വിവരവും ഈ പ്രമാ ണത്തിൽ കാണിക്കാത്തതിനു കാരണമെന്ത്? പിന്നെ ഭാർഗ്ഗവന് അപ്പോൾ ഭ്രമിദാനം ചെയ്തിട്ട് യാതൊരു കാര്യവും ഇല്ലായിരുന്ന താനും.

ഇനിയും, ആദ്യമെ കൊടുത്തിരുന്നുവെങ്കിൽ ഇനി തരികയില്ലെന്ന രണ്ടാമത്തെ പറവാൻ ഇടയില്ലാ. അല്ലാതെയും കൊടുത്തുംവെച്ച് അപ്രകാരം പറകയെന്നുവന്നാൽ ഭാർഗ്ഗവൻ ഭോഷ്ക്പറയുന്നവനായിപ്പോകയും അപ്പോൾ 'മദ്വാക്യം സത്യമേവസ്തു' (എന്റെ വാക്ക് സത്യമായിട്ടുതന്നെ ഭവിക്കും) എന്ന് അദ്ദേഹം പലേടത്തും പറഞ്ഞിട്ടുള്ളതു വിശ്വാസയോ ഗ്യമല്ലെന്നും അദ്ദേഹത്തിന ദത്താപഹാരദോഷം ഉണ്ടെന്നും വരികയും ചെയ്യും. ഭ്രമി മുഴുവനും വാങ്ങിക്കൊണ്ട് 'ഇനി ഇതിലിരിക്കാൻ പാടില്ല എവിടെ എങ്കിലും പൊയ്ക്കൊള്ളക്കെ വേണ്ടൂ' എന്ന മുമ്പ് മുനിമാരും മറ്റും പറഞ്ഞപ്പോൾ ഇതിലധികം കോപം വരാനും 'എന്നെ വഞ്ചിച്ച വാങ്ങി യതാകകൊണ്ട് ഇതു ശരിയായ ഒരു ദാനമേ അല്ല, ആയതിനാൽ ഞാൻ തരുന്നതല്ല', എന്നു പറയുവാനും തിരിയെ എടുത്തുകൊള്ളുന്നതിനുതന്നെയും ന്യായമുണ്ടായിരുന്നു. എന്നിട്ടുപോലും അപ്രകാരം ചെയ്യാതെ ക്ഷമിച്ചപോ ന്ന മഹാനായ ഭാർഗ്ഗവൻ മുമ്പെ കൊടുത്തിരുന്നു എങ്കിൽ പിന്നീട് ഇങ്ങനെ പറയുകയില്ലെന്ന നിശ്ചയംതന്നെ.

രണ്ടാമത്തെ വന്നിരുന്നപ്പോൾ ദാനംചെയ്തവെങ്കിൽ, അപ്പോഴുണ്ടായത് കോപിച്ച ശപിക്കയും ഭ്രമി തരികയില്ലെന്ന ശപഥംചെയ്തൊഴികയും ആയി രുന്നല്ലോ. അല്ലാതെയും, ബ്രാഹ്മണർ ഭ്രമി മുഴുവനും കൈക്കലാക്കിക്കൊണ്ട് 'ഞങ്ങൾക്ക ദത്തമായിപ്പോയി, ഇനി ഇതിലിരിക്കേണ്ട, എവിടെ എങ്കിലും പൊയ്ക്കൊള്ളണം' എന്നു പറഞ്ഞുകേട്ടപ്പോൾ പൊട്ടന്നനവേ ഉണ്ടായ മനസ്താപത്താൽ 'ആകട്ടെ ഇപ്രകാരം ഒരു ഭ്രമി ഉണ്ടാക്കി പരിപാലിക്കാമോ എന്ന നോക്കട്ടെ' എന്ന പ്രതിജ്ഞചെയ്തു പോയി ഭ്രമി സമ്പാദിച്ച ഭാർ ഗ്ഗവൻ 'കൊള്ളികൊണ്ടടികൊണ്ട പൂച്ചയ്ക്ക് മിന്നാമിനുങ്ങിനെ ഭയം' എന്നുള്ള പഴമൊഴിപോലെ തനിക്കപറ്റിയ തകരാറിനെ ഓർത്ത് ഒരുകാലത്തും ഈ ഭ്രമി അന്യാധീനത്തിൽ പോകാത്തവിധം ഏർപ്പാടുചെയ്യല്ലാതെ ദാനംചെയ്യാൻ ഒരുങ്ങുകയില്ലെന്ന പ്രത്യേകം പറയേണ്ടതേമില്ല.

ഭാർഗ്ഗവൻ മലയാളഭ്രമിയെ ആർക്കും ദാനംചെയ്തില്ല!
'അബ്രാഹ്മണ്യേ തദാ ദേശേ കൈവർത്താൻ പ്രേക്ഷ്യഭാർഗ്ഗവഃ

ചരിത്വാ തൽബളിശം കണ്ണേ യജ്ഞസൂത്രമകല്പയൽ
സ്ഥാപയിത്വാ സ്വകീയേ സ്വക്ഷേത്രേ വിപ്രാൻ സ്വകല്പിതാൻ
ജാമദഗ്നിസ്തതോവാച സുപ്രീതേനാന്തരാത്മനാ'
(സഹ്യാദ്രിഖണ്ഡം)

ഭാർഗ്ഗവൻ ഇപ്രകാരമെല്ലാം ചെയ്തത് ആലോചിക്കുമ്പോൾ 'ഇനി യാതൊന്നിനും ബ്രാഹ്മണരുടെ സഹായവും ചാർച്ചയും സഹവാസവും വേണ്ട' എന്നും നിത്യവും ജീവഹിംസചെയ്തു കഴിക്കുന്ന അതിനികൃഷ്ടജാതി ക്കാരെന്ന വരികിലും 'ഇവർ അവരെക്കാൾ ഭേദം, അവരുടെ പൂണൂന്തൂലിനെ ക്കാളും ഇവരുടെ ഇര കോർത്തിട്ടന്ന ച്ണ്ടൽക്കയറു ഭേദം' എന്നും അവരെ (ബ്രാഹ്മണരെ)ക്കുറിച്ച് അദ്ദേഹത്തിന് ഒരു വെറുപ്പ തോന്നിയതായി വെളി പ്പെടുന്നു. ഈ സ്ഥിതിക്ക ഭ്രമിതരികയില്ലെന്ന പറഞ്ഞിട്ടുള്ളതിൽ നിന്ന് മുമ്പിൽ കൊടുത്തിട്ടില്ലെന്ന വെളിവാകുന്നതുപോലെതന്നെ പിന്നെയും അതായത് ഇതുവരെയും കൊടുത്തിട്ടില്ലെന്ന നിശ്ചയിക്കാവുന്നതാണ്.

അത്രയുമല്ല ഭാർഗ്ഗവൻ അവരെ (ബ്രാഹ്മണരെ) 'നിങ്ങൾ വളരെ പ്ര കാരത്തിലുള്ള കഷ്ടാവസ്ഥകളെ പ്രാപിപ്പിൻ' എന്ന ശപിച്ചിട്ടാണ് 'ഭ്രമി തരികയില്ല' എന്ന പറഞ്ഞിട്ടുള്ളത്. അനന്തരം ബ്രാഹ്മണർ ഏറ്റവും വ്യസ നത്തോടുകൂടി ശാപമോക്ഷത്തിന് അപേക്ഷിച്ചപ്പോൾ അദ്ദേഹം അവരോട് കലിയുഗം വർദ്ധിച്ചവരുന്ന കാലത്ത് എന്റെ വാക്ക ശരിയായിട്ടവരും; എങ്കിലും നിങ്ങൾ 'അസിപ്രസ്ഥം' എന്ന ഭ്രമിയിൽ ശ്ലാഘനീയന്മാരായി ഭവിക്കും; എന്നിങ്ങനെ പറഞ്ഞ് അയച്ചതേയുള്ളൂ. ഭ്രമി കൊടുത്തിരുന്നവെ ങ്കിൽ ഇപ്രകാരം പറകയില്ലായിരുന്ന. ഈ വാക്കുകൊണ്ട് അദ്ദേഹത്തിന്റെ ദേശത്ത് ഇവരിരിക്കുന്നതുപോലും ഇഷ്ടമല്ലെന്നും ഇരുന്നാൽ ഇവർക്ക് കഷ്ടത ഭവിക്കുമെന്നും എന്തെങ്കിലും നന്മവേണമെങ്കിൽ അവിടം വിട്ട് അന്യദേശത്തു പൊയ്ക്കൊള്ളണമെന്നും ഉള്ള ഭാർഗ്ഗവന്റെ ആശയം വെളി പ്പെടുന്നു.

സമാധാനം: ഭ്രമി തരികയില്ലെന്നും മറ്റുമുള്ള വാക്യങ്ങൾ സഹ്യാദ്രിഖ ണ്ഡം എന്ന ഗ്രന്ഥത്തിൽ ഉത്തരാർദ്ധത്തിൽ ഉള്ളവയും വേറെ ദൂരസ്ഥല ത്തുവച്ച് സംഭവിച്ചിട്ടുള്ള സംഗതികളെ സംബന്ധിച്ചവയും ഈ മലയാളഭ്ര മിയെക്കുറിച്ച സ്വീകരിക്കത്തക്കതെല്ലാത്തവയും ആകുന്നു. ഇവിടെ വേണ്ടത് 'കേരളമാഹാത്മ്യം' 'കേരളോല്പത്തി' മുതലായവയിലുള്ള സാക്ഷ്യങ്ങളാണ്.

നിഷേധം: ഇപ്പറഞ്ഞ രണ്ടവക പ്രമാണങ്ങളിൽ പറയുന്ന ഭ്രമികളുടെ ഉടമസ്ഥനും രണ്ടുസ്ഥലത്തെ സംഗതികളും നടത്തിയ ആളും ഭാർഗ്ഗവൻ ഒരാൾതന്നെ ആകുന്നു.

സമാധാനം: അവിടെ ബ്രാഹ്മണർക്ക ഭ്രമി കൊടുക്കയില്ലെന്ന പറഞ്ഞു നിഷേധിക്കയും ഇവിടെ സൽക്കാരപൂർവ്വം കൊടുക്കയുമാണ് ചെയ്തിട്ടുള്ളത്.

നിഷേധം: സഹ്യാദ്രിഖണ്ഡത്തിൽ പറയുന്ന ഭ്രമി, ആൾ, സംഗതികൾ, നടപടികൾ ഇവതന്നെയാണ് ഈ കേരളമാഹാത്മ്യം മുതലായവയിലും പ്രതിപാദിച്ചിരിക്കുന്നത്. അതിനാൽ ഇതുകളെ ഒന്നായിട്ടല്ലാതെ വെവ്വേറെ

പറവാൻ പാടില്ല. പറയുന്നതായിരുന്നാൽ, ഈ രണ്ടിലേക്കും നാഥൻ ഒരാളായിരിക്കകൊണ്ടു പ്രസ്തുത സംഗതികൾ ഒരു സന്ദർഭത്തിൽ നടത്തു ന്നതിനു പാടില്ലെന്നും, രണ്ടു സന്ദർഭത്തിൽ മുന്നും പിന്നും ആയിരിക്കാനെ പാട്ടുള്ള എന്നും വരും. ആ സ്ഥിതിക്ക് ഇവിടെ കൊട്ടത്തത്, അവിടെ കൊട്ട ക്കയില്ലെന്നു നിഷേധിക്കയും ശപിക്കയും ചെയ്യുതിൽ പിന്നീടോ അതിനു മുമ്പോ? എന്ന് ആലോചിക്കാം.

പിന്നീട് ആണെങ്കിൽ, അപ്രകാരം വിരോധപ്പെട്ട് നിഷേധിക്കയും ശപിക്കയുംചെയ്യ സ്ഥിതിക്ക് അനന്തരം ഇവിടെവന്നു കൊട്ടപ്പാൻ ഇനി യുകയില്ല. അതിലേക്ക് ആവശ്യവ്യം ഇല്ല. അത്രയുമല്ല അവിടെ ബ്രാഹ്മണരെ സക്രോധം ബഹുപ്രകാരത്തിൽ ശപിച്ചംവെച്ച ഭാർഗ്ഗവൻ തപസ്സിനായി പൊയ്ക്കളഞ്ഞു എന്നും പിന്നെ തിരിഞ്ഞുനോക്കീട്ടേ ഇല്ലെന്നും അതിന്റെ ശേഷം ആ ബ്രാഹ്മണർ ശാപഗ്രസ്തന്മാരും, ദുഃഖാർത്തന്മാരും, ശൂദ്രപ്ര യന്മാരും ആയിക്കിടന്നിരുന്നുവെന്നും അനന്തരം മയൂരവർമ്മൻ എന്ന സൂര്യകുലരാജാവും പിൽക്കാലം അദ്ദേഹത്തിന്റെ പുത്രനായ ചന്ദ്രാംഗദനും ആ ദിക്കിനെ പരിഷ്കരിച്ച എന്നും മുൻപറഞ്ഞ ബ്രാഹ്മണരുടെ അനന്തരാ നുഭവങ്ങൾ ഭാർഗ്ഗവൻ കൊടുത്ത ശാപമോക്ഷപ്രകാരം തന്നെ ആയിരുന്ന എന്നും കാണുന്നതല്ലാതെ ഭാർഗ്ഗവൻ പിന്നെ മറ്റൊരു സ്ഥലത്തു ചെന്നു മുമ്പിൽ പറഞ്ഞിട്ടുള്ളപ്രകാരം ഒന്നുംതന്നെ നടത്തിയതായി കാണുന്നില്ല.

സമാധാനം: അവിടെ നിഷേധിക്കപ്പെട്ട ബ്രാഹ്മണർക്കല്ല, ഇതിലേക്കാ യിട്ടു വേറെ കൊണ്ടുവരപ്പെട്ട ബ്രാഹ്മണർക്കാണ്, ഇവിടെ ഭൂമി കൊടുത്തത്.

നിഷേധം: അപ്പോൾ, സമുദ്രത്തെ നീക്കൽ, ഭൂമിനിർമ്മാണം, ദാനം മുതലായവ ഭാർഗ്ഗവൻ പലപ്പോഴും ചെയ്യിട്ടുണ്ടെന്നു വന്നുപോകും. അങ്ങനെ ആകുമ്പോൾ, വീരഹത്യാപാപമോചനാർത്ഥം ദാനം ചെയ്യാനെന്നും ഭൂമി മുഴുവനും ബ്രാഹ്മണർക്ക കൊടുത്തുപോയതിനാൽ തനിക്കിരിപ്പാൻ സ്ഥല മില്ലാഞ്ഞിട്ട് അതിലേക്കുവേണ്ടി ആണെന്നും ഉള്ള സമാധാനങ്ങളും തത്സം ബന്ധമായ കൃത്യങ്ങളും ഒന്നിലധികം തവണ വേണ്ടിവരും. അപ്പോൾ ഇരുപത്തൊന്നുവട്ടം ക്ഷത്രിയരെ നിഗ്രഹിച്ച് ഭൂമിയെ നിക്ഷത്രിയയാ ക്കുക, വീണ്ടും ഭൂമിയെ നിർമ്മിക്കക അതിനെ ദാനംചെയ്യുക ഇവയെല്ലാം ആദ്യം ഒരിക്കൽചെയ്യിട്ട് പിന്നെയും ചെയ്യുക, അതായത് ആദ്യം കൊന്ന ക്ഷത്രിയരെ പിന്നെയും കൊല്ലുക. ആദ്യം ദാനം ചെയ്യ ഭൂമിയെ പിന്നെയും ദാനംചെയ്യ, ആദ്യം നിർമ്മിച്ച ഭൂമിയെ പിന്നെയും നിർമ്മിക്ക, ആദ്യം വര ത്തിയയുപോലെ പിന്നെയും ബ്രാഹ്മണരെ വരുത്തുക, മുമ്പിലത്തെപ്പോലെ ബ്രാഹ്മണരെ ഇരുത്തിയും വച്ച വിചാരിക്കുമ്പോൾ വരാമെന്നും പറഞ്ഞു പിന്നെയും പോക, ആദ്യം പരീക്ഷിച്ചയുപോലെ പിന്നെയും ബ്രാഹ്മണർ പരീക്ഷിക്ക, ആദ്യം വന്നപ്രകാരം പിന്നെയും വരിക, ആദ്യം കോപിച്ചപ്ര കാരം പിന്നെയും കോപിക്ക, ആദ്യം ശപിച്ചപ്രകാരം പിന്നെയും ശപിക്ക എന്നിങ്ങനെ ഇതുസംബന്ധമായി പറയപ്പെടുന്ന സകലസംഗതികളേയും ഇപ്രകാരംതന്നെ ഭാർഗ്ഗവൻ വീണ്ടും പ്രവർത്തിച്ചിട്ടുണ്ടെന്നു വരികയും ആയതു പരിഹാസജനകമായിത്തീരുകയും ചെയ്യും.

സമാധാനം: ഭാർഗ്ഗവൻ ഇരുന്നുവാഴുന്നതിനും ദാനംചെയ്യുന്നതിനും ഭൂമികൾ ആവശ്യപ്പെട്ടിരുന്നു. അതിനാൽ വടക്കെ ഭാഗമായ സുബ്രഹ്മണ്യം മുതൽ വൈതരണിവരെ തനിക്കിരിക്കുന്നതിലേക്കും കന്യാകുമാരിമുതൽ ഗോകർണ്ണം വരെ ദാനംചെയ്യുന്നതിലേക്കും ഭൂമി ഉണ്ടാക്കി വേണ്ടുന്ന ഏർപ്പാടുകൾ ചെയ്തിട്ടുള്ളതാണ്. ഈ സ്ഥിതിക്ക് അവ പ്രത്യേകം പ്രത്യേകം ആയിട്ടല്ലാതെ ഒന്നായിട്ടിരിക്കാൻ പാട്ടുള്ളതല്ല.

നിഷേധം: മുമ്പു ഭാർഗ്ഗവന്റെ അധീനത്തിൽ ഇരുന്ന ഭൂമി മുഴുവനും ദാനംനിമിത്തം കൈവിട്ടുപോയതിനാൽ തനിക്കിരുന്നു വാഴുവാനായിട്ടു മാത്രമാണ് തെക്കേ ഭാഗമായ കന്യാകുമാരി മുതൽ ഗോകർണ്ണംവരെ ഉള്ള ഭൂമി ഉണ്ടാക്കിയതെന്ന് ഇവിടത്തേക്കുള്ള പ്രമാണങ്ങളിൽ മുഖ്യമായി കേരളമാഹാത്മ്യത്തിൽ പറഞ്ഞിരിക്കകൊണ്ടും കേരളോല്പത്തികളിൽ കാണുന്നപ്രകാരം ഈ ഭൂമി പാപവിമോചനാർത്ഥം ദാനംചെയ്യാനായിട്ട് ഉണ്ടാക്കിയതാണെന്നുള്ള ഭാഗം ഇതിനുമുമ്പുതന്നെ ഖണ്ഡിക്കപ്പെട്ടുപോയി രിക്കകൊണ്ടും ഇതും ഭാർഗ്ഗവന് ഇരുന്നു വാഴുവാൻ ഉണ്ടാക്കിയതാണെന്നും (ഉണ്ടാക്കിയെങ്കിൽ) ദാനത്തിനായിട്ട് അല്ലെന്നും സ്പഷ്ടമാകുന്നു.

പിന്നെയും സുബ്രഹ്മണ്യംമുതൽ ഗോകർണ്ണംവരെയുള്ള സ്ഥലം സഹ്യാ ദ്രിഖണ്ഡപ്രകാരം ആദ്യം ഭാർഗ്ഗവൻ നിർമ്മിച്ചതിൽ ഉൾപ്പെട്ടുപോയി. അതുപോലെ ആ സ്ഥലം കേരളമാഹാത്മ്യാദിപ്രകാരം രണ്ടാമത്തെ നിർമ്മാണത്തിലും ഉൾപ്പെട്ടിരിക്കുന്നതായി കാണുന്നു. ഇതു തീരെ യോജി ക്കുന്നില്ല.

എല്ലാ കാരണങ്ങളാലും ഇതുകൾ രണ്ടല്ല എന്നും ഒന്നുതന്നെയാണെന്നും രണ്ടെന്നമട്ടിൽ പറയുന്നതു ശരിയല്ലെന്നും ദൃഷ്ടാന്തപ്പെടുന്നു.

എന്നാൽ, വാസ്തവം ഇപ്രകാരമാണെങ്കിൽ പ്രമാണങ്ങൾ രണ്ടുപ്രകാരം എഴുതിവെയ്പ്പാൻ കാരണമെന്തെന്ന് ഒരു വല്ലതായ ജിജ്ഞാസയും ശങ്കയും ഇവിടെ സംഭവിക്കാൻ ഇടയുണ്ട്. ഇതിൽത്തന്നെ ഇനിയൊരു സ്ഥലത്ത് ഓരോന്നായി ചൂണ്ടിക്കാണിച്ചു പറയേണ്ടതായിരിക്കുന്നതിനാലും ഇതുവരെ പറഞ്ഞുവന്ന സംഗതികൾ മേൽക്കാണിച്ച ന്യായങ്ങൾകൊണ്ട് ഏറ്റവും സ്പഷ്ടീഭവിച്ചിരിക്കുന്നതിനാലും അവയെ ഇവിടെ വിവരിക്കുന്നില്ല.

നിഷേധിക്കയും ശപിക്കയും ചെയ്തിട്ടുള്ളതിനു മുമ്പായിരുന്നുവെങ്കിൽ, 'സഹ്യാൽ സാഗരപര്യന്തം' കിടക്കുന്ന ഭാർഗ്ഗവക്ഷേത്രത്തിന്റെ തെക്കേഭാഗ മായ ഈ മലയാളഭൂമിയിൽ മഹായോഗ്യന്മാരായ ബ്രാഹ്മണർ ഭാർഗ്ഗവന്റെ സ്വാധീനത്തിൽ ഉണ്ടായിരുന്നിരിക്കുമെന്നുള്ളത് നിശ്ചയമാകുന്നു. ആ സ്ഥിതിക്ക് അദ്ദേഹത്തിന്റെ സ്വന്തകാര്യങ്ങൾക്കായിട്ട് അസ്വാധീനത്തിൽ ഇരിക്കുന്നവരായ വേറെ ബ്രാഹ്മണരെപ്പോയി ക്ഷണിക്കുന്നതിന് ആവശ്യ മില്ലായിരുന്നു.

സമാധാനം: അന്ന് ഇവിടെ ഉണ്ടായിരുന്ന ബ്രാഹ്മണർ ദാനം വാങ്ങുക മുതലായ കൃത്യങ്ങളിൽ ഉൾപ്പെട്ടതിനാൽ പലപ്രകാരം ഭ്രഷ്ടഭവിച്ചവരായി രുന്നതുകൊണ്ട് ഉത്തമകാര്യങ്ങൾക്ക് ഇനി അവരെ ക്ഷണിക്കേണ്ടെന്ന വിചാരിച്ചായിരുന്നു.

നിഷേധം: ഭ്രഷ്ടന്മാരല്ലാത്തവരായ വിശിഷ്ടർ മുതലായ ബ്രാഹ്മണർ എത്രയോപേർ ഉണ്ടായിരുന്നല്ലോ. ആയവരെ ക്ഷണിക്കരുതായിരുന്നോ?

സമാധാനം: മറ്റുള്ള ബ്രാഹ്മണർ (ഭ്രഷ്ടന്മാർ) വരുമെന്നു വിചാരിച്ചിരുന്നതിനാൽ ആണ്.

നിഷേധം: ആയവർ വരികയില്ലെന്നു തീർച്ച ആയതിൽ പിന്നെയെങ്കിലും ഇവരെ ക്ഷണിക്കാമായിരുന്നല്ലോ; ഇവർക്ക വരാതിരിപ്പാൻ പാടില്ലെന്നുള്ളതിലേക്ക സംശയവുമില്ലല്ലോ. എന്നിട്ട് അപ്രകാരം ചെയ്യാതെ 'ശ്രാദ്ധാർത്ഥഞ്ചൈവയജ്ഞാർത്ഥം മന്ത്രിതാസ്സർവ്വബ്രാഹ്മണാഃ നാഗതാ ഋഷയസ്സർവ്വേ ക്രുദ്ധോഭ്രൂൽ ഭാർഗ്ഗവോ മുനിഃ മയാ ....ക്ഷേത്രം നൂതന നിർമ്മിതം.

നാഗതാ ബ്രാഹ്മണാസ്സർവ്വേ കാരണം കിം പ്രയോജനം.

ബ്രാഹ്മണാ നൂതനാ കാര്യാ ഏവം...'

അർത്ഥം: 'ശ്രാദ്ധം യാഗം ഇതുകൾക്കായി ബ്രാഹ്മണരെ ക്ഷണിച്ചിട്ട് ആരുംതന്നെ ചെന്നില്ല. ഭാർഗ്ഗവൻ കോപിച്ച് 'ഞാൻ നൂതനമായി ഭൂമിയുണ്ടാക്കി; ബ്രാഹ്മണരാരും ക്ഷണിച്ചിട്ട വന്നില്ല. ഇതിലേക്ക കാരണമെന്ത്? ഇനി ബ്രാഹ്മണരേയും നൂതനമായി ഉണ്ടാക്കുന്നുണ്ട്.'

എന്നിപ്രകാരം ചിന്തിച്ച് മറ്റാരും ലഭിക്കാത്തതുപോലെ 'പോക്കറ്റാൽ (ഗതികെട്ടാൽ) പുലി പുല്ലും തിന്നും' എന്ന മട്ടിൽ നികൃഷ്ടജാതിക്കാരെ, അലും നിത്യവും ജീവി ഹിംസചെയ്തു കഴിച്ചുകൂട്ടുന്ന മുക്കുവന്മാരെ പിടിച്ച് തന്റെ കാര്യങ്ങൾക്ക് ഉപയോഗപ്പെടുന്നവിധം ബ്രാഹ്മണരാക്കിത്തീർക്കമായിരുന്നോ? ഒരിക്കലുമില്ല. അതിനാൽ സഹ്യാദ്രിഖണ്ഡപ്രകാരം വടക്ക ഭാഗത്തെ ഏർപ്പാടിനു മുമ്പിലായിരുന്ന ഇവിടത്തേത് എന്നു പറവാൻ അല്പംപോലും കാരണമില്ല.

ഇക്കാണിച്ച ന്യായങ്ങൾകൊണ്ട് സഹ്യാദ്രിഖണ്ഡം കേരളമാഹാത്മ്യം മുതലായവയിലെ പ്രമാണങ്ങൾ വേറെ ഭൂമികൾ, സംഗതികൾ ഇവയെക്കറിച്ചുള്ളവയല്ലെന്നു സ്ഥിരപ്പെടുന്നു.

●

വേദസ്വരൂപം
വേദാധികാര നിരൂപണം

ശ്രീ ചട്ടമ്പിസ്വാമികൾ രചിച്ച
'വേദാധികാര നിരൂപണം' എന്ന കൃതിയിൽ നിന്ന്

1. ലോകത്തിൽ മിക്കപേരും ഗൗരവമാക്കിവെച്ചിരിക്കുന്ന ഗ്രന്ഥം ഏതാകുന്നു എന്നു വിചാരിച്ചാൽ വേദമത്രേ സന്ദേഹമില്ല. സൃഷ്ടിയിൽ അടങ്ങിയ സകല ജനങ്ങളും നാസ്തികന്മാർ, ആസ്തികന്മാർ എന്നിങ്ങനെ രണ്ട വകുപ്പില്യൾപ്പെടും. ഈശ്വരനേ ഇല്ല, എന്നുള്ളവർ നാസ്തികന്മാർ ആകുന്നു. നാസ്തികവാദം ചെയ്യുന്നവർ ചിലരുണ്ടായിരുന്നാലും വാസ്തവ ത്തിൽ ആ മതത്തെ ആന്തരമായി വിശ്വസിച്ച് അനുഷ്ടിക്കുന്നവർ ഒരുത്തരും കാണുകയില്ല. ആ പരാത്പരവസ്തു ഉണ്ടെന്നു വിശ്വസിച്ച നടക്കുന്നവർ ആസ്തികന്മാരാകുന്നു. ഇവരുടെ സംഖ്യ വളരെയുണ്ട്; എങ്കിലും ഈശ്വര സ്വരൂപത്തേയും, ഈശ്വരനും പ്രപഞ്ചത്തിനുമുള്ള സംബന്ധങ്ങളേയും, ഈശ്വരന്റെ ശക്തിഗുണാതിശയങ്ങളേയും, കുറിച്ചുള്ള ബോധാചരണങ്ങ ളിൽ ഇവർ പല വകക്കാരായിരിക്കും.

ഈ വർഗ്ഗങ്ങളിൽ ശ്രൗതന്മാർ, പ്രപഞ്ചവേദികൾ എന്ന രണ്ട വകു പ്പുകാരെപ്പറ്റി പ്രകൃതത്തിൽ വിചാരിച്ചാൽ മതിയാകും. ധർമ്മാധർമ്മ ജ്ഞാനമുണ്ടാകുന്നതിലേക്ക് ഈശ്വരൻതന്നെ ദയവു ചെയ്ത വേദമെന്ന ഒരു പുസ്തകത്തെ നമുക്കു തന്നുവെന്നു വിശ്വസിച്ചിരിക്കുന്നവരെല്ലാവരും ശ്രൗതന്മാരാണ്.

ഇപ്രകാരമല്ലാതെ ഈശ്വരൻ ഒരുത്തൻതന്നെ രക്ഷിതാവെന്നും, അദ്ദേഹം സൃഷ്ടിച്ച പ്രപഞ്ചംതന്നെ വേദമെന്നും വിശ്വസിച്ചിരിക്കുന്നവർ പ്രപഞ്ചവേദികളാണ്.

വേദവിഷയത്തെക്കുറിച്ച വിചാരിക്കുമ്പോൾ ഈ വകുപ്പുകാരുടെ അഭി പ്രായങ്ങളേയും ഒന്നോടൊന്നൊപ്പിച്ചു നിരൂപണം ചെയ്യുന്നത് അനാവശ്യ മാകയില്ലെന്നു കരുതുന്നു.

2. വേദമെന്നത് എന്ത്? അതിന്റെ കർത്താവാര്? അതിന്റെ സംഖ്യ എത്ര? അതെങ്ങനെയുള്ളതാണ്, എന്ന വിചാരിക്കുമ്പോൾ അതിന കർത്താവില്ലെന്ന ചിലരും, അത് ഋഷിപ്രോക്തമെന്ന മറ്റ ചിലരും, അതിനെ ഈശ്വരൻ സൃഷ്ടിച്ചുവെന്ന വേറേ ചിലരും, വേദത്തിന സംഖ്യ യില്ല എന്ന് ഏതാനം ചിലരും, സകല പ്രമാണങ്ങളിലുംവെച്ച വേദംതന്നെ മുഖ്യമെന്ന് ഒരുക്കൂട്ടരും, അത മനുഷ്യകർത്തൃകമാണെന്ന പിന്നെച്ചിലരും, ശബ്ദപ്രമാണങ്ങളിൽവെച്ച് ഇതുമുഖ്യംതന്നെ എന്നവരികിലും പ്രത്യക്ഷാ നുമാനാപേക്ഷയാ ഇത താഴ്ന്നതെന്ന ചിലരും വിശ്വസിച്ചിരിക്കുന്നതായി അറിയുന്നതിനാൽ ഈ വിഷയങ്ങളെയെല്ലാം ഓരോന്നായിട്ട നിരൂപണം ചെയ്യേണ്ടത് ആവശ്യം ആയിരിക്കുന്നു.

3. ഇവിടെ ആദ്യമായി വേദമെന്ന ശബ്ദത്തിന് അർത്ഥമെന്തെന്നാണ് വിചാരിക്കേണ്ടത്. ഒരു വസ്തുവിന്റെ പൂർണ്ണമായ ബോധം ഉണ്ടാകണമെ ങ്കിൽ അതിനുള്ള പല നാമങ്ങളുടെ അർത്ഥത്തേയും ഉദ്ദേശത്തേയും ഒന്നാ യിച്ചേർത്തു യോജിപ്പിക്കയെന്നത് ആവശ്യമാകും. ആകയാൽ വേദമെന്ന ശബ്ദത്തിന്റെ അന്തരംഗത്തെ അറിവാനിച്ഛിക്കുന്നവർ അതിന്റെ പര്യായ ങ്ങളോട് അതിനെച്ചേർത്ത് ആലോചിക്കേണ്ടതാണ്.

വേദം, ശ്രുതി, ആമ്നായം ഈ മൂന്നു പദങ്ങളും ഒരേ അർത്ഥത്തെക്കുറി ക്കുന്നതായി അമരകോശകാരൻ പറഞ്ഞിരിക്കുന്നു. ഇവയിൽ വേദമെന്ന തിന്റെ നിഷ്പത്തി പറയുമ്പോൾ 'വിദന്ത്യനേന ധർമ്മാധർമ്മാവിതി വേദ:' യാതൊന്നിന്റെ സഹായത്താൽ ധർമ്മാധർമ്മങ്ങളെ അറിയാനിടയാ കുന്നൊ അതിനെ വേദമെന്ന പറയുന്ന – എന്ന ചിലരും, 'വേദയതീതി വേദ:' – വേദിപ്പിക്കുന്നതിനാൽ വേദമെന്ന മറ്റ ചിലരും പറയും. ഈ രണ്ട നിഷ്പത്തികളിലും ശബ്ദങ്ങൾ വെവ്വേറെ എന്ന വരികിലും അർത്ഥത്തിൽ ഭേദമില്ല. ഇനി 'ബ്രഹ്മം – നിഗമം' എന്ന ശബ്ദരതാവലിയും, 'പ്രവചനം' എന്ന ജടാധരനും ഇതിന പര്യായങ്ങൾ പറഞ്ഞിട്ടുണ്ട്. 'ബ്രഹ്മ വേദേതി ബ്രാഹ്മണഃ' എന്ന പ്രമാണപ്രകാരം ബ്രഹ്മത്തെ – പരമാത്മാവിനെ താനായി അറിയുന്നവൻ എന്ന വ്യുത്പത്തിയനുസരിച്ചുള്ള ബ്രഹ്മജ്ഞാനിയെ ഒഴിച്ച ബ്രഹ്മ – ശബ്ദബ്രഹ്മത്തെ പഠിച്ചിട്ടുള്ളവൻ ബ്രാഹ്മണപദവാച്യനായത് ഇതിലെ ബ്രഹ്മശബ്ദത്തിന്റെ സാർത്ഥക്യംകൊണ്ടാണെന്ന മനസ്സിലാക്കാം. വേദമെന്ന ഗ്രന്ഥം ജീവാത്മപരമാത്മാക്കളുടെ ഇരിപ്പിനേയും, അവയുടെ സ്വരൂപസംബന്ധാദികളേയും എങ്ങനെ പ്രകാശിപ്പിക്കുന്നൊ അതുപോലെ തന്നെ പ്രപഞ്ചവും അവയെ ശോഭിപ്പിക്കുന്നതിനാൽ വേദമെന്നതു പ്രപഞ്ചം തന്നെ; അല്ലാതെ അപ്രകാരം പറയപ്പെടുന്ന പുസ്തകം മാത്രമല്ല, എന്ന പ്ര പഞ്ചവേദികൾ അഭിപ്രായപ്പെടുന്നു.

മേല്യം, 'ശ്രൂയതേ ധർമ്മാധർമ്മാദികം അനയാ ഇതി ശ്രുതിഃ' – ധർമ്മാ ധർമ്മാദികൾ ഇതിന്റെ സഹായത്താൽ കേൾക്കപ്പെടുകകൊണ്ട് ഇതിന ശ്രുതിയെന്ന പേരുവന്ന – എന്ന ചിലരും, 'ശ്രൂയത ഇതി ശ്രുതിഃ' – ശ്രുവി ക്കപ്പെടുകയാൽ ശ്രുതിയെന്നായി – എന്ന മറ്റ ചിലരും ഇതിന നിഷ്പത്തി പറയുന്നു. ഈശ്വരങ്കൽനിന്നു നേരേ കേൾക്കപ്പെട്ടതുകൊണ്ട് ഇതിന ശ്രുതി

എന്ന നാമം സിദ്ധിച്ചതായി ശ്രൗതന്മാർ പറയുന്നു. പ്രപഞ്ചവേദികളുടെ അഭിപ്രായം വേറെ വിധത്തിലാണ്; എങ്ങനെയെന്നാൽ, വേദങ്ങളിൽ ഭൂരിപക്ഷവും എഴുത്തുകൾ ഏർപ്പെടുന്നതിനു മുമ്പുതന്നെ ഉണ്ടായതുകൊണ്ട് മറ്റു ഗ്രന്ഥങ്ങളെപ്പോലെ ഈ പുസ്തകങ്ങളിൽ പഠിക്കപ്പെടാതെ ഒരുത്തൻ മറ്റൊരുത്തനും, അവൻ വേറേ ഒരുത്തനും, അധ്യയനം ചെയ്യിച്ചു തന്നെ 'പ്രവചന'മായി എന്നത്രേ ഇതിനർത്ഥം എന്നു പ്രപഞ്ചവേദികൾ പറയും. വേദമെന്നതിനുള്ള മറ്റൊരു പര്യായം ഈ പ്രപഞ്ചവേദികളുടെ മതത്തെ ആദരിക്കുന്നു. 'ആമ്നായതേ പാരമ്പര്യേണ ഇത്യാമ്നായഃ' – പരമ്പരയായി അഭ്യസിക്കപ്പെടുകയാൽ ഇതിനെ ആമ്നായമെന്നു പറയുന്നു – എന്ന് ഇതിനു നിഷ്പത്തി സാധിക്കുന്നു; അച്ഛൻ മകനും, മകൻ പൗത്രനും ഈ മാതിരിയിൽ പാഠം ചൊല്ലി നിലനിന്നു പോരുന്നതിനാൽ ഇതിന് 'ആമ്നായം' എന്ന നാമം. ഈ രണ്ടുപേരുടെയും മതം ഭിന്നിച്ചിരിക്കയാൽ വേദം പൗരുഷേയമോ അപൗരുഷേയമോ എന്ന് ഒരു വിചാരം ഉണ്ടാകുന്നു.

വേദം പരമാത്മകൃതമെന്നല്ലാതെ മനുഷ്യകൃതമല്ല എന്നു ശ്രൗതന്മാർ അഭിപ്രായപ്പെട്ടും. ഇതിന് ആധാരമായി അവർ പറയുന്ന ഹേതുക്കൾ എന്തെല്ലാമെന്നാൽ:

1. വേദങ്ങളിൽ പറയപ്പെട്ട സകലവും സത്യമാകയാലും, 'സത്യസം ഹിതാ വൈ ദേവാഃ, അനൃതസംഹിതാ വൈ മനുഷ്യാഃ' ദേവന്മാർ മാത്രം സത്യവാന്മാർ, മനുഷ്യർ അസത്യവാന്മാർ എന്നു വേദത്തിൽ തന്നെ പറഞ്ഞിരിക്കയാലും, അത് അപൗരുഷേയമായിട്ടേ ഇരിക്കൂ.

2. വേദങ്ങൾക്കു കർത്താവില്ല, എന്ന സൂത്ര്യാദികളിൽ സ്പഷ്ടമായി പറയപ്പെട്ടിരിക്കുന്നതിനാൽ അതു മനുഷ്യകർത്തൃകമല്ല.

3. നാഗരികത്വം വർദ്ധിച്ച ഇക്കാലത്തുള്ളവരും ആദരിച്ച് ഗൗരവ ത്തോടെ സ്വീകരിക്കത്തക്ക ഇപ്രകാരമുള്ള ഗ്രന്ഥങ്ങളെ, ജ്ഞാനവും നാഗരികത്വവും ഉണ്ടായിട്ടില്ലാത്ത ആദികാലത്തു കേവലം മനുഷ്യർ ഉണ്ടാക്കുകയെന്നത് അസാധ്യകോടിയിലാകയാൽ അതിനെ ദൈവിക മെന്നതന്നെ നിശ്ചയിക്കണം.

4. ദൈവികമായ ധർമ്മഗ്രന്ഥം ഒന്നിരുന്നാലല്ലാതെ മനുഷ്യർക്കു ധർമ്മ ബോധം ഉണ്ടാകയില്ല. അതിനാൽ ഈ ആവശ്യത്തിൻപേരിൽ അതിനെ ദിവ്യത്വമുള്ളതായിക്കരുതണം.

5. ഋഷികൾ മുതലായവരാൽ നിർമ്മിക്കപ്പെട്ട ഇതിഹാസപുരാണാദിഗ്ര ന്ഥങ്ങളേക്കാൾ ശ്രേഷ്ഠതമമായ പ്രമാണമായിട്ട് ആദിമുതൽക്ക് ആദരിച്ച് നടന്നു വരുന്നതിനാൽ അതു മനുഷ്യകൃതമല്ലെന്നു നിശ്ചയിക്കേണ്ടതാണ്.

ഇനിയും അനേകം ചില്ലറ ഹേതുക്കളെ അവർ പറയുന്നുണ്ട്.

ഇതിനു നേരേ വിരോധമായി പ്രപഞ്ചവേദികൾ പറയുന്ന ഹേതുക്കളെ കാണിക്കാം.

1. വേദത്തിൽ പറഞ്ഞിരിക്കുന്ന എല്ലാ വിഷയങ്ങളും സത്യമെന്നു വയ്യാൻ പാടില്ല. അർത്ഥവാദപരമായും, ഉപാഖ്യാനാദിവിഷയമായും

ഇരിക്കുന്നവ നോക്കുക. അതിൽ അധികഭാഗവും കർമ്മകാണ്ഡമായിട്ടും, കുറച്ചുഭാഗം ബ്രഹ്മകാണ്ഡമായിട്ടും ഇരിക്കുന്നുവെന്ന് എല്ലാവർക്കും അറിയാ മല്ലോ. ഈ കർമ്മകാണ്ഡങ്ങളിൽ പറഞ്ഞിട്ടുള്ള വിഷയങ്ങളിൽ പലതും ഹേയമായിത്തന്നെ ഇരിക്കുന്നുവെന്ന പ്രസിദ്ധം. യാഗാദികളിൽ നടക്കുന്ന ഹിംസ, എന്തുകാരണത്താലെങ്കിലുമാകട്ടെ, സാധുവാകുമോ? ഒരിക്കലുമില്ല.

'പരോക്ഷവാദോ വേദോ?യം
ബാലാനാമനുശാസനം' –

ആശയാന്തരത്തെ ഗർഭീകരിച്ച് 'ഗൂഢജിഹ്വികാ' ന്യായേന കർമ്മ ത്തിൽനിന്നു നിവർത്തിപ്പിക്കുന്നതിനായി മാത്രം വേദം ക്രിയാമാർഗ്ഗം നിർദ്ദേശിക്കുന്നതേ ഉള്ളൂ – എന്നും

'തേ മേ മതമവിജ്ഞായ
പരോക്ഷം വിഷയാത്മകാഃ
വൃഥാ പശൂൻ വിഹിംസന്തി
പ്രേത്യ ഖാദന്തി തേ ച താൻ'

ഇപ്രകാരം നിഗൂഢമായിരിക്കുന്ന, ഭഗവദഭിപ്രായം ഗ്രഹിക്കാതെ വിഷ യഭ്രാന്തന്മാരായവർ ഹിംസാമയമായ യജ്ഞമനുഷ്ഠിക്കയും ആ യജ്ഞീയ പശുക്കൾ ഭവാന്തരത്തിൽ ആ യാഗകർത്താക്കളെ കൊന്നു തിന്നുകയും ചെയ്യുന്നു – എന്നും ശ്രീമത് ഭാഗവതം പറയുന്നു.

'ന ഹിംസ്യാദിത്യേതദ് ധ്രുവമവിതഥം വാക്യമബുധൈരഥാഗ്നീഷോ
മീയം പശുമിതി ഇ വിപ്രൈര്‍ന്നിഗദിതം'

സാധിഷ്ഠ്വും യഥാർത്ഥവ്വമായ 'മാ ഹിംസ്യാത് സർവ്വാ ഭ്രതാനി' എന്ന വേദവിധിയെ (ഉത്സർഗ്ഗമാക്കി) 'അഗ്നീഷോമീയം പശുമാലഭേത' എന്ന വാക്യം വിശേഷവിധിയാകയാൽ, അതിനെ ബാധിക്കുന്ന വിധം (അപവാ ദകമാക്കി) മൂർഖന്മാരായ വിപ്രർ വാദിക്കുന്നു എന്നു പറഞ്ഞ് ബ്രഹ്മാന്ദ സരസ്വതി യജ്ഞീയപശുഹിംസയേയും അപലപിക്കുന്നു. 'സർവ്വാണി' എന്നതിന്റെ സ്ഥാനത്ത് 'സർവ്വാ ഭ്രതാനി' എന്നുള്ള ഛാന്ദസമാണ്. ഇതു ഭിന്നവിഷയകമാകയാൽ ബാധകം ഇല്ലെന്ന് ആചാര്യവാചസ്പതിമിശ്രൻ പറയുന്നു. മേൽ പറഞ്ഞപ്രകാരം കല്പിക്കയാൽ 'പശുസമഃ' എന്ന് ഇവർക്കു ഭട്ടതിരിപ്പാടിൽനിന്ന് അഭിധാനം നൽകിയിരിക്കുന്നതായി കാണുന്നുണ്ട നുള്ളതു വലിയ ആശ്വാസം തന്നെ. യജ്ഞീയ പശുഹിംസയും ഹിംസ തന്നെയെന്നാണ് യോഗസൂത്രവൃത്തികാരന്റെ അഭിപ്രായം. ഇതിനെല്ലാം പുറമേ

'മമ നാമ്നാ?ഥവാ യജ്ഞേ
പശുഹത്യാം കരോതി യഃ;
ക്വാപി തന്നിഷ്ഠതിർന്നാസ്തി
കുംഭീപാകമവാപ്നുയാത്.
ദൈവേ പൈത്രേ തഥാത്മാർത്ഥേ
യഃ കുര്യാത് പ്രാണിഹിംസനം
കല്പകോടിശതം ശംഭോ!

രൗരവേ സ വസേദ് ധ്രുവം.
യൂപേ ബദ്ധ്വാ പശൂൻ ഹത്വാ
യഃ കുര്യാദ്രുക്തമർദ്ദമം
തേന ചേത് പ്രാപ്യതേ സ്വർഗ്ഗോ
നരകഃ കേന ഗമ്യതേ.

ശക്തിപൂജയെന്ന വ്യാജത്താലാകട്ടെ, യാഗത്തിനെന്നുവെച്ചാകട്ടെ പ്രാണിവധം ചെയ്യുന്നവർക്ക് കുംഭീപാകനരകമൊഴിച്ച പ്രായശ്ചിത്തമില്ല; യാഗം, പിതൃകർമ്മം, ഉദരപൂരണം ഇതിൽ ഏതിനെ ആസ്പദമാക്കി ആയാല്യം പ്രാണിഹിംസ ചെയ്യുന്നവർ രൗരവനരകത്തിൽത്തന്നെ കിടക്കേണ്ടിവരും; യൂപത്തിന്മേൽ (യജ്ഞശാലയുടെ പൂർവ്വദ്വാരത്തിന് ഇടത്തുമാറി പ്രതിഷ്ഠിക്കപ്പെട്ടന്നതും, 'ശമിതാ' എന്ന പറയുന്ന ക്രൂരരായ ആ കശാപ്പുകാരാൽ നവദ്വാരബന്ധനപൂർവ്വം മർമ്മസന്ധിമർദ്ദിച്ച കൊല്ലപ്പെട്ടന്ന യജ്ഞീയപശുവിന്റെ ബന്ധനത്തിനുള്ളതും ആയ സ്തംഭത്തിന്മേൽ) യജ്ഞപശുവിനെ കെട്ടി, അനന്തരം കൊലപ്പെടുത്തി രക്തപങ്കം ഉണ്ടാക്കുന്നവർക്ക് ഇതു സ്വർഗ്ഗവാതിൽ തുറന്നുകൊടുക്കുമെങ്കിൽ പിന്നെ നരകദ്വാരം തുറക്കുന്നതിനുള്ള കർമ്മം ഏതായിരിക്കുമെന്നറിയുന്നില്ല – എന്ന പാദ്മോത്തരത്തിലെ ശ്രീപാർവ്വതീ പരമേശ്വരസംവാദം പറയുന്നു. യാഗത്തെക്കുറിച്ച് ഇതിലധികമായി ആക്ഷേപിക്കുന്നതിനു പാരമർഷവചനത്തിനു കഴിവില്ലല്ലോ.

പൗണ്ഡരീകയാഗത്തിൽ വിധവയും ബ്രഹ്മചാരിയും ചേർന്ന നടത്തുന്ന സംഭോഗത്തേയും, 'അശ്വസ്യശിശ്നം പത്ന്യാ ഉപസ്ഥേ നിധത്തേ' എന്ന് അശ്വമേധപ്രകരണം പറയുന്നതിനേയും 'മഹാവ്രതാഖ്യയജ്ഞേ ബ്രഹ്മചാരീത്വര്യാ രതമഭിമതം' എന്നതിലെ ബ്രഹ്മചാരിയും കുലടയും തമ്മിലുള്ള സംയോഗത്തിന്റെ സമ്മതിയേയും, ആയിരം വേദങ്ങൾ ആദരിച്ച എന്നവരികിലും പരിശുദ്ധന്മാർ ആദരിക്കയില്ല. അതുകൊണ്ടല്ലയോ വേദത്തിൽ കാലദേശാദികളെക്കണക്കാക്കാതെ പൊതുവായി വിധിച്ചിരിക്കുന്ന പല കാര്യങ്ങളേയും പല ധർമ്മശാസ്ത്രജ്ഞന്മാർ നിഷേധിപ്പാൻ ഇനിഞ്ഞത്.

'അശ്വാലംഭം ഗവാലംഭം
സംന്യാസം പലപൈതൃകം;
ദേവരേണ സുതോത്പത്തിം
കലൗപഞ്ച വിവർജ്ജയേത്'

കലിയുഗത്തിൽ അശ്വമേധം, ഗോമേധം, സംന്യാസം, ശ്രാദ്ധത്തിൽ മാംസഭോജനം, ദേവരങ്കൽ നിന്ന പുത്രോത്പത്തി ഈ അഞ്ചുകാര്യങ്ങളേയും മാറ്റേണ്ടതാണ് – എന്നുണ്ടായ നിഷേധംകൊണ്ട വേദത്തിൽ പറയപ്പെട്ട വിഷയങ്ങൾക്കും ന്യൂനതയുണ്ടെന്ന കാണുന്നു. ഇതിരിക്കട്ടെ, ക്രിസ്ത്യന്മാർ ബൈബിളിനേയും, മഹമ്മദീയർ ഖുറാനേയും, ഹിന്ദുക്കൾ വേദത്തേയും ഭഗവത്പ്രോക്തമെന്ന കൊണ്ടാടുന്നുണ്ടെന്ന പ്രസിദ്ധം. ഈ മൂന്നിൽ പറഞ്ഞിരിക്കുന്ന വിഷയങ്ങളിൽ പലതും ഒന്നിനൊന്നു നേരെ വിരുദ്ധമായിരിക്കുന്ന എന്നുള്ളത ലോകപ്രസിദ്ധമാകയാൽ അതിലേക്ക്

ഉദാഹരണം കൊടുത്തിട്ടാവശ്യമില്ല. ഇങ്ങനെ അന്യോന്യം വിരുദ്ധമാ യിരിക്കുന്ന രണ്ടു വിഷയങ്ങളും യഥാർത്ഥമായിരിക്കൽ സാദ്ധ്യമല്ലല്ലോ. അപ്രകാരമല്ലെങ്കിൽ അസത്യംകൂടി ഒരു വേദത്തിൽ പറഞ്ഞിട്ടുള്ളതായി വരുന്നതാണല്ലോ. ആ ഭാഗവും ഭഗവത്പ്രോക്തമെന്ന വയ്ക്കാമോ? ശ്രുതിക ളെന്നു വച്ചിരിക്കുന്ന ഈ മൂന്നിൽ ഒന്നുരണ്ട് ഈശ്വരകൃതമല്ല, എന്നായാൽ മറ്റൊന്നുമാത്രം ഈശ്വരകൃതമെന്ന് എങ്ങനെ വരും? ഇനി, അതതിലെ പൂർവ്വികന്മാർ വിശ്വസിച്ചതുതന്നെ ശരിയെന്നു നിശ്ചയിക്കേണമെന്നാണെ ങ്കിൽ അതു കേവലം ദുരഭിമാനമെന്നല്ലാതെ വിവേകത്തിനടുത്തതല്ലല്ലോ. ആകയാൽ അവയിൽ ഇന്നതു ഭഗവത്പ്രോക്തം, ഇന്നതു മനുഷ്യപ്രോ ക്തം എന്നതിനു നിരാക്ഷേപമായ ആധാരമേർപ്പെടാത്ത കാലത്തോളം അവയിൽ ഒന്നുതന്നെ ഈശ്വരപ്രോക്തമായി ഗണിച്ചു കൂടാ. എല്ലാം മനുഷ്യകൃതമെന്നു വയ്ക്കുന്നതു യുക്തിക്കും വിവേകത്തിനും അടുത്ത കാര്യമാ യിരിക്കും. ഭഗവത് പ്രണീതമെന്നു ഗണിക്കപ്പെടാത്ത ഗ്രന്ഥത്തിൽ തന്നെ അത് ഭഗവദ്പ്രോക്തമെന്ന് എഴുതിയിരുന്നാലും അതുകൊണ്ടു ഫലമെന്താ ണുള്ളത്? പ്രപഞ്ചവേദിയല്ലാത്ത പ്രകൃതത്തിലുള്ള ഗ്രന്ഥകർത്താക്കളിൽ ഓരോരുത്തർ ചെയ്തിരിക്കുന്ന ഗ്രന്ഥം ഈ വേദങ്ങളിൽ എല്ലാവറ്റേക്കാളും വിസ്താരമായിരിക്കുന്നതിനെയും വേദകർത്താക്കളിൽ ഓരോരുത്തരും ചെയ്ത ഭാഗം സ്വല്പമായിരിക്കുന്നതിനെയും ആലോചിക്കാനുണ്ട്. ഇനിയും, ഇതു പ്രാചീനമായി ഏർപ്പെട്ടു നടന്നുവരുന്നല്ലോ എന്നുവച്ചു ഭഗവത്പ്രോ ക്തമെന്നു നിരൂപിക്കാൻ പാടില്ല. എന്തെന്നാൽ സാധാരണ ജനങ്ങളുടെ കൂട്ടത്തിൽ ഒന്നുരണ്ടു പണ്ഡിതന്മാരിരുന്നാൽ അവരെ മറ്റുള്ളവർ ദേവാം ശമെന്നു നിശ്ചയിക്കുന്നത് ആശ്ചര്യമല്ല. ഇപ്രകാരമുള്ള പതിവു നമ്മുടെ ദേശത്തു മാത്രമല്ല, ഗ്രീസ്, റോമാ, ഇംഗ്ലണ്ട് മുതലായ സ്ഥലങ്ങളിലും പൂർ വ്വകാലത്തുണ്ടായിരുന്നതായി ചരിത്രങ്ങൾകൊണ്ടു തെളിയുന്ന. ഇപ്രകാരം സാധാരണന്മാരാൽ ഈശ്വരനെന്ന മതിക്കപ്പെട്ട മനുഷ്യരാൽ വേദങ്ങൾ നിർമ്മിക്കപ്പെട്ടു എന്നുവച്ച് അതിനെ ആക്ഷേപിക്കേണ്ട ആവശ്യമില്ല. ഭഗവദാവേശത്താൽ മനുഷ്യർ പറയുന്നതിനേയും ഭഗവത്പ്രോക്തമെന്ന തന്നെ സമ്മതിക്കേണമെന്നു ചിലർ പറഞ്ഞേക്കാം. പാമരന്മാർ, ഭ്രാന്ത ന്മാർ, കുടിയന്മാർ ഇവർക്കല്ലാതെ വേറേ ആർക്കും ആവേശമുണ്ടാകുന്നത് അസാദ്ധ്യമാകയാൽ ആ സ്ഥിതിയിലുള്ളവർ വേദപ്രണേതാക്കളെന്ന് ഒരുത്തരും സമ്മതിക്കയില്ല. അഥവാ സമ്മതിച്ചാലും അതിന് ഒരു ഗൗര വവുമില്ല. ധാരണാബുദ്ധി സിദ്ധിക്കുന്നതു ഭഗവത്പ്രസാദത്താലാകയാൽ മേധാവികൾ ചെയ്തതിനെ ദേവകൃതമായി സമ്മതിക്കേണമെന്നു ചിലർ പറയും. അങ്ങനെയെങ്കിൽ നമുക്ക് ധാരണാബുദ്ധി, വിവേകപ്രാചുര്യം മുതലായ സകലവും ഭഗവത്കടാക്ഷത്താൽ തന്നെ ഉണ്ടാകുന്നതിനാൽ നാം എഴുതുന്നതിനെയെല്ലാം കൂടി ഭഗവത്പ്രോക്തമെന്നും വേദമെന്നും പറയാമോ?

ഇനിയും, ധർമ്മാധർമ്മങ്ങളെ നാം അറിഞ്ഞുകൊള്ളവാൻ ഒരു സാധനം ആവശ്യമാണെന്നുള്ളതു യഥാർത്ഥമത്രെ. ഈശ്വരൻ പ്രപഞ്ച ത്തെത്തന്നെ അപ്രകാരമുള്ള സാധനമായിട്ടു സൃഷ്ടിച്ചിരിക്കുമ്പോൾ നാം

അന്യസാധനങ്ങളെ അപേക്ഷിക്കുന്നതു കേവലം അലസസ്വഭാവത്തെ കാണിക്കുന്നതാകുന്നു. അവനവൻ സ്വപ്രയത്നത്താൽ പ്രപഞ്ചത്തെ പരിശോധിച്ചു രക്ഷപെടുന്നതു ദുസ്സാധമാകയാൽ ഒരു പുസ്തകരൂപമായ സാധനം ദൈവികമായുണ്ടായിരുന്നാൽ ഉത്തമമല്ലയോ എന്നു ചോദിച്ചാൽ ഉണ്ടായിരുന്നെങ്കിൽ നല്ലതുതന്നെ. ഇല്ലാത്തപ്പോൾ ഉള്ളതായിട്ട് ആരോ പിച്ചുകൊള്ളുന്നതിൽ പ്രയോജനമുണ്ടോ? പുസ്തകരൂപമായ സാധനത്തെ തരുന്നതിനേക്കാൾ ഈശ്വരൻ തന്നെ മൂർത്തിമാനായിവന്നു ദയവ്വചെയ്തു ധർമ്മങ്ങളെ ഉപദേശിക്കുമെങ്കിൽ അതു സർവ്വോത്തമമല്ലയോ? എങ്കിലും അതു സാദ്ധ്യമാണോ?

ഋഷിമാർ പുരാണാദിഗ്രന്ഥങ്ങളെ വേദത്തിന്റെ ഉപപ്രമാണമെന്ന് പറഞ്ഞതിനാൽ ഗൗണസാക്ഷ്യത്തെക്കാൾ മൂലസാക്ഷ്യം പ്രധാനമെന്ന ഗൗരവബുദ്ധ്യാ ഗ്രഹിക്കപ്പെടണം: അല്ലാതെ ഭഗവത്പ്രോക്തമെന്നതിനാ ലല്ല. ഒരുപക്ഷേ പലർകൂടി അതിനെ ഭഗവത്പ്രോക്തമെന്നു പറഞ്ഞതു കൊണ്ട് മാത്രം അത് അപ്രകാരം പരിണമിക്കുമോ? ആദി വിവേകികൾ ശ്രമപ്പെട്ടു കണ്ടറിഞ്ഞു പറഞ്ഞ വിഷയങ്ങളിൽ നിരാക്ഷേപകരങ്ങളായ ഭാഗങ്ങളെ അംഗീകരിക്കുകയും ഗൗരവബുദ്ധ്യാ സ്വീകരിക്കയും ചെയ്യേണ്ടത് നമ്മുടെ സ്ഥിതിക്ക് അടുത്ത കാര്യം തന്നെ. ഭഗവത്പ്രോക്തമല്ലെന്നുള്ളതു കൊണ്ടുമാത്രം ആക്ഷേപകരമായിത്തീരുന്നതുമല്ല. അതിലുള്ള ഗുണങ്ങളെ ആദരിച്ചനുഷ്ഠിക്കുന്നതു തന്നെ നമുക്ക സുലഭമായും പ്രയോജനകരമായും ഇരിക്കുമെന്നതിൽ സന്ദേഹമില്ല.

ഇനി, വേദബാഹുല്യത്തെക്കുറിച്ചു നോക്കാം, 'അനന്താ വൈ വേദാഃ' എന്ന പ്രമാണത്താൽ വേദങ്ങൾക്ക സംഖ്യയില്ലെന്ന ശ്രൗതന്മാർ പറയുന്നു. ഇതിനെപ്പറ്റി പ്രപഞ്ചവേദികൾക്കുള്ള അഭിപ്രായത്തെ കാണിക്കാം. ശബ്ദാർത്ഥപ്രകാരം ഈശ്വരന്റെ ഇരിപ്പിനേയും ധർമ്മാധർമ്മങ്ങളേയും വെളിപ്പെടുത്തുന്നവയെല്ലാം വേദങ്ങൾതന്നെ; എന്നാലും അപ്രകാരം പ്രകാശിപ്പിക്കുന്നതിൽ പ്രപഞ്ചത്തെക്കാളും വിശേഷപ്പെട്ടതൊന്നുമില്ല; ആകയാലും പ്രപഞ്ചത്തിന്റെ വിസ്താരത്തേയും അതിലടങ്ങിയ പദാർത്ഥ ങ്ങളേയും ഒരിക്കലും കണക്കിട്ട നിർണ്ണയിക്കാൻ കഴിവില്ലായ്കയാലും, പ്രപ ഞ്ചമായ വേദത്തിന് പരിമിതിയില്ല എന്നത് ഈ വാക്യത്തിന്റെ ഉദ്ദേശം എന്നല്ലാതെ പുസ്തകരൂപമായ വേദത്തിന് അളവില്ല എന്നതു ഘടിക്കുന്നില്ല.

യുക്തിവിചാരം
വേദാധികാര നിരൂപണം

ശ്രീ ചട്ടമ്പിസ്വാമികൾ രചിച്ച
'വേദാധികാര നിരൂപണം' എന്ന കൃതിയിൽ നിന്ന്

ശൂദ്രൻ വേദാഭ്യാസം ചെയ്യക്കൂടാ എന്നുള്ള സങ്കേതം യുക്തിക്കെങ്കിലും ചേർന്നിരിക്കുന്നുണ്ടോ? ഏതു മതഗ്രന്ഥത്തെ എടുത്താലും പരമ പദപ്രാപ്തിക്കു ജീവാത്മപരമാത്മസ്വരൂപജ്ഞാനവും, ധർമ്മാനുഷ്ഠാനവും തന്നെയാണ് ഹേതുവെന്നു പറഞ്ഞിരിക്കുന്നതായിക്കാണാം. ഉദാഹരണ ത്തിന്

'ബഹൂനാം ജന്മനാമന്തേ
ജ്ഞാനവാൻ മാം പ്രപദ്യതേ'

ബഹുജന്മങ്ങളെടുത്തിട്ട് അവസാനത്തിൽ ജ്ഞാനവാൻ മാത്രം എന്നെ പ്രാപിക്കുന്നു – എന്ന ഗീതാവചനം എല്ലാവരും അറിഞ്ഞിരിക്കുമല്ലോ.

'തമേവ വിദിത്വാ?തിമൃത്യുമേതി
നാന്യഃ പന്ഥാ വിദ്യതേ?യനായ'

(ഈ വിധമായി ബ്രഹ്മത്തെ അറിഞ്ഞുകൊണ്ടവൻ മാത്രം മൃത്യുവിനെ അതിവർത്തിക്കുന്നു. മോക്ഷപ്രാപ്തിക്കു വേറെ മാർഗ്ഗമില്ല.)

'തമാത്മസ്ഥം യേ?നുപശ്യന്തിധീരാഃ
തേഷാം സുഖം ശാശ്വതം നേതരേഷാം'

അന്തര്യാമിയെ താനായറിയുന്നവർക്കുമാത്രം നിത്യസുഖമുണ്ടാകും; മറ്റാർക്കുമില്ലാഎന്നും മറ്റും അനേകവിധം വേദം ഘോഷിക്കുന്നു. മോക്ഷസാ ധനമായ ജ്ഞാനത്തെ ശൂദ്രൻ അഭ്യസിച്ചുകൂടാ എന്ന പറയുന്നതിനു ശൂദ്രൻ മോക്ഷത്തെ പ്രാപിച്ചുകൂടാ എന്നല്ലയോ അർത്ഥം. അല്ലാതെയും ആദിമുതൽ ഈ സങ്കേതം ഭഗവന്നിയമമായി നടന്നുവന്നതാണെങ്കിൽ ഇതുവരെയും ഒരു ശൂദ്രൻപോലും മോക്ഷം പ്രാപിച്ചിട്ടില്ല എന്നല്ലയോ പറയേണ്ടത്? ഇതിനെ ആരെങ്കിലും സമ്മതിക്കുമോ? ബ്രാഹ്മണരിൽതന്നെ തങ്ങൾക്കു

സമാനം ഒരുത്തരും ഇല്ലെന്ന് ദിവ്യജ്ഞാനബലത്താൽ ആകാശം കൂടെ സ്വന്തം അരവിരൽക്കു ശരിയായി മറിക്കുന്ന വൈഷ്ണവരല്ലയോ 'തിരുക്ക ച്ചിനമ്പി' 'തിരുപ്പാണാഴുവാർ' മുതലായ ചെട്ടി, പറയരായ പലവകക്കാർ മോക്ഷത്തെ പ്രാപിച്ചതായി സമ്മതിക്കുന്നു! ഇതെങ്ങനെ സാധ്യമാകുമെന്നു ചോദിക്കപ്പെട്ട വൈഷ്ണവർ വേദത്തെ ധിക്കരിപ്പാൻ ശക്തിയില്ലാതെയും ആഴുവരാദികൾക്കു മോക്ഷമില്ല എന്നു പറയാൻ മനസ്സില്ലാതെയും ബഹുസ കടത്തോട്ടുകൂടി അതിലേക്ക് ഒരു സമാധാനം പറയുന്നു, അത് എത്രത്തോളം തൃപ്തികരമായിരിക്കുമോ എന്നു മറ്റുള്ളവർ ആലോചിച്ചുകൊള്ളട്ടെ. ആയതെ ങ്ങനെയെന്നാൽ ശ്രൂദ്രൻ വേദത്തെമാത്രം പഠിച്ചുകൂടാ എന്നല്ലാതെ വേദത്തി ന്റെ അർത്ഥത്തെ അറിഞ്ഞുകൊള്ളുന്നതിൽ ബാധകമില്ലെന്നു പറയുന്നു. ഇവരുടെ വാദം ശരിയാണെന്നുവരികിൽ വേദത്തിന്റെ അർത്ഥത്തെക്കാൾ ശബ്ദമാണ് മുഖ്യമെന്നു വരുന്നു. നവരതനങ്ങളെക്കാളും അവ വച്ചിരിക്കുന്ന പെട്ടിയാണ് മുഖ്യമായിട്ടുള്ളതെന്ന് ആരെങ്കിലും പറഞ്ഞാൽ അതിനെ നാം എത്രത്തോളം ഗൗനിക്കാം. പെട്ടിക്കും തദന്തർഗ്ഗതപദാർത്ഥങ്ങൾക്കും ഉള്ള സംബന്ധം തന്നെ ശബ്ദങ്ങൾക്കും അർത്ഥങ്ങൾക്കും ഇരിക്കും എന്നതിൽ സന്ദേഹം ഉണ്ടോ? ഈ രണ്ടിനും ഭേദമില്ലെന്നുവരികിൽ, നിനക്ക പെട്ടി വേണമോ ഇരിക്കുന്ന രതങ്ങൾ വേണമോ എന്നു ചോദിക്കുമ്പോൾ എനിക്ക് രതങ്ങൾ വേണ്ട, പെട്ടി മതി എന്നു പറയുന്നവൻ ഭ്രാന്തന്മാരില്ല മുണ്ടോ എന്നു സംശയം. വേദത്തിലെ ശബ്ദത്തിനും അർത്ഥത്തിനും ഉള്ള താരതമ്യം വേദവാക്യംകൊണ്ടുതന്നെ സ്പഷ്ടമാകുന്നതിനാൽ അതിനെ ഇവിടെ ഉദാഹരിക്കാം.

'സ്ഥാണുരയം ഭാരവാഹഃ കിലാഭ്രദ്
അധീത്യ വേദം ന വിജാനാതി യോ?ർത്ഥം'

വേദത്തെ അഭ്യസിച്ചിട്ടും അതിന്റെ അർത്ഥത്തെ നല്ല പോലെ അറി യാത്തവൻ ഉത്തരത്തിനെ ചുമക്കുന്ന ഋണാകുന്നുഎന്ന് ഋഗ്വേദത്തിൽ പറഞ്ഞിരിക്കുന്നു. ഈ വാക്യത്തെ അറിഞ്ഞാൽ അർത്ഥമറിയാതെ വേദാഭ്യാസം ചെയ്യുകൊണ്ടിരിക്കുന്നവരുടെ മഹിമ ഇത്രത്തോളമെന്നു ഗ്രഹിക്കാമല്ലോ. പല വാക്യങ്ങളെ ഇവിടെ എടുത്തുപറയുന്നതനാവശ്യം. അരിയെക്കാളും അതിനെ മൂടിക്കൊണ്ടിരിക്കുന്ന ഉമിയാണ് വിശേഷമെന്നു വെച്ചുകൊണ്ടാലും ഈ അഭിപ്രായം ആദ്യം മുതൽക്ക നടന്നുവന്നതാണോ എന്ന് ആലോചിക്കണം. വേദാഭ്യാസത്തിനു ശ്രൂദ്രൻ അനർഹനെന്നു ബ്രാ ഫണൻ വെച്ചുകൊണ്ടിരുന്നാലും, പുരാണങ്ങളെ പഠിക്കയും കേൾക്കയും ചെയ്യുന്നതിനുപോല്യം അവന്ന് അധികാരമില്ലെന്നു പറകയില്ലെന്നു വിശ്വസിക്കുന്നു. ഈ പുരാണങ്ങളിൽതന്നെ വേദവാക്യങ്ങൾ വരുന്നു എന്നുള്ളതിൽ സന്ദേഹമില്ല. സന്ദേഹമുള്ളവരുണ്ടെങ്കിൽ അവർക്കായിട്ട് ഒന്നുരണ്ട ദൃഷ്ടാന്തങ്ങൾ പറയാം. ഭാരതം ആദിപർവ്വം മൂന്നാമധ്യായത്തിൽ 'ദേവാവശ്ചിനൗ വാഗ്ഭിഃ ഋഗ്ഭിഃ' എന്ന വാക്യവും, ശകുന്തലോപാഖ്യാനം എഴുപത്തിനാലാമധ്യായത്തിൽ

'അംഗാദംഗാതി സംഭവസി
ഹൃദയാദഭിജായസേ;

ആത്മാ വൈ പുത്രനാമാസി
സ ജീവ ശരദശ്ശതം.'

എന്ന വാക്യവും വരുന്നു. ശൂദ്രൻ പുരാണങ്ങളെ പഠിക്കാമെങ്കിൽ അവയിൽ വരുന്ന ശ്രുതിവാക്യങ്ങളെ കൂടി പഠിച്ചപോകും. അപ്പോൾ ഈ സങ്കേതത്തിനു ഗതിയെന്ത്? ഈ പുരാണങ്ങളെ പഠിയ്ക്കുന്നതിനും ശൂദ്രന് അധികാരമില്ലാ എന്നു നിർബന്ധിക്കയാണെങ്കിൽ പുരാണങ്ങളെഴുതി യവരിൽ പലരും ശൂദ്രരാകുന്നു എന്നുള്ളതിനെ കൂടി ഗൗനിക്കേണ്ടിവ രുന്നു. 'സൂതസംഹിത' എന്ന ഗ്രന്ഥത്തിന്റെ കർത്താവ് ശൂദ്രൻ ആകുന്നു എന്നുള്ളത് മിക്കവർക്കും അറിയാമല്ലോ. അതിനാൽ ആ ഗ്രന്ഥത്തിന്റെ മഹിമയ്ക്ക് ഏതെങ്കിലും കുറവുള്ളതായി കരുതുന്നുണ്ടോ? അതിൽ വരുന്ന അനന്തശ്രുതിവാക്യങ്ങളെ സൂതൻ ഉച്ചരിച്ചതായി വരുന്നില്ലയോ? അവരെ പ്പോലെയുള്ളവർക്ക മാത്രം ഈ സ്വാതന്ത്ര്യം എങ്ങനെ സിദ്ധിച്ചെന്നാൽ അവർ മഹാന്മാരാകയാൽ ആ വിഷയത്തിൽ യാതൊരു നിഷേധവുമില്ലെന്നു പറയുന്നു. അവരുടെ മഹത്വത്തിനു പഠിപ്പല്ലയോ കാരണം. ജ്ഞാനത്തിനു രാജചിഹ്നമോ മറ്റോ ഉണ്ടോ? അതിനെ പ്രാപിക്കാൻ എല്ലാവർക്കും ഒരേ മാർഗ്ഗമല്ലയോ? ആ മാർഗ്ഗത്തെ അനുസരിച്ച പഠിച്ചതുകൊണ്ടല്ലയോ 'ആഴ്‌വാര' ദികൾക്കും, നായന്മാർക്കും മഹിമ സിദ്ധിച്ചത്? ഇപ്പോഴും ആ മാർഗ്ഗത്തെ അനുസരിച്ചാൽ പ്രകൃതത്തിലുള്ള ശൂദ്രരിലും പലരും മഹത്വം പ്രാപിച്ചു പ്രശോഭിക്കും എന്നതിൽ സന്ദേഹമുണ്ടോ? ഓടക്കാരിയുടെ മകനായ പരാശരനും, മുക്കുവത്തിയുടെ മകനായ വ്യാസനും വേദങ്ങളെ ഓതിയല്ലോ: അവരും ബ്രാഹ്മണർതന്നെ. എന്നാൽ ഋഷിമൂലം, നദി മൂലം ഇവ വിചാരിക്കണ്ടാ എന്നു പറയുന്നു. സമാധാനം പറയാൻ കഴിയാത്ത സംഗതികൾക്കെല്ലാം ആണല്ലാ ഇങ്ങനെയുള്ള ഉത്തരം. അപ്പോൾ വിധി കൂടാതെയുള്ള ഋഷികളുടെ ഈ ഉത്പത്തിക്ഷേത്രം നിന്ദ്യമെന്നുവരികിലും ബീജം ബ്രാഹ്മസംഭൂതമാകയാൽ അവരും ബ്രാഹ്മണൻ തന്നെയെന്നു പറയുന്നു. ഇതെങ്കിലും ശരിയായി നിലനിൽക്കുമോ എന്നു നോക്കാം. പാണ്ഡു, ധൃതരാഷ്ട്രൻ, വിദുരൻ ഈ മൂന്നുപേരും വ്യാസരുടെ പുത്രന്മാരെ ന്നല്ലയോ പറയുന്നത്. വ്യാസരും ബ്രാഹ്മണൻ തന്നെയല്ലോ. ബ്രാഹ്മണ ബീജത്തിൽ ജനിച്ചവരും ബ്രാഹ്മണൻതന്നെയെന്നു പറയുന്ന പക്ഷത്തിൽ ആവ്യാസപുത്രന്മാരായ പാണ്ഡു, ധൃതരാഷ്ട്രൻ, വിദുരൻ ഇവരും ബ്രാഹ്മണ രായിട്ടല്ലയോ ഇരിക്കേണ്ടത്? അപ്രകാരമല്ലാതെ ക്ഷേത്രത്തെ ആശ്രയിച്ച പാണ്ഡുവും ധൃതരാഷ്ട്രനും ക്ഷത്രിയരായിട്ടും വിദുരർ മാത്രം ശൂദ്രനായും ഇരി ക്കുന്നതിലേക്ക് കാരണം എന്തെന്നു പറയും? ക്ഷേത്രം (അമ്മ) തന്നെ പ്ര ധാനമെങ്കിൽ വ്യാസപരാശരാദികളും അബ്രാഹ്മണരായിരിക്കേണ്ടതാണ്. വിവാഹം ചെയ്യുകൊണ്ട പിതാക്കൾക്ക ജനിച്ച വ്യാസപരാശരാദികൾക്കും, സ്വപതിയെവിട്ട് അന്യനു ജനിച്ച പാണ്ഡുപ്രഭൃതികൾക്കും ഭേദമുണ്ടെന്ന് ആരെങ്കിലും പറയുന്ന പക്ഷത്തിൽ മാതാക്കളുടെ വ്യഭിചാരദോഷത്താൽ ബ്രാഹ്മണ്യം വിട്ടുപോയവർ വേദാധ്യയനാധികാരത്തെയും വിട്ടുപോയിരി ക്കേണ്ടതല്ലയോ? അപ്രകാരമല്ലാതെ അവർ വേദാധ്യയനം ചെയ്തതായി സ്പഷ്ടമേ പറഞ്ഞിരിക്കുന്നല്ലോ. അല്ലാതെയും ബീജംതന്നെ പ്രധാനം എന്ന

പക്ഷത്തിൽ പ്രകൃതത്തില്ലുള്ള ദാസീപുത്രന്മാർ, ബ്രാഹ്മണബീജത്തിൽ ജനിച്ചവരെല്ലാം, ബ്രാഹ്മണരായി വേദാധ്യയനം ചെയ്യാമെന്നല്ലയോ വരുന്നത്? അപ്പോൾ സംസാരികളുടെ പുത്രന്മാർ വേദാധ്യയനം ചെയ്യക്കൂടാ; വൃഭിചാരിപുത്രന്മാർ അധ്യയനം ചെയ്യാം എന്ന പറയേണ്ടിയിരിക്കുന്നു. ഇതിരിക്കട്ടെ, വേദാദ്ധ്യയനാദ്ധ്യാപനവിഷയങ്ങളിൽ അധികാരത്തെക്കൊ ട്ടുക്കുന്ന ബ്രാഹ്മണ്യമാകട്ടെ കേവലം ജന്മത്താലോ, കർമ്മത്താലോ ബ്രഹ്മ ജ്ഞാനത്താലോ അതോ ഇക്കാരണങ്ങളെല്ലാം ഒന്നായി ചേർന്നിരുന്നാലോ ഉണ്ടാകുന്നത് എന്ന നോക്കാം. ജന്മത്താലാണെങ്കിൽ പിതാവ്മാത്രം ബ്രാഹ്മണനായിരുന്നാൽ മതിയോ? മാതാവുമാത്രം ബ്രാഹ്മണസ്ത്രീയായി രുന്നാൽ മതിയോ? രണ്ടുപേരും ബ്രാഹ്മണരായിത്തന്നെ ഇരിക്കണമോ? ആദ്യപക്ഷമാണെങ്കിൽ കുംഭകോണത്ത് സുബ്രഹ്മണ്യയ്യരുടെ വയ്പ്പാ ട്ടിപ്പുത്രന ചൗളോപനയനാദികൾ ചെയ്യിച്ചതിന് ദൂഷണം പറയരുത്. നായർസ്ത്രീകളിൽ ജനിച്ച ബ്രാഹ്മണപുത്രന്മാർക്കും ചൗളാദി ആകാമെന്ന പറയേണ്ടിയും വരും. രണ്ടാംപക്ഷമാണെങ്കിൽ വൃഭിചാരിപുത്രന്മാരെന്ന ചിലരെ ജാതിയില്ലും വർഗ്ഗത്തില്ലും നിന്ന തള്ളുന്നതു തെറ്റാണെന്നുവരും, മൂന്നാമത്തെ പക്ഷമെങ്കിൽ വ്യാസപരാശരാദികളും ബ്രാഹ്മണരല്ലെന്നാകും. അല്ലാതേയും ബ്രാഹ്മണപിതൃമാതൃക്കളോട്ട കൂടിയവൻ പിന്നീട്ട ഭ്രഷ്ടനായായ ലും ബ്രാഹ്മണനായിത്തന്നെ ഇരിക്കേണ്ടതാകയാൽ അന്യമതപ്രവേശനവും മാംസഭോജനവും ചെയ്യുകൊണ്ട നീചസ്ത്രീകളോട്ട സംഘടിച്ച്, ശിഖായ ജ്ഞോപവീതാദികളെ ത്യജിച്ചു വർത്തിക്കുന്നവരും ബ്രാഹ്മണർതന്നെ യെന്ന സമ്മതിക്കണം. കർമ്മലോപം വന്നുപോയതിനാൽ ബ്രാഹ്മണ്യം പൊയ്പ്പോകുമെന്നാണെങ്കിൽ അപ്പോൾ ജന്മംകൊണ്ട് ഒന്നുമില്ല; കർമ്മം കൊണ്ടുതന്നെ ബ്രാഹ്മണ്യം സിദ്ധിക്കുന്നു എന്നാകും. ഇതനുസരിച്ചാണ്

    'ജന്മനാജായതേ ശൂദ്രഃ
    കർമ്മണാ ജായതേ ദ്വിജഃ'

എന്ന ധർമ്മശാസ്ത്രവചനം 'പ്രവർത്തി'ച്ചത്. ഇതിന്റെ അർത്ഥം, ജനനാൽ എല്ലാവരും ശൂദ്രർതന്നെ; പിന്നീട് അവരവർ അവലംബിച്ച കർമ്മങ്ങൾക്ക തക്കവണ്ണം ബ്രാഹ്മണരും ക്ഷത്രിയരും വൈശ്യരുമാകുന്നു. ബ്രാഹ്മണന്, കർമ്മസ്വരൂപത്തെ വിചാരിപ്പാൻ പുറപ്പെട്ടമ്പോൾ ജാതകർമ്മനാമകര ണാദി സങ്കേതകർമ്മങ്ങളോ സുകൃതദുഷ്കൃതങ്ങളാകുന്ന സാമാന്യധർമ്മങ്ങളോ എന്ന ശങ്ക ജനിക്കുന്നു. സങ്കേതകർമ്മങ്ങൾതന്നെയെങ്കിൽ ശൂദ്രരിൽ ഇഷ്ട മുള്ളവരെല്ലാം ശിഖായജ്ഞോപവീതം ധരിച്ച് ഉപനയനാദികർമ്മങ്ങളെ ചെയ്യുകൊണ്ടാൽ ബ്രാഹ്മണരായിത്തീരേണ്ടതാണ്. ഇങ്ങനെയല്ലാതെ സാമാന്യധർമ്മാനുഷ്ഠാനംകൊണ്ടാണെങ്കിൽ ഈവിധ ധർമ്മാനുഷ്ഠാനമി ല്ലാതെ ബ്രാഹ്മണവേഷം ചമഞ്ഞവരെല്ലാവരും ബ്രാഹ്മണരാകയില്ലെന്നും വേഷത്തിൽ ശൂദ്രരെന്നവരികില്ലും ധർമ്മാനുഷ്ഠാനം മാത്രമിരിക്കമെങ്കിൽ അവരെല്ലാം ബ്രാഹ്മണർതന്നെ എന്നും സമ്മതിക്കേണ്ടതാണ്. അസത്യം, കൊലപാതകം, അസൂയ മുതലായ പാപങ്ങളെ ഭയന്ന് സത്യം, ധർമ്മം, ദയ മുതലായ സുകൃതങ്ങളെ നല്ലതുപോലെ അനുഷ്ഠിക്കുന്നതിൽ പ്രകൃതത്തില്ലുള്ള ബ്രാഹ്മണരുടെ അടുക്കൽ എന്തെങ്കിലും വിശേഷമുള്ളതായാകട്ടെ, ശൂദ്രരിൽ

ന്യൂനതയുള്ളതായിട്ടാകട്ടെ നമ്മുടെ അനുഭവത്തിൽ പെടുന്നില്ല. ഇങ്ങനെയി
രിക്കയാൽ ബ്രാഹ്മണർക്കു ഒരാധിക്യവും, ശൂദ്രർക്ക് ഒരു ന്യൂനതയും ഉണ്ടാ
കുന്നതിനു യാതൊരു കാരണവും കാണുന്നില്ല. കർമ്മം മാത്രമിരുന്നാൽ
ഫലമില്ല; അതു ജന്മത്തോടുകൂടിയിരിക്കണം, എന്നാണെങ്കിൽ ജന്മത്താൽ
ക്ഷത്രിയനായ വിശ്വാമിത്രമഹർഷി കേവലം കർമ്മത്താലല്ലയോ ബ്രാഹ്മ
ണനായത്? മുമ്പിൽ പറയപ്പെട്ട 'കവഷൻ' ജന്മനാ ശൂദ്രനെന്നവരികിലും
അവന്റെ കർമ്മവിശേഷത്താൽ കേവലം ബ്രാഹ്മണനായെന്ന മാത്രമല്ല,
ഋഷിയായിട്ടും ഭവിച്ചതായി പറഞ്ഞിരിക്കുന്നു. ഇതുമല്ലാതെ ഐതരേയബ്രാ
ഹ്മണം ഏഴാമത്തെ പഞ്ചിക നാലാമദ്ധ്യായത്തിൽ ക്ഷത്രിയൻ തന്റെ ധർമ്മ
ത്തിനടുത്ത ഉപകരണങ്ങളെ ത്യജിച്ച ബ്രാഹ്മണനടുത്ത ഉപകരണങ്ങളെ
വഹിച്ചുകൊള്ളുന്നതിനാൽ ബ്രാഹ്മണനായിപ്പോകാമെന്നും അപ്രകാരം
ഒരുത്തൻ ആയിപ്പോയെന്നും പറഞ്ഞിരിക്കുന്നു.

'തത്ക്ഷത്രും നിധായ സ്വാദ്യായുധാനിബ്രഹ്മണ ഏവായുഥൈർബ്ര
ഹ്മണോ രൂപേണ ബ്രാഹ്മണോ ഭൂത്വാ യജ്ഞമുപാവർത്തത. തസ്മാദ്ധാപ്യേ
തർഹി ക്ഷത്രിയോ യജമാനോ നിധായൈവ സ്വാദ്യായുധാനി ബ്രഹ്മണ
ഏവായുഥൈർബ്രഹ്മണോ രൂപേണ ബ്രഹ്മഭൂത്വാ യജ്ഞമുപാവർത്തതേ'
(ഐത7.4.19) അതുകൊണ്ട് ക്ഷത്രിയനായാലും ഇന്നും ആയുധങ്ങളും ധരിച്ച്
ബ്രാഹ്മണവേഷവും യജ്ഞായുധങ്ങളും ധരിച്ച് ബ്രാഹ്മണനായി യജ്ഞശാ
ലയിൽ പ്രവേശിക്കുമ്പോൾ യാഗത്തിൽ പങ്കുകൊള്ളുവാനർഹനാകുന്നു.

'സ ഹ ദീക്ഷമാണ ഏവ ബ്രാഹ്മണതാമഭ്യുപൈതി യത്കൃഷ്ണാജിനമ
ധ്യൂഹതി, യദ്ദീക്ഷിതവ്രതം ചരതി യദേനം ബ്രാഹ്മണാ അഭിസംഗച്ഛന്തേ...
ബ്രഹ്മ വാ അയം ഭവതി ബ്രഹ്മ വാ അയമുപാർത്തത ഇതി വദന്തഃ' (ഐത
7.4.23) കൃഷ്ണമൃഗചർമ്മം ധരിക്ക, ദീക്ഷിതവ്രതം ചരിക്കുക, ബ്രാഹ്മണരാൽ
പരിവാരിതനായിത്തീരുക മുതലായ കാരണങ്ങളാൽ യജ്ഞദീക്ഷ
കൈക്കൊണ്ട ക്ഷത്രിയൻ ബ്രാഹ്മണനായി ഭവിക്കുന്നു. ബ്രഹ്മത്വം പ്രാപി
ക്കുന്നു.

ഇപ്രകാരം പ്രകൃതത്തിൽ ശൂദ്രനും ബ്രാഹ്മണനടുത്ത ഉപകരണങ്ങളെ
വഹിച്ചുകൊള്ളുന്നതിനാൽ ബ്രാഹ്മണനാകേണ്ടതാണ്. അപ്രകാരമില്ലെ
ങ്കിൽ ബ്രാഹ്മണ്യം ജന്മത്താലും സാങ്കേതികകർമ്മത്താലും ഉണ്ടാകുന്നില്ല
എന്ന നിശ്ചയം. ബ്രഹ്മജ്ഞാനത്താൽ തന്നെ ബ്രാഹ്മണ്യം ഉണ്ടാകുന്നത്
എന്നാണെങ്കിൽ അതിനെ ആക്ഷേപിക്കുന്നവർ ആരുംതന്നെയില്ല.
എങ്കിലും ജ്ഞാനം മാത്രം ഇരിക്കയും കർമ്മാനുഷ്ഠാനമില്ലാതെ പോകയും
ചെയ്യുന്നെങ്കിൽ ഫലമില്ല.

'അധീത്യ വേദാംശ്ചതുരോ
വിദുരോ ജ്ഞാനസംപദാ;
ദ്വിജോ?പിയഃ കർമ്മഹീനഃ
സ വൈ ബ്രാഹ്മണഗർദ്ദഭഃ'

വേദങ്ങളെ പഠിച്ച സമർത്ഥനായി തെളിഞ്ഞവൻ ജ്ഞാനസംപത്താൽ
ബ്രഹ്മണനായിരുന്നാലും ധർമ്മാനുഷ്ഠാനം മാത്രം അവനില്ലാതെയിരുന്നാൽ

അവൻ തന്നെ ബ്രാഹ്മണക്കഴുതഎന്ന വാക്യം പൂർണ്ണദൃഷ്ടാന്തം ആകും. ബ്ര
ഹ്മജ്ഞാനവും ധർമ്മാനുഷ്ഠാനവും ജന്മത്തോട്ടുചേർന്നതായല്ലാതെ കേവലം
ആർജ്ജനീയമായിരിക്കയാൽ ഇവയെല്ലാവരാലും സാധ്യംതന്നെ. ഇവ
പരിപൂർണ്ണമായി സിദ്ധിച്ചിട്ടുള്ള ഇരിപ്പ് മനുഷ്യന് എത്താത്തെങ്കിലും
സാധാരണമായി പ്രകൃതത്തിലുള്ള ബ്രാഹ്മണർക്ക് എത്രത്തോളം സാധ്യമോ
അത്രത്തോളം ശൂദ്രാദികൾക്കും സാധ്യംതന്നെ എന്നതിനു സംശയമില്ല.
ആകയാൽ ബ്രാഹ്മണർക്കു സമമായ ശൂദ്രരുമെല്ലാം വേദത്തെ അഭ്യസിക്കാ
മല്ലൊ. ജന്മവും, ബ്രഹ്മജ്ഞാനവും, കർമ്മവും ചേർന്നാലല്ലാതെ ബ്രാഹ്മണ്യം
സിദ്ധിക്കയില്ല എന്നാണെങ്കിൽ ജന്മനാ ന്യൂനതയുള്ള ആഴ്‌വാർകൾക്കും
ബ്രാഹ്മണ്യമില്ല. സാങ്കേതിക കർമ്മങ്ങളെ മുഴുവനും ത്യജിച്ച സ്മാർത്തമാ
ദ്ധ്യസന്ന്യാസികൾക്കും, ഏകദേശം ത്യജിച്ച വൈഷ്ണവർക്കും ബ്രാഹ്മണ്യ
മില്ല. ബ്രഹ്മജ്ഞാനം കൂടാതെ പ്രകൃതത്തിൽ ബ്രാഹ്മണവേഷം പൂണ്ടിരി
ക്കുന്നവർക്കും ബ്രാഹ്മണ്യമില്ലെന്നു പറയണം. ഇപ്രകാരം ഒരുത്തർക്കും
ബ്രാഹ്മണ്യമില്ലെങ്കിൽ വേദാധ്യയനം ചെയ്യുന്നതിനു യാതൊരുത്തർക്കും
അധികാരമില്ലെന്നും വരും. ഇങ്ങനെ അധികാരമില്ലാത്തവരിൽ ചിലർ
വ്യാജമായി വേഷമിട്ടുകൊണ്ട് അധ്യയനം ചെയ്യുന്നതായാൽ ഭക്തിയെക്കാ
രണമാക്കിക്കൊണ്ടു മറ്റുള്ളവർ അധ്യയനം ചെയ്യുന്നതിൽ എന്താണാക്ഷേപ
മുള്ളത്? എന്നാൽ പ്രകൃതത്തിൽ അധ്യയനം ചെയ്യുന്നതിനു എല്ലാവർക്കും
അധികാരമുണ്ടെന്നോ ഒരുത്തർക്കും ഇല്ലെന്നോ സിദ്ധാന്തിക്കാമെന്നല്ലാതെ
ചിലർക്കുണ്ട് ചിലർക്കില്ല എന്നുള്ളതു ശരിയല്ല. ഒരുവേള സാങ്കേതിക ബ്രാ
ഹ്മണ്യത്താൽ അധ്യയനാധികാരം ഉണ്ടാകുന്നു എങ്കിൽ അതിനെ അല്പം
പരിശോധിച്ചുനോക്കാം. കലിയുഗത്തിൽ ക്ഷത്രിയരും വൈശ്യരുമില്ല.

'ത്രേതാദൗ വിപ്രവിസൃതാ
ശ്വതുർദ്ധാവസ്ഥിതാ അപി;
വർണ്ണാസ്ത്രിഷ്യേ സമായാതേ
വിട്ക്ഷത്രൗ ലൃപ്താം ഗതൗ'

ത്രേതായുഗാരംഭത്തിൽ വർണ്ണങ്ങൾ നാലായിത്തീർന്നുവെങ്കിലും കലി
കാലമായപ്പോൾ ക്ഷത്രിയ വൈശ്യജാതികൾ ഇല്ലാതെ ആയിരിക്കുന്നു.
(ജമദഗ്നി. സം:) എന്ന ബ്രാഹ്മണർ സങ്കേതമേർപ്പെടുത്തിയിരിക്കയാലും
'കേരളാവകാശക്രമ'മനുസരിച്ചുള്ള 64 ജാതിയിൽ ക്ഷത്രിയരും വൈശ്യരും
ഉൾപ്പെടാത്തത് ഇതിനനുഗുണമാകയാലും ശേഷിച്ച ബ്രാഹ്മണരേയും ശൂദ്ര
രേയുംകുറിച്ചുമാത്രം വിചാരിച്ചാൽ മതിയാകും. സാങ്കേതിക ബ്രാഹ്മണന്
മന്വാദിധർമ്മശാസ്ത്രജ്ഞന്മാർ വിധിച്ചിരിക്കുന്ന അനന്തനിത്യനൈമിത്തിക
കർമ്മങ്ങളിൽ ഏകദേശമെങ്കിലും ശരിയായി അനുഷ്ഠിക്കുന്നവർ പ്രകൃത
ത്തിൽ ഒരുത്തരും ഉണ്ടായിരിക്കയില്ല. ആകയാലും, എവിടെയെങ്കിലും ഒരാ
ളിരിപ്പുണ്ടെന്നു വന്നാൽക്കൂടി ഭൂരിപക്ഷവും അപ്രകാരം അനുഷ്ഠിക്കുന്നവരല്ലാ
യ്ക്കയാലും അവർക്കെല്ലാം അബ്രാഹ്മണ്യം സിദ്ധിച്ചു എന്നതിൽ സന്ദേഹമില്ല.
അബ്രാഹ്മണ്യം കർമ്മഭ്രംശത്താൽ സംഭവിച്ചാലും അനധികാരിത്വത്താൽ
ഉണ്ടായാലും അവയിൽ താരതമ്യമില്ലല്ലോ. ഇക്കാരണത്താൽ ബ്രാഹ്മണരും
ഇക്കാലത്തില്ല എന്നല്ലയോ വരുന്നത്? ഇപ്രകാരം ഇല്ലെന്നു വരികിലും

(പേരെന്തെങ്കില്യമാകട്ടെ) കാര്യാംശത്തിൽ ഒരു ജാതിയുള്ളതായി സിദ്ധാ ന്തിച്ചാൽ അതു വെറുതെ ആകയില്ല. അങ്ങനെയെങ്കിൽ മുൻപറഞ്ഞ വിധം വേദാഭ്യാസത്തിന് എല്ലാവർക്കും അധികാരം ഉണ്ടെന്നോ ഒരുത്തർക്കുമി ല്ലെന്നോ സിദ്ധാന്തം ഏർപ്പെടുന്നു. അധികാരമില്ലാത്ത ഒരു വക്കക്കാർമാത്രം അധ്യയനം ചെയ്യുന്നതു സാധുവാകുമെങ്കിൽ മറ്റള്ളവർ ചെയ്യുന്നത് എങ്ങനെ ദൂഷ്യമാകും? ദുരഭിമാനങ്ങളെല്ലാം വിട്ട് വേദാർത്ഥസ്വരൂപവിചാരം ചെയ്യു ന്നവർക്ക് ഈ സങ്കേതം കേവലം ഹാസ്യമായതെന്നു തോന്നിപ്പോകും.

കടശിയിൽ ശൂദ്രൻ ഉണ്ണാൻ പാടില്ലാ എന്ന നിഷേധിക്കുമ്പോൾ അതിനെ ആരെങ്കിലും വകവെക്കുമോ? ഈ ലോകത്തിൽ ജീവിക്കാൻ ഭക്ഷണം ആവശ്യമെങ്കിൽ ഈ ലോകത്തു മാത്രമല്ല, ഏതു ലോകത്തും ജീവിക്കുന്നതിന് ജ്ഞാനമത്യാവശ്യമായിരിക്കയാൽ ആ ജ്ഞാനത്തെ ശൂദ്രൻ പ്രാപിച്ചുകൂടാ എന്ന നിഷേധിക്കുന്നതിനെ മാത്രം ഗൗനിക്കുന്നതിന് ആവശ്യം എന്താണുള്ളത്. തങ്ങളെപ്പോലെ ശൂദ്രനും പഠിച്ചുപോയാൽ തങ്ങൾക്കു മഹിമ കുറഞ്ഞുപോകുമല്ലോ എന്ന അസൂയയാല്യം, തങ്ങൾ മൂലമായിട്ടേ എല്ലാവരും ജ്ഞാനം സമ്പാദിക്കാവൂ എന്നായാൽ തങ്ങൾക്കു ലാഭപ്രദമായിരിക്കുമെന്ന ദുരാശയാല്യം തങ്ങൾ വലിക്കുന്ന വഴിക്കെല്ലാം എല്ലാവരും വരണമെന്ന ഉദ്ദേശ്യത്താല്യം ഇങ്ങനെയുള്ള സങ്കേതത്തെ ആരുതന്നെ ഏതുകാലത്തേർപ്പെടുത്തിയതായാല്യം അതിനെ ആദരിക്കേ ണ്ടതില്ല. ക്രസ്ത്യമഹമ്മദീയാദി സകലരും അവരവരുടെ പ്രമാണങ്ങളെ എല്ലാവർക്കും പഠിക്കാമെന്നു വെച്ചിരിക്കുന്നു. നമ്മുടെ വേദത്തെ മാത്രം ശൂദ്രർ പഠിച്ചാൽ അതിന്റെ മഹിമ കുറഞ്ഞുപോകുമെന്ന് എന്തിനായിട്ടു കരുതണം? എല്ലാവരുടെ സ്വഭാവത്തെയും പരിശുദ്ധമാക്കേണ്ടതായ വേദത്തിനുപോല്യം ശൂദ്രരുടെ അദ്ധ്യയനത്താൽ മഹിമ കുറഞ്ഞുപോകു മെങ്കിൽ ആ മഹിമ എത്രത്തോളം നിലനിൽക്കും? ജനങ്ങളെ എങ്ങനെ പരിശുദ്ധമാക്കും? അഗ്നിയെ പരിശുദ്ധമാക്കത്തക്ക വസ്തു ലോകത്തില്യ ണ്ടോ? ആകയാൽ ആരഭ്യസിച്ചാല്യം വേദത്തിന്റെ മഹിമയ്ക്ക് യാതൊരു കുറവും ഉണ്ടാകയില്ല. അല്ലാതെയും ശൂദ്രാദികളുടെ സ്ഥിതി ഒരു കാലത്ത് താഴ്ന നിലയിൽ ഇരുന്നാല്യം മറ്റൊരു കാലത്ത് നന്നായി വന്നുകൂടെന്നില്ല. ആകയാൽ ഇഷ്ടവും സദാചാരവും ഉള്ളവരെല്ലാവരും ജ്ഞാനസമ്പാദന ത്തിന് പാത്രങ്ങൾതന്നെ. വിശക്കുന്നവന് അന്നം കൊട്ടക്കാത്തവനെ ദയയില്ലാത്തവനെന്നു നിന്ദിക്കുമെങ്കിൽ അന്നത്തെക്കാളും ആവശ്യമായ ജ്ഞാനം ആഗ്രഹിക്കുന്നവരിൽ 'മനസ്സിരങ്ങായ്ക' എന്തെന്നു പറയാം? അഭ്യാസത്താൽ കഠോരകൃത്യങ്ങളും സാത്മ്യമായിവരും എന്നതിന കശാ പ്പുകാരന്റെ ഹൃദയവും നയവും ദൃഷ്ടാന്തമല്ലയോ? മർക്കടമുഷ്ടി പിടിക്കാതെ ഇച്ഛിക്കുന്ന എല്ലാവർക്കും ജ്ഞാനത്തെ പ്രദാനംചെയ്യുന്നതുതന്നെ പരമധർ മ്മമെന്നും, പരമകരുണയെന്നും ഉറച്ച് അപ്രകാരം അനുഷ്ഠിക്കേണ്ടതാണ്.

ശുഭം. ശാന്തി

പ്രപഞ്ചത്തിൽ സ്ത്രീപുരുഷന്മാർക്കുള്ള സ്ഥാനം

ശ്രീ ചട്ടമ്പിസ്വാമികൾ രചിച്ച 'പ്രപഞ്ചത്തിൽ സ്ത്രീപുരുഷന്മാർക്കുള്ള സ്ഥാനം' എന്ന കൃതിയിൽ നിന്ന്

ചട്ടമ്പിസ്വാമികളുടെ ഗൃഹസ്ഥശിഷ്യനായിരുന്ന സാഹിത്യകുശലൻ ശ്രീ. ടി. കെ. കൃഷ്ണമേനോന്റെ പത്നി ശ്രീമതി. ടി. വി. കല്യാണിയമ്മ ഒരിയ്ക്കൽ ചട്ടമ്പി സ്വാമികളോട് സ്ത്രീകൾക്ക് പ്രയോജനപ്രദമായ ഒരു വിഷയത്തെപ്പറ്റി ഉപന്യസിക്കണമെന്ന് അപേക്ഷിച്ചു. അതുപ്രകാരം സ്വാമികൾ എറണാകുളത്ത് സ്ത്രീ സമാജത്തിൽ ചെയ്ത പ്രഭാഷണമാണ് 'പ്രപഞ്ചത്തിൽ സ്ത്രീപുരുഷന്മാർക്കുള്ള സ്ഥാനം' എന്ന ഈ പ്രബന്ധം.'

മൂലപ്രകൃതിയും ബ്രഹ്മചൈതന്യവുമത്രേ, സകല ചരാചരങ്ങളുടെയും മാതാപിതാക്കന്മാരായിരിക്കുന്നത്. [1]ബ്രഹ്മസാന്നിദ്ധ്യം കൊണ്ട് മൂലപ്രകൃതി ചേഷ്ടിച്ച നിത്യപരമാണുക്കൾ തമ്മിൽ സംയോഗ വിശ്ലേഷങ്ങളുണ്ടായി സൃഷ്ടിസ്ഥിതി സംഹാരങ്ങൾ സകലവും നിറവേറ്റിപ്പോകുന്നു. പ്രപഞ്ച നിർമ്മാണം ബ്രഹ്മപ്രകൃതികളുടെ സംയോഗം നിമിത്തമാണ് എന്നത് 'അ'കാരരൂപണം കൊണ്ട നമുക്ക മനസ്സിലാക്കാം. 'അ'കാരം ബ്രഹ്മ മൂല പ്രകൃതി (ശിവശക്തി)കളുടെ സംയോഗം കൊണ്ടുണ്ടായ ശബ്ദമായിട്ടാണ് കല്പിച്ചിരിക്കുന്നത്. എന്തുകൊണ്ടെന്നാൽ, പിന്നീട് വ്യവഹാരോചിതമായിട്ടുണ്ടായിട്ടുള്ള സകല ശബ്ദപ്രപഞ്ചവും, വാക്പ്രപഞ്ചവും, ഭാഷാപ്രപഞ്ചവും ആ ആദ്യ അകാരത്തിൽ നിന്നുണ്ടായതാണ്.[2]

മിക്ക ഭാഷകളിലും ഈ അകാരം എഴുതുന്നതിൽ ഈ തത്ത്വം അടക്കിയിട്ടുണ്ട്. ഈ അക്ഷരം എഴുതുന്ന ചിഹ്നം ആകെ ഒന്നായിരുന്നാലും അതിൽ മേൽ പങ്ക്, കീഴ് പങ്ക് എന്ന രണ്ട ഭാഗങ്ങളുണ്ട്. മേൽപങ്ക ബ്രഹ്മത്തെ അതായത് പുല്ലിംഗത്തെ കുറിക്കുന്നതും, കീഴ്ങ്ക് മൂലപ്രകൃതി അതായത് സ്ത്രീലിംഗത്തെ കുറിക്കുന്നതുമാകുന്നു. ഈ രണ്ട പങ്കും വെവ്വേറെ ഇരിക്കുന്ന അവസരത്തിൽ അവറ്റ് ഈ ലിംഗ വ്യത്യാസമോ വാക്യവാചകപ്രപഞ്ചം

സൃഷ്ടിക്കാനുള്ള ശക്തിയോ ഇല്ല. അവയുടെ സംയോഗത്തിൽ മാത്രമേ ഓരോ പൂർണശബ്ദവും അക്ഷരവുമായി ചേർന്ന് മറ്റ ശബ്ദങ്ങളെ ജനിപ്പിച്ചും അവയോട്ടചേർന്നും ഭാഷാപ്രപഞ്ചം ഉണ്ടാകുന്നുള്ളൂ. കാലക്രമത്തിൽ ഈ ആദ്യഅകാരത്തിൽ അടങ്ങിയിരിക്കുന്ന ഇപ്പറഞ്ഞ തത്ത്വം മറച്ചുവച്ചു. അതിനുള്ള കാരണമെന്തെന്നാൽ ഓരോ ഭാഷയും പ്രൗഢാവസ്ഥയിൽ എത്തിയതിന്റെ ശേഷം അതിന്റെ യഥാർത്ഥ മർമ്മസ്ഥാനം ഗോപ്യമായി വയ്ക്കേണ്ടതായും, അതറിഞ്ഞിട്ട കേവലം കാര്യങ്ങളിൽ പ്രയോജനമില്ലാത്തതായും വന്നുചേർന്ന എന്നുള്ള സംഗതിയാണ്.

സകല ഭാഷാപ്രപഞ്ചങ്ങൾക്കും ശിവശക്തി സൂചകമായ ആദ്യ അകാരത്തിന്റെ മേൽപങ്കും കീഴ്പങ്കും ആണും പെണ്ണമായിരിക്കുന്നതുപോലെ എല്ലാ ജീവജാലങ്ങളുടെയും സൃഷ്ടിസ്ഥിതി സംഹാരകർത്താക്കന്മാരായ മാതാപിതാക്കൾ ആണും പെണ്ണമാണ്. ഇവരുടെ സംയോഗത്തിൽ ജീവജാലങ്ങൾ വർദ്ധിക്കുകയും, ഐകമത്യത്തിൽ നിലനിൽക്കുകയും വിശ്ലേഷത്തിൽ പ്രജാവർദ്ധന[3] ഇല്ലാതിരിക്കുകയും ഭിന്നമതിയിൽ സമുദായനാശം നേരിട്ടുകയും ചെയ്യുന്നു. ബ്രഹ്മസാന്നിദ്ധ്യം കൂടാതെ മൂലപ്രകൃതിക്ക ചേഷ്ടിക്കുവാൻ ശക്തിയില്ല എന്നതു നോക്കുമ്പോൾ സർവപ്രാധാന്യം ബ്രഹ്മത്തിനുതന്നെ നല്ലാം. എങ്കിലും ബ്രഹ്മസാന്നിദ്ധ്യ പ്രകടനത്തിനിടം അനുവദിച്ച്, സൃഷ്ടിസ്ഥിതി സംഹാരങ്ങൾ നടത്തുന്നതു മൂലപ്രകൃതിയുടെ ചേഷ്ടാ വിലാസം കൊണ്ടാകയാൽ ലോകദൃഷ്ട്യാ പ്രകൃതിക്ക പ്രാഥമ്യം നല്ലേണ്ടതായിരിക്കുന്നു.

മൂലപ്രകൃതിയെ പ്രപഞ്ചസൃഷ്ടിക്ക് പ്രേരിപ്പിക്കുന്നത് ബ്രഹ്മചൈതന്യമാണെന്നു പറഞ്ഞുവല്ലോ. എന്നാൽ ആ പ്രകൃതി സൃഷ്ടങ്ങളായ വസ്തുക്കൾ ബ്രഹ്മത്തിന ലേശമെങ്കിലും അനുഭൂതിക്കും അവകാശത്തിനും ഉതകുന്നതോ അവയിൽ ബ്രഹ്മത്തിന് ഒരു തൽപരതയും അഭിമാനവും ഉള്ളതോ അല്ലാത്തയും ആകുന്നു. സകലവും പ്രകൃതിക്കും അവളുടെ സന്താനങ്ങൾക്കും അനുഭവത്തിനുള്ളതാണ്. അതുപോലെ പുരുഷന്റെ സ്ഥിതിയും, പ്രയത്നവും തൽഫലവും ഒന്നും തനിക്കുള്ളതല്ല, എല്ലാം സ്ത്രീക്കും അവളുടെ സന്താനങ്ങൾക്കും ഉള്ളതാണ്.

പരമാർത്ഥത്തിൽ പുരുഷനും സ്ത്രീയും അന്യോന്യം ആശ്രയിക്കാതെ കഴിവില്ലെങ്കിലും പുരുഷന്റേത്ത സ്ത്രീയെ അപേക്ഷിച്ചനോക്കുകയാണെങ്കിൽ, ഒരു ഉദാസീനന്റെ നില മാത്രമാണ്. ബ്രഹ്മസാന്നിദ്ധ്യം മാത്രം കൊണ്ട് സർവപ്രപഞ്ചരചനയും ആ മൂലശക്തിയെ ശക്തമാക്കിത്തീർക്കുന്നതുപോലെ പുരുഷൻ സ്ത്രീക്ക വശംവദനായി നിന്ന് ഓരോ ശരീരപ്രപഞ്ചത്തെ സൃഷ്ടിച്ച സംസാരചക്രം പ്രവർത്തിപ്പിക്കുക മാത്രമാണ് ചെയ്യുന്നത്. അവൻ പ്രസവാദിയായ ക്ലേശങ്ങളും, ഗൃഹഭരണാദി കൃത്യഭാരങ്ങളും ഇല്ലാത്തവനും, അവന്റെ ശരീരനിർമ്മാണം അവള്ള പറ്റാത്തയും ആണ്.

കാര്യപ്രപഞ്ചത്തിൽ, പുരുഷനേക്കാൾ അധികം ക്ലേശവും ബുദ്ധിമുട്ടും ഉത്തരവാദിത്വവും സ്ത്രീക്കാകയാല്ം, സമുദായ വൃദ്ധിക്ഷയങ്ങൾക്ക സ്ത്രീയുടെ കാര്യഭരണം വാസ്തവത്തിൽ ഹേതുവായിരിക്കുകകൊണ്ടും

അവൾക്കാണ് രണ്ടിലും പ്രാധാന്യമുള്ളത്. ഏതു പാഴ്ചേലചെയ്യും കാട്ട കയറിയും നാടോടിയും, തെണ്ടിത്തിരിഞ്ഞും സ്വന്തം കടമ നിർവഹിച്ച സ്വജനപരിരക്ഷ ചെയ്യേണ്ടതിനത്രേ പുരുഷന്മാരെ സൃഷ്ടിച്ചിരിക്കുന്നത്. എന്നാൽ സ്വഗൃഹങ്ങളിൽ ഇരുന്ന് ഇച്ഛാമാത്രശക്തിയാലും സാമർത്ഥ്യം കൊണ്ടും അവരവർക്ക വിഹിതമായിട്ടുള്ള കാര്യഭരണം ചെയ്ത് ധർമനിഷ്ഠ കൊണ്ട സ്വഗൃഹപരിസരം മുതൽ ഭ്രമിയൊട്ടുക്ക് അജ്ഞാതശക്തിയിൽ പെട്ടത്തി ഭരിക്കത്തക്കവണ്ണം നിപുണതയും അധികാരവും അവകാശവും സ്ത്രീക്കാണ കൊട്ടത്തിരിക്കുന്നത്. പുരുഷന്റെ സാക്ഷിത്വസഹായത്തിൽ സ്ത്രീ സർവതന്ത്രസ്വതന്ത്രയായ ത്രൈലോക്യനായികയും ആണ്. അല്ലാതെ മൂഢമതികൾ പറകയും ആചരിക്കകയും ചെയ്യുംവണ്ണം 'ന സ്ത്രീ സ്വാതന്ത്ര്യ മർഹതി'[4] എന്ന കല്പിച്ച് കൂട്ടിലിട്ട കിളിയെപ്പോലെ അവളെ അജ്ഞയും, അസ്വതന്ത്രയുമായ അടിമയായും, കേവലം പുത്രോൽപാദനത്തിനുള്ള ഒരു യന്ത്രമായും കരുതുകയും, പുരുഷൻ എന്ത തോന്ന്യാസവും കാണിക്കാമെ ന്നുള്ള ഗർവോട്ടുകൂടി സകല കാര്യങ്ങളും ശരിയായി ഭരിക്കാൻ തനിക്കേ കെല്പുള്ളവെന്ന ശഠിക്കയും ചെയ്യുന്നത തെറ്റും, ന്യായത്തിനും ധർമ്മത്തിനും കാര്യത്തിനും ഏറ്റവും വിരുദ്ധവും ആകുന്നു.

ഇതിന്റെ അർത്ഥം ഇപ്പോൾ ഉദ്യോഗാദി രാജ്യഭരണകാര്യങ്ങൾ ചെയ്ത തരുന്ന പുരുഷന്മാർ സ്ത്രീകൾക്കിടം ഒഴിഞ്ഞുകൊട്ടത്ത് ഗ്രഹത്തിൽചെന്ന് ശിശുക്കളെ പോറ്റിവളർത്തണമെന്നോ, ഗ്രഹത്തിലിരുന്ന് അന്യാദൃശമായ സ്വയംഭരണശക്തി ലോകമൊട്ടുക്ക വ്യാപിപ്പിക്കേണ്ട സ്ത്രീകൾ ഗ്രഹം വിട്ട കെട്ടിഞെളിഞ്ഞ് രാജ്യകാര്യാദികൾ നടത്തുകയോ സഭകൂടി പ്രസംഗ ങ്ങൾ തട്ടിമൂളിക്കുകയോ ചെയ്യണമെന്നല്ല. അവരുടെ ഗ്രഹം ഒരു ചെറിയ ലോകമായും, അതിലെ അംഗങ്ങളെ ഭ്രതലവാസികളായും ഉപമിക്കാം. ആ ഗ്രഹത്തിൽ തന്റെ കൃത്യം അറിഞ്ഞ് ധർമ്മിഷ്ഠയായി കാര്യഭരണം നടത്തി അവിടെയുള്ള സകല പരിപൃഷ്ടിക്കും ക്ഷേമത്തിനും കാരണമായിത്തീരുന്ന നായികയാണ്, ലോകൈക ചക്രവർത്തിനി. അങ്ങനെ എല്ലാ കാര്യവും ഇരുന്നിടത്തിരുന്ന നടത്തുവാൻ ശേഷിയും, അധികാരവും അവകാശവും സ്ത്രീക്കുണ്ടായിരിക്കയാലും അതിനുവേണ്ട ഉപകരണങ്ങൾ സജ്ജമാക്ക ന്നതിലേയ്ക്ക പുരുഷൻ കടപ്പെട്ടവനായിരിക്കയാലും, സ്ത്രീക്ക തന്റെ വിധി വിഹിതമായിരിക്കുന്നത ഉത്തമധർമ്മം നടത്തുവാൻ വേഷമണിഞ്ഞു പുറപ്പെടുകയോ അതിനായി തനിക്ക സ്വതേ സ്ത്രീയാകനിമിത്തം പ്രകൃതി കല്പിച്ചിരിക്കുന്നതിലധികം കായക്ലേശവും മനക്ലേശവും അനുഭവിക്കകയോ ചെയ്യേണ്ട ആവശ്യം ഒട്ടും തന്നെ ഇല്ല.

ഉത്തരവാദിത്വം ഏറുംതോറും അധികാരവും ഏറും എന്നത പരമാ ത്ഥമാണ്. മനുഷ്യലോകത്ത് ഉത്തരവാദിത്വം പുരുഷനേക്കാൾ സ്ത്രീക്കാ ണുള്ളതെന്നതെക്കൊലവും അഭേദ്യമായ ഒരു സിദ്ധാന്തപക്ഷം തന്നെ. കരുണാകണിയണുംവും തീണ്ടാത്തവനും, സ്ത്രീകൾ, ഭാര്യ, ദൗഹൃദിനി, മാതാ എന്ന ഓരോ താവളങ്ങളിൽ സഹിച്ചപോരുന്ന ബഹുവിധക്ലേശങ്ങളെപ്പറ്റി ശാന്തമായി അവലോകനം ചെയ്താൽ അവന്റെ ഉള്ളമുരുകി, ആ അത്ഭതസ്ര ഷ്ടിയുടെ പാദാരവിന്ദങ്ങളിൽ നമസ്ക്കരിക്ക തന്നെ ചെയ്യും. സഹനശക്തിക്കും

കരുതലിനും ലോകോത്തരമായ ഉദാഹരണങ്ങൾ ഈ പ്രപഞ്ചത്തിൽ ജീവലോകം ആകമാനം പരിശോധിച്ചാലും, സ്ത്രീനിന്ദകന്മാരും തന്മൂലം നിർഗ്ഗുണന്മാരും കൃതഘ്നന്മാരുമായ പുരുഷപുരീഷങ്ങൾ പോലും സ്ത്രീകൾ തന്നെയെന്നേ പറയൂ.

വിചാരണബുദ്ധിയും, കൃതജ്ഞതയുമുള്ള പുരുഷൻ അല്പനേരം അവന്റെ മനം ഒന്നു നിർത്തി ആലോചിക്കട്ടെ. നോക്കുക, അവരുടെ ദുരന്തമായ ദുഃഖങ്ങളും ഉത്തരവാദിത്വബഹുലങ്ങളും, ആഹാ! മായാവിലാസം! ഈ വന്ദ്യഗാത്രികൾ ഇതെല്ലാം ആർക്കുവേണ്ടി എന്തിനായി അനുഭവിക്കുന്നു. പുരുഷന്റെ കൃതജ്ഞതയും ഒന്നും അവർ ആവശ്യപ്പെടുകയുമില്ല. അവ എത്ര നിസ്സാരങ്ങൾ! പത്തുമാസം വയറ്റിൽ കഷ്ടപ്പെട്ട ഭേസി, ദുർവാരവേദനയ നുഭവിച്ച് പ്രസവിച്ചുണ്ടാകുന്ന കുഞ്ഞിനെ, അമ്മ എത്രതന്നെ വികൃതവും വിരൂപവുമായിരുന്നാലും, അതിന്റെ അമ്മ അതിന്റെ മലമൂത്രാദികളിൽ സ്വയം ആറാടിത്താലോലിച്ച് തീറ്റിക്കൊടുത്ത് വളർത്തിപ്പോരുന്നു. താൻ അംഗവികലനും രോഗിയും സകലകാര്യത്തിനും പരാശ്രയം തന്നെ ശരണ മായിട്ടുള്ളവനും ആയിരുന്നിട്ടുകൂടിത്തന്നെ എത്രയെന്നില്ലാതെ ബുദ്ധിമുട്ടി പ്പോറ്റുന്ന തള്ളയെപ്പറ്റി നന്ദിയോടെ സ്മരിക്കുന്നതിനു പകരം, തന്നാലാവുന്ന ദ്രോഹവും ശല്യവും ചെയ്യവരുന്ന പുത്രൻകൽക്കൂടി സദാസമയവും യാതൊരു പ്രത്യുപകാരമോ, ആകാംക്ഷയോ കൂടാതെ അകളങ്കകരുണയോടെ അവൻ നന്നായി വരണേ സൗഖ്യമായിരിക്കണേ എന്നുള്ള വിചാരത്തോട്ടുകൂടി പ്രവർത്തിക്കുന്ന മാതാവിന്റെ മഹിമ മറ്റാർക്കുകിട്ടും?

പിന്നെ, സ്വശരീരരക്ഷയ്ക്കു യാതൊന്നും കൊണ്ടുവരാതെയും അവന വന്റെ ബാല്യദശയിൽ സ്വേച്ഛയായി കൈകാല്യകൾ കൂടി അനക്കുവാൻ വയ്യാതെയും, നിലവിളിക്കുവാനല്ലാതെ മറ്റയാതൊന്നിനും ത്രാണിയില്ലാതി രിക്കുന്ന അവസരം മുതൽ പ്രാണാന്തത്തോളം പുത്രക്ഷേമം അന്വേഷിച്ച വർത്തിക്കുന്ന മാതൃസ്നേഹശക്തിക്കു തുല്യമായ ശക്തി ലോകത്തിൽ മറ്റ യാതൊന്നുമില്ല.

മക്കളുണ്ടായാൽ പ്രായം വരുന്നതുവരേക്ക മാത്രമേ മാതൃശുശ്രൂഷ ആവശ്യമുള്ള എന്നും, അതുവരേക്കമാത്രമേ അതു നിലനിൽക്കുന്നുള്ളവെ ന്നും, അത്രത്തോളം ശുശ്രൂഷിക്കേണ്ടത് അവരുടെ കടമയാണെന്നല്ലാതെ തങ്ങൾക്കു യാതൊരു ബാദ്ധ്യതയുമില്ലെന്നും ശഠിക്കുന്ന പരിഷ്കാരികളുണ്ട്. ഈ കൃതഘ്നന്മാരോട് അവരെ ഈ ലോകത്തിലേക്ക് ആർ വിളിച്ചിട്ടാണ് വന്നത് എന്നും ഇത്ര പരമ ദുഷ്ടന്മാരെയല്ല ക്ഷണിച്ചിരുന്നതെന്നും പറക യല്ലാതെ ഗത്യന്തരമില്ല.

ബാല്യത്തില്ലുള്ള മാതൃശുശ്രൂഷ കഴിഞ്ഞിട്ടും, പിന്നെയും മരണംവരെ മാതാവു തന്നെയാണ് സകല ശ്രേയസ്സിനും ഹേതുവെന്നുള്ളതും വാസ്തവ മാണ്. കാലംകൊണ്ടും പ്രായപൂർത്തികൊണ്ടും അവയവപൂർത്തികൊണ്ടും വികാരഭേദങ്ങൾകൊണ്ടും ബാല്യാല്പരം മാതാവിനു കുട്ടികളെ ശുശ്രൂഷി ക്കാൻ തരമില്ലാതെ വരുമ്പോൾ മാതാവ് അവരെ വിവാഹാദിക്രിയകൾ ചെയ്യ് ഒരു സ്ത്രീയെ ഭരമേല്പിക്കുന്ന എന്നിരിക്കിലും അവൻ സദാസമയവും

എന്തുചെയ്യുന്നോ, അവനുസുഖം തന്നെയോ എന്നും മറ്റുമുള്ള ചിന്താവ്യാ പാരങ്ങൾ മാതാവിന്റെ മനസ്സിൽ നിന്നു വിട്ടുപിരിയുന്നില്ല. അവരുടെ അനുഗ്രഹസൂചകവും അൻപുചൊരിയുന്നതുമായ ആ വിചാരം തന്നെയാണ് പിന്നീട് മക്കൾക്ക ശ്രേയസ്സിനു കാരണമായിത്തീരുന്നത്.

'ഇച്ഛാമാത്രം പ്രഭോഃ സൃഷ്ടി' ഇച്ഛാമാത്രം കൊണ്ട് ഭഗവാൻ എല്ലാം സൃഷ്ടിക്കുന്നു എന്നപോലെ അമ്മയുടെ അനുഗ്രഹം കൊണ്ടതന്നെ മക്കളും പ്രപഞ്ചത്തിൽ പുലരുന്നു. ഇങ്ങനെ നോക്കുമ്പോൾ പുരുഷനെ ഒരു കാലത്തു ജനിപ്പിച്ച സാക്ഷാൽ അമ്മയും, പിന്നൊരു കാലത്തു തൽക്കാലം ഭാര്യയാ യിരുന്ന്, താൻ പുത്രുരൂപേണ ജനിക്കുവാൻ ഇടയാക്കുന്നതും ജീവാവസാനം താനൊരുമിച്ചിരിക്കുന്നതുമായ അമ്മയും ആണ്, സകല കാര്യവും അന്വേ ഷിച്ച് നടത്തുന്നതെന്നു തെളിയും.

ഇങ്ങനെ ലോകദൃഷ്ട്യാ നോക്കുമ്പോൾ, പുരുഷനേക്കാൾ ഉത്തരവാ ദിത്വവും തന്മൂലമായ അധികാരവും സ്ത്രീക്കാണെന്നതിൽ രണ്ടുപക്ഷമില്ല എന്നതന്നെ പറയാം. അതുകൊണ്ട് നമ്മുടെ മാതാപിതാക്കളത്രേ സർവവും ഭരിക്കുന്നത് എന്നതിന് സംശയമില്ലെന്നു പറയുമ്പോൾ സാമുദായിക മായി സർവപ്രാധാന്യവും സ്ത്രീക്കാണ് എന്നു വരുന്നു. ശരിയായിട്ടുള്ളതും ഇതുതന്നെ.

കാര്യം ഇങ്ങനെയാണെങ്കിലും പുരുഷന്റെ അധികാരവലിപ്പവും ഗർവും കൊണ്ട് അയാളെ 'ഭർത്താ'വെന്നും[6] 'സ്ത്രീയെ അബല'[7] എന്നുവച്ച് 'ഭാര്യ' – ഭരിക്കപ്പെട്ടുവാൻ യോഗ്യ – എന്നും വിളിക്കുന്നുവല്ലോ. ഇതിൽ അനല്പ മായ അനൗചിത്യം സ്ഫുരിക്കുന്നുവെന്നു പറഞ്ഞേ തീരൂ. സ്ത്രീ തനിക്കുള്ള യഥാർത്ഥമായ അധികാരബലത്തെപ്പറ്റി സ്വതസിദ്ധമായ വിനയപ്രഭാവം കൊണ്ടും, പുരുഷനെപ്പോലെ ഒച്ച പൊങ്ങിക്കുവാൻ ഭാവിച്ചില്ല എന്നതു മാണ് പുരുഷന്റെ ഈ അർത്ഥമില്ലാത്ത മുഷ്ക്കിനും ഈ നാമധേയത്തിനും ഇടയാക്കിയത്.

പൗരാണികന്മാരും മറ്റഭിജ്ഞന്മാരും പ്രഥമസ്ഥാനം സ്ത്രീക്കാണ് കൊടുത്തിട്ടുള്ളത്. യഥാർത്ഥത്തിൽ സ്ത്രീയെ ഭർത്തിരക്ഷതി ഭരിക്കുന്നവൾ – എന്നാണു പറയേണ്ടത്. മൂലപ്രകൃതിയുടെ സൃഷ്ടിസ്ഥിതിസംഹാരാദി ചേഷ്ടുകൾക്ക് സാക്ഷിമാത്രമായും, ആയതുകളുടെ അനുഭവത്തിൽ യാതൊരു പങ്കുമില്ലാതെയും, നിർവികാരമായും ഇരിക്കുന്ന ബ്രഹ്മത്തിന്റെ അവസ്ഥ പോലെയത്രേ പുരുഷന്റെ സ്ഥിതിയും. അപ്പോൾ സ്ത്രീക്ക് അവളുടെ ഏതവ സ്ഥയിലും ഭാര്യ[8] എന്ന നാമം കല്പിച്ചിരിക്കുന്നത് വെറും മൗഢ്യമൂലകമാണ് എന്നു തെളിയും. എന്തെന്നാൽ, അവൾക്ക് ഭാര്യാപദം ഗർഭധാരണം വരെയേ ശോഭിക്കുന്നുള്ളൂ. പിന്നീട് അവൾ ഭർത്താവിനെ പുത്രനായി ജനിപ്പിക്കുന്ന ജനയിത്രിജായതന്നെയായി.[9] വാസ്തവത്തിൽ ഭർത്താവത ന്നെ പുത്രുരൂപേണ ജനിക്കുകനിമിത്തം ഭാര്യക്കു ജായഅമ്മഎന്നപേർ അന്വർത്ഥമായിരിക്കുന്നു. നോക്കുക! ഇതു പുരുഷന്റെ വിക്രിയകൾക്കുള്ള ഒരുദാഹരണമായി കരുതാം. ഈ പ്രകൃതം ഇവിടെ നില്ക്കട്ടെ.

ജനിപ്പിച്ച അമ്മയും പ്രകാരാന്തരേണയുള്ള അമ്മയും എന്ന രണ്ടുപേ രുള്ളതിൽ സർവോൽകൃഷ്ടസ്ഥാനം, ജനിപ്പിച്ച അമ്മയ്ക്കതന്നെയെന്നതു വാദമറ്റ സംഗതിയാണ്. എന്തെന്നാൽ, ഒരുവനെയും, അവന്റെ സഹോദ രീസഹോദരന്മാരെയും ഒരമ്മയ്ക്കേ ജനിപ്പിക്കാൻ സാധിക്കയുള്ളൂ. പ്രകാരാന്ത രേണയുള്ള അമ്മ ഒന്നല്ലെങ്കിൽ മറ്റൊന്നാകാം. ('ദേശേദേശേ കളത്രാണി'[10] എന്നത് ഇവിടെ ശ്രദ്ധേയമാണ്'). അക്കാരണത്താലും അതുതന്നെ തന്റെ സാക്ഷാൽ അമ്മയുടെ ഇച്ഛാവിശേഷത്താൽ വന്നഭവിക്കുന്ന ശരീരാന്ത രമായിരിക്കയാലും[11] ബീജാവാപം മുതൽ ശരീരപാതം[12] വരെ ജനിപ്പിച്ച അമ്മയുടെ അനുഗ്രഹൈകാവലംബം മക്കൾക്ക് ഇഹത്തിലെ സ്ഥിതിക്ക് ഹേതുവായിരിക്കയാലും, ആ അമ്മയെ സാക്ഷാൽ ജഗദീശ്വരിയായ പരാ ശക്തിയായും ആ അമ്മയ്ക്ക് സാന്നിദ്ധ്യസഹായം ചെയ്ത് സാക്ഷിയായിനിന്നു രക്ഷിക്കുന്ന പിതാവിനെ പരബ്രഹ്മമായും സങ്കല്പിച്ചിരിക്കുന്നു.

ഇങ്ങനെ നമ്മെ വയറ്റിനുള്ളിൽ ചുമന്നു പല സങ്കടങ്ങളും അനുഭവിച്ചു, പെറ്റ് ഓമനിച്ചു വളർത്തി, നമ്മുടെ യോഗക്ഷേമങ്ങളിൽ[13] ജാഗ്രുകയായി നമ്മെ നിത്യവും അനുഗ്രഹിച്ചു കൊണ്ടിരിക്കുന്ന നമ്മുടെ അമ്മയ്ക്ക് പുത്രരായ നാം എന്തു പ്രത്യുപകാരമാണ് ചെയ്യാൻ സാധിക്കുന്നത്? ഒന്നും സാധിക്ക കയില്ല. ഉള്ളലിവിനും ക്ഷമയ്ക്കും ഇരിപ്പിടമായ ആ മൂർത്തിവിശേഷത്തിനാ യ്ക്കൊണ്ട് നിത്യവും നമസ്കാരങ്ങൾ ചെയ്യുകയേ നിർവ്വാഹമുള്ളൂ. ജനനിയുടെ ആകാംക്ഷകൊണ്ടും, കായക്ലേശങ്ങൾകൊണ്ടും മനഃക്ലേശംകൊണ്ടും പിതാവിന്റെ സാന്നിദ്ധ്യംകൊണ്ടും ജനിച്ചുണ്ടായിവരുന്ന സ്ത്രീപുരുഷന്മാർ ക്കു അവരവരുടെ നിലയ്ക്കും ശരീര നിർമ്മാണത്തിനും അനുസരിച്ച കടമയു ണ്ട്. സകല ശരീരങ്ങൾക്കും പ്രഥമമായ കടപ്പാട് ആ അദ്ഭുതമൂർത്തിയായ അമ്മയുടെ നേർക്കാണെന്നുമാത്രം കരുതിക്കൊള്ളണം. 'ജനനീ ജന്മഭൂമിശ്ച സ്വർഗ്ഗാദപി ഗരീയസീ'[14] എന്ന പ്രമാണം ഇവിടെ സ്മരണീയം തന്നെ. ഈ കടമ തീർക്കുന്നതിനു സദാ പ്രയത്നിക്കുന്ന അത്യുത്തമ പുത്രനുംകൂടി സാധി ക്കുന്നതല്ല. സാന്നിദ്ധ്യംകൊണ്ട് നമ്മുടെ അമ്മയെ സഹായിക്കുന്ന അച്ഛന്റെ നേർക്കാണ് രണ്ടാമത്തെ കടമ. തന്റെ അമ്മയുടെ അധിവാസത്തിനും രക്ഷ യ്ക്കും തന്നെ പ്രസവിക്കുന്നതിനും ഇടം അനുവദിച്ചതന്ന തന്റെ ഗൃഹമത്രേ മൂന്നാമതായി പ്രാധാന്യം അർഹിക്കുന്നത്. അമ്മ ജഗദംബയും, അച്ഛൻ[15] ജഗൽപിതാവും എന്നു സങ്കല്പിച്ചപ്പോൾ നമ്മുടെ ഗൃഹം പവിത്രമായ ഒരു ക്ഷേത്രമാകുന്നു.

ഈ കടമകളെ അല്പംകൂടി വികസിപ്പിച്ച പറയണ്ടിയിരിക്കുന്നു. സ്ത്രീയ്ക്ക് താൻ സ്ത്രീയാകമൂലവും തന്നിമിത്തം സകല കാര്യഭരണാന്വേഷണങ്ങൾ ക്കും അധികാരമുണ്ടാകയാലും തനിക്കും തന്റെ മാതാവിനെപ്പോലെ കായികവും മാനസികവുമായ നിരവധി കഷ്ടപ്പാടുകൾ അനുഭവിക്കുവാൻ ഉണ്ടാകയാലും സ്ത്രീധർമ്മം അനുസരിച്ച പ്രജാവർദ്ധനയും, ഗൃഹസമ്പൽ ഭരണവും, സാമുദായികചക്രപ്രവർത്തനവും ചെയ്യുന്നതുതന്നെ അവളുടെ കടമ. ഇതു നിവർത്തിക്കാതിരുന്നാലത്തെ ദോഷം സാമാന്യമല്ല. പ്രകൃതി പ്രവർത്തിക്കാതിരുന്നാൽ പ്രപഞ്ചമില്ല. പ്രപഞ്ചസൃഷ്ടി ചെയ്ത ഉടനെ പ്രകൃതി വിരമിച്ചാൽ പ്രപഞ്ചനാശവും സൃഷ്ടിയുടെ ഉദ്ദേശവിഫലതയും സംഭവിക്കും.

അതുപോലെ സ്ത്രീകൾ സ്വധർമ്മങ്ങളനഷ്ടിക്കാതിരിക്കുകയോ വിരുദ്ധ ധർമ്മങ്ങളാചരിക്കുകയോ ചെയ്താൽ കാര്യവൈഷമ്യങ്ങളും കലഹങ്ങളും സമുദായ ക്ഷയവും ഘോരാനുഭവങ്ങളും സംഭവിക്കും. 'പെണ്ണിറങ്ങിയാൽ ബ്രഹ്മനും തട്ടുക്കില്ല' എന്ന പഴമൊഴി കൊണ്ടുതന്നെ അവരുടെ പ്രതാപം ദ്യോതിക്കുന്നു. എന്നാൽ യഥാർത്ഥത്തിൽ അബലനായ പുരുഷന് അവൻ എത്രമാത്രം നല്ലവനായിരുന്നാലും ലൗകികമായ സഹായങ്ങൾ ചെയ്യുവാൻ നല്ല കഴിവുള്ളവനായിരുന്നാലും അവന്റെ അമ്മയുടെ നേർക്കുള്ള കടമ, മാതാവ് അവനുവേണ്ടി അനുഭവിച്ചിട്ടുള്ള ക്ലേശങ്ങളോടു തട്ടിച്ചനോക്ക മ്പോൾ എത്രമാത്രം ഇച്ഛമായിരിക്കുമെന്ന് പറയേണ്ടതില്ല. അതിനാൽ ആ ജഗദംബയ്ക്കു തുല്യമായ അമ്മയോട് കൃതജ്ഞത പ്രദർശിപ്പിക്ക, അവരെ പരി രക്ഷിക്ക, അവരുടെ ആഗ്രഹങ്ങൾക്ക മനഃശരീരങ്ങളാൽ പ്രതികൂലിക്കാതി രിക്ക, അവരെ ആരാധിക്ക, ആ ദേവീസ്വരൂപത്തിൽ കാണുന്ന അന്യസ്ത്രീ കളെ വണങ്ങുക, മുതലായവ ചെയ്യണം. തന്റെ ശരീര രക്ഷയ്ക്കു അന്യർ ഒരു ക്ഷേത്രവും[16] വിഭവസാമഗ്രികളും തയ്യാറാക്കിയപോലെ തക്കതായ കരുത ലുകൾ, തന്റെ ശേഷം ഉത്ഭവിക്കുന്നവർക്കുംവേണ്ടി ചെയ്യവയ്ക്കു എന്നതാണ് ഗൃഹസംബന്ധമായ കടമ. അല്ലാതെ യഥാർത്ഥത്തിൽ തനിക്ക് യാതൊരു അവകാശവും ഇല്ലാത്തിടത്തും തന്നെ ക്ഷണിച്ചവരത്താതെ സ്വയമേ വലി ഞ്ഞുകേറിയും വന്നു തിന്നുമുടിച്ച നാശം ചെയ്ക എന്നതു അധർമ്മവും മഹാ പാതകവുമാണ്. ഉത്തമനായ പുരുഷൻ തെണ്ടിയിട്ടെങ്കിലും തന്റെ കടമ തീർക്കും. എല്ലാറ്റിനും ശേഷം സംസാരപ്രവർത്തനത്തിനും, സമുദായ നില നിൽപിനും വേണ്ടി പ്രകൃതിചോദിതനായി മാതാവിന്റെ ഇച്ഛ നിമിത്തം കളത്രവാനായി ഭവിക്കും. തന്റെ ശരീരമെടുത്തു പുത്രന്മാർ ജനിക്കുമ്പോൾ, ആ ഓരോ ശരീരത്തിനും രക്ഷയ്ക്കാവശ്യമുള്ള ആഹാരക്ഷേത്രവസ്തുക്കാദികളും വെവ്വേറെ സംഭരിച്ചുകൊടുക്കണം. ഇതിനു വിപരീതം പ്രവർത്തിക്കുന്നവൻ, ഈ ഒടുവിൽപറഞ്ഞ കടമ തീർക്കുന്നതിനുപകരം മായാപ്രപഞ്ചത്തിനുള്ള കഷ്ടാരിഷ്ടങ്ങൾക്ക്[17] അധികം വളം ചേർക്കുകയാണ് ചെയ്യുന്നത്. എന്നാൽ സകലകാര്യവും അതിന്റെ അവസ്ഥാനുസാരം ചെയ്തുതീർക്കണമെങ്കിൽ ഒന്നുംതന്നെ തന്റെ അനുഭവത്തില്ലുള്ളതല്ലെന്നും തനിക്ക യാതൊന്നില്ും അവകാശവും അധികാരവും ഇല്ലെന്നും ഉള്ള ബോധം നല്ലവണ്ണം ഉണ്ടായി രിക്കണം. അല്ലെങ്കിൽ സ്വേച്ഛാപ്രഭുത്വവും സ്വാർത്ഥതയും സ്ഥലംപിടിച്ച് അവനും മറ്റുള്ളവർക്കുമുള്ളത് ആർക്കുമില്ലാതെ കുട്ടിച്ചോറാക്കിക്കളയുവാൻ ഇടവരികയും ചെയ്യും. തന്റെ കടമകൾ യഥാർഹം നിർവ്വഹിക്കുന്നവനത്രെ യഥാർത്ഥ പുരുഷൻ.

ലോകം രമ്യമായി പോകണമെങ്കിൽ ഐകമത്യം ഉണ്ടായിരിക്കണം; അതാണ് സകലതിന്റേയും കാതൽ. ബ്രഹ്മപ്രകൃതികളുടെ ഐകമത്യം കൊണ്ട് സകല സൃഷ്ടിസ്ഥിതികളും നടക്കുന്നു. ഇതുപോലെ തന്നെയാണ് സ്ത്രീപുരുഷന്മാരുടെ ഐകമത്യംകൊണ്ടുണ്ടാകുന്ന പരിപുഷ്ടിയും, ഭിന്നത കൊണ്ടുവരുന്ന നാശവും. ഇതിനാലാണ് ഈ സമുദായ പ്രപഞ്ചത്തിൽ പുരുഷനെ ബ്രഹ്മമായും സ്ത്രീയെ പ്രകൃതിയായും കല്പിച്ചത്. ഇരുവരും അവരവർക്കുള്ള കൃത്യങ്ങൾ ഐകമത്യത്തോടു നടത്തുമ്പോൾ ശ്രേയസ്സ്

ക്ഷണിക്കാതെതന്നെ കുടിയേറിക്കൊള്ളും. എന്നാൽ ഇപ്പോഴാകട്ടെ, ആളുകൾ പെരുത്തു ഐകമത്യബുദ്ധി ക്ഷയിച്ചു. അവനവന്റെ കൃത്യങ്ങൾ ഇന്നതെന്നുള്ള യഥാർത്ഥനിശ്ചയമില്ലാതായി, കൈമിടുക്കും, പരാക്രമവും മാത്രം പ്രബലപ്പെട്ടു. ഐകമത്യവും ധർമ്മനിഷ്ഠയും ഈ ലോകംവെടിഞ്ഞു. അതിനോടെ ദാരിദ്ര്യം കുശാലായിക്കയറി. ലോകസാമ്രാജ്യം കലശലായി ഭരിക്കാനും തുടങ്ങി. ഉപജീവന ഭാരം പരഹിംസകൊണ്ടും പരോപദ്രവം കൊണ്ടും ലഘുപ്പെടുത്തി. ഇങ്ങനെ സകലവിധ പീഡനങ്ങൾക്കും – വിപ്ല വങ്ങൾ, കലാപങ്ങൾ മുതലായവയ്ക്കും – നിദാനം അനൈകമത്യം ആണ്.

ഇപ്രകാരം ലോകത്തു നാശഹേതുക്കളായ വിപ്ലവങ്ങളും കഷ്ടാരിഷ്ടങ്ങ ളും ഉണ്ടാകുന്നത് ഐകമത്യം ഇല്ലാത്തതിനാലും സ്ത്രീപുരുഷന്മാർ വിശുദ്ധ ധർമ്മങ്ങൾ അനുഷ്ഠിക്കുന്നതുകൊണ്ടുമാണെന്നു തെളിഞ്ഞു. അപ്രധാനമല്ലാ ത്ത വേറൊരു കാരണം സർവ്വജ്ഞന്മാരെന്നും നിരീക്ഷണപടുക്കളെന്നും അഹങ്കരിക്കുന്ന വിദ്വാന്മാരുടെ അസുന്ദരങ്ങളായ ചില അഭിപ്രായങ്ങളും, അവയെ പ്രായോഗികമാക്കാൻ ചെയ്യുന്ന പരിശ്രമങ്ങളുമാണ്. ലോകത്തുള്ള ഭിന്നിപ്പിനെയും കലഹങ്ങളേയും നിവൃത്തിക്കുന്നതിലേയ്ക്കു ഐകമത്യം വേണമെന്ന് ഈ മനുഷ്യന്മാർ കണ്ടു എങ്കിലും, അതിലേയ്ക്ക് അവർ ഉന്ന യിക്കുന്ന ഉപദേശങ്ങൾ വിപ്ലവങ്ങളെന്ന് വ്യവഹരിക്കാമെന്നുവരികിലും, പ്രയോഗക്ഷമങ്ങളല്ലായ്കയാൽ ക്ഷുദ്രബുദ്ധിജങ്ങളും[18] ആയിരിക്കുന്നു. ഐകമത്യം ഉണ്ടാകേണ്ടതും ഉണ്ടാവുന്നതും വേഷപ്പകർച്ചകളാലോ, ആഹാരവിഹാരാദികളാലോ, സമാജപ്രസംഗങ്ങളാലോ അല്ല എന്നു നിശ്ചയം തന്നെ. മേൽപറഞ്ഞ സംഗതികൾ ഐകമത്യത്തിനു കാരണ ങ്ങളായാൽ അവയുള്ളിടത്തൊക്കെ ഐകമത്യമല്ലാതെ മറ്റൊന്നും ഉണ്ടാ യിക്കൂടാത്തയും, അവയില്ലാത്തിടത്ത് ഐകമത്യം വന്നുകൂടാത്തയുമാണ്. ഈ സംഗതികളിൽ നമ്മുടെ അനുഭവം നേരെ വിപരീതമായി കാണുന്നു. അപ്പോൾ ഇവ ഐകമത്യത്തിനു വഴിയായിത്തീരുമെന്നു പറയുന്നത് ശുദ്ധമേ കമ്പം (ഭ്രമം) തന്നെ. അവനവന്റെ വീട്ടിൽ ഉണ്ടും സ്വജനങ്ങളിൽ വിവാഹം ചെയ്തും സകലത്തോടും കാരുണ്യത്തോടുംകൂടി സമബുദ്ധിയിൽ പെരുമാറി സ്വധർമ്മംനടത്തിയും കൊണ്ടിരുന്നാൽ ഐകമത്യം ഉണ്ടാ കുന്നതിനു യാതൊരു വിരോധവുമില്ല. അവിടെ ഉണ്ടാവുകയും ചെയ്യും. മുൻ പറഞ്ഞ ഓരോ കാരണങ്ങളെ പുരസ്കരിച്ച്, ഐകമത്യത്തിനും സമു ദായവൃദ്ധിക്കും പ്രവർത്തിക്കുന്നവരുടെ തന്നെ വാസ്തവാവസ്ഥ എന്തെന്നു നോക്കാം. സ്വന്തംകുടുംബത്തിൽ അവനവന്റെ കുഞ്ഞുങ്ങളെത്തന്നെ ശാസിച്ചു ഭരിച്ചു അവിടെ ഐകമത്യം നിലനിർത്താൻ സാധിക്കാത്ത 'മദാമ്മ'മാരാണ്, രാജ്യത്തുള്ള സകലവിധ സ്ത്രീകൾക്കും ഐകമത്യം പഠിപ്പി ക്കാൻ പുറപ്പെടുന്നത്. ജനിച്ചപ്പോൾ അഹർവൃത്തിക്ക്[49] ചില്ലിക്കാശുപോലും കൊണ്ടുവരാതെ മാതാപിതാക്കളെ അലട്ടി, അവരുടെ പ്രയത്നത്താലും കാരണവന്മാർ സദ്ബുദ്ധി വിചാരിച്ചും വല്ലതും സമ്പാദിച്ചുവച്ചിട്ടുണ്ടെങ്കിൽ അതു തിന്നുമുടിച്ച് തറവാട്ട വിറ്റോ പണയമെഴുതിയോ വിദ്യാഭ്യാസവും മറ്റും ചെയ്ത് താൻ ഏതെങ്കിലും നിലയിലെത്തിയാൽ, തന്റെ കടമ വീട്ടുവാൻ പ്രാ പ്തനാണെന്നു വരികിൽക്കൂടി, ആയതിനു മനസ്സില്ലാതെ, പിന്നെ വല്ലതുംകൂടി

തനിക്ക അവിടെനിന്നുകിട്ടുവാൻ മാർഗ്ഗമുണ്ടോ, തനിക്കുള്ള ഭാഗമെവിടെ എന്നും മറ്റും അന്വേഷിച്ച് സ്വക്ഷേത്രത്തിൽതന്നെ ഛിദ്രം വരുത്തുവാൻ ആണിയായിത്തീരുന്ന പുരുഷനാണ്, പിന്നെ നാട്ടുകാരുടെ ഐകമത്യ ത്തിനും, അഭ്യുന്നതിക്കും പ്രവർത്തിക്കുന്നവൻ. ഇങ്ങനെയുള്ളവർ ഐകമ ത്യമുണ്ടാക്കാൻ പുറപ്പെട്ടാൽ, വിപരീതഫലമല്ലാതെ മറ്റെന്തുഭവിക്കും? പോരെങ്കിൽ തങ്ങളുടെ കുഞ്ഞുങ്ങൾ ഐകമത്യത്തോട്ടുകൂടി ഏകയോഗ ക്ഷേമമായി കഴിയാനും അവരിൽനിന്നും ഉണ്ടാകുന്ന സന്താനപരമ്പരയ്ക്ക് അനുഭവിക്കുന്നതിനും ഉപകരിക്കണമെന്നുള്ള ഉദ്ദേശത്തോട്ടുകൂടി മാതാപി താക്കളോ കാരണവന്മാരോ അവരുടെ ശക്തിക്കതക്കവണ്ണം അല്പം വല്ലതും സമ്പാദിച്ചവയ്ക്കുന്നു. ഇങ്ങനെയിരിക്കെ ആ കൂട്ടുസ്വത്തിൽനിന്നും, എനിക്ക്, എനിക്ക് എന്നുപറഞ്ഞ് പങ്കുവയ്ക്കുന്നതുതന്നെ ഐകമത്യത്തിനു വിരുദ്ധമ ല്ലേ? അത്യന്തസംയോഗവും ഐകമത്യവും വേണ്ടിടത്തുതന്നെ ഇപ്രകാരം ഭിന്നമതി സംഭവിച്ചാൽ പിന്നെ, ലോകത്തിൽ മറ്റൊരിടത്തും ഐകമത്യം നിലനിൽക്കുന്നതല്ല. അതിലും വിശേഷിച്ച ആദ്യമായി പറഞ്ഞതുപോലെ തന്റെ യഥാർത്ഥ ധർമ്മമാലോചിച്ചാൽ അങ്ങോട്ടുണ്ടാക്കി കൊട്ടുക്കയ ല്ലാതെ ഇങ്ങോട്ടൊരു ചില്ലിപോല്യം ഒരുകണ്ടം[20] ഉണിപോല്യം സ്വാനുഭ വത്തിനെടുക്കുവാൻ അർഹതയും അധികാരവുമില്ലാതെ കേവലഭൃത്യനെ പ്പോലെ വർത്തിക്കേണ്ട പുരുഷൻ, സർവ്വസ്വാതന്ത്ര്യവും യജമാനത്വവും നടിച്ച് തന്നിഷ്ടം നിമിത്തം എല്ലാം തനിക്കുവേണം എന്നത്യാർത്തിപിടിച്ച് സർവ്വസ്വവും വിഴുങ്ങാൻ തുടങ്ങിയാലത്തെ കഥ പറയണോ? അവനെ മാതൃ ദ്രോഹിയെന്നോ, പിതൃദ്രോഹിയെന്നോ, ഗുരുദ്രോഹിയെന്നോ പറഞ്ഞാൽ പ്പോരാ, മാതാപിതാക്കൾ സാക്ഷാൽ ശിവശക്തികളാകയാല്യം, അവരുടെ ഐകമത്യത്താൽ ഉണ്ടായിട്ടുള്ളതും, ഏകമതിയായുള്ള ഇച്ഛയിൽ എന്നും ഒന്നായിത്തന്നെ നിലനിൽക്കണമെന്നു അവർ കരുതിവച്ചിട്ടുള്ളതുമായ സ്വത്ത്, സ്വധർമ്മത്യാഗംകൊണ്ട മാത്രമല്ല, അധർമ്മപ്രവൃത്തികൊണ്ടുകൂടി ധ്വംസിക്കുന്നവനാകകൊണ്ടും അവനെ യഥാർത്ഥത്തിൽ ബ്രഹ്മഘാതി (ആത്മരാക്ഷസനായി) യായിത്തന്നെ കരുതണം. അതുകൊണ്ട് നാം വിഹിതങ്ങളായ പദ്ധതികൾ ആസ്പദമാക്കി ഐകമത്യം സമ്പാദിച്ചാൽ ഭിന്നിപ്പുകളെല്ലാം ദൂരേ നീങ്ങും. ഈ ദിവ്യൗഷധം ഇപ്പോഴത്തെ പരിഷ്കാരം പ്രസവിച്ചുണ്ടാക്കിയതൊന്നുമല്ല. ഈ തത്ത്വം അനാദിയായിട്ടുള്ളതുതന്നെ. എന്നാൽ നവപരിഷ്കാരം മൂലം സ്വമഹിമഭ്രംശം വന്നു കണ്ണുമയങ്ങിയിരി ക്കുന്നവർക്ക് ഈ തത്ത്വമുള്ള കഥകാണ്മാൻ കഴിയുന്നില്ല. ഭിന്നമതി മൂലം കലാപം മുഴുത്തു, ഘോരസംഹാരം സൂചിപ്പിക്കുന്ന അവസരങ്ങളിലെല്ലാം ബുദ്ധിമാന്മാരും ദീനദയാലുക്കളും, ലോകമെന്തുംശ്രേയസ്സാണ്ടിരിക്കട്ടെ എന്നുള്ളവരുമായ മഹാനുഭാവന്മാർ കാലാനുരൂപമായ സദുപദേശങ്ങൾ ചെയ്യ് ധർമ്മഭ്രംശം വന്നിരിക്കുന്നവരെ നേരായ മാർഗ്ഗം കാണിച്ച നടത്തു വാൻ പണിപ്പെട്ടിട്ടുണ്ട്. അങ്ങനെയുള്ള ഓരോ അനുഭവ വിശിഷ്ടന്മാരുടെ ഉപദേശങ്ങളാണിപ്പോൾ നാനാമതങ്ങളായും, ഓരോന്നിൽത്തന്നെ ഉപമ തങ്ങളായും തീർന്നിരിക്കുന്നത്. ഇപ്രകൃതാനുപ്രകൃതം ഇവിടെ നിർത്താം.

ഇപ്പോഴത്തെ മതിമന്നന്മാരുടെ അഭിപ്രായങ്ങളും പ്രവൃത്തികളും ഐകമ
ത്യത്തിനു കണ്ടപാശമായി ചമഞ്ഞിരിക്കുന്നുവെന്ന് നാം പറഞ്ഞുവല്ലോ.
അതുകൊണ്ട് ലോകരഞ്ജനയ്ക്കായി നാം ഇപ്രകാരം പ്രയതിക്കണം.
പ്രകൃത്യാ അവരവർക്കു വച്ചിട്ടുള്ള ധർമ്മമനുസരിച്ച് സ്വസ്വകാര്യങ്ങളിൽ
യാതൊരു നീക്കുപോക്കും വരാതെ താനാണ് സകലവും നടത്തേണ്ടതെ
ന്നുള്ള ബുദ്ധിയോട്ടുക്കൂടി സ്ത്രീയും തനിക്കിതിൽ യാതൊന്നുമില്ല, സർവ്വവും
സ്ത്രീക്കും അവളുടെ സന്താനങ്ങൾക്കുമാണ്, തന്റെ ശ്രമം അവർ സുഖമായി
രിക്കുന്നതിലേയ്ക്കു മാത്രമാകുന്നു, അവരുടെ ക്ഷേമം തന്നെ തന്റെയും ക്ഷേമം
എന്നുള്ള മഹാമനസ്കതയോട്ടുക്കൂടി പുരുഷനും, അന്യോന്യാശ്രയമായി
ഏകമതിയോടെ പ്രവർത്തിച്ചും കൊണ്ടാൽ യാതൊരു പ്രയതവും കൂടാതെ
ഐകമത്യവും ശ്രേയസ്സും സ്വയമേ വന്നുചേരും. അപ്രകാരം ഭവിച്ചാൽ
ശരീരം എടുക്കുന്നതുകൊണ്ടുള്ള പ്രയോജനവും ക്ഷിപ്രസാദ്ധ്യമായിത്തീരും.

സ്ത്രീകളുടെ കർത്തവ്യകർമ്മങ്ങൾ ഇന്നിന്നവയെന്ന യഥാർത്ഥമാ
യറിഞ്ഞ് അവയെ ജനങ്ങളുടെ ഇടയിൽ പരത്തി തങ്ങൾതന്നെയാണ്
സാക്ഷാൽ രക്ഷാധികാരികളെന്നു ലോകസമക്ഷം പ്രത്യക്ഷപ്പെടുത്തി,
അവരുടെ സ്ഥാനം സർവ്വ സമ്മാന്യമായിത്തീർക്കുക[21] എന്നുള്ളതാണ്
സ്ത്രീസമാജങ്ങളുടെ മുഖ്യ ഉദ്ദേശമായിരിക്കേണ്ടതും. അല്ലാതെ, സാധാരണ
കണ്ടുവരാറുള്ളതുപോലെ നാടകമാട്ടുന്നതിനോ അനർഹങ്ങളായ പ്രക്ഷോഭ
ങ്ങളിൽ പങ്കുപറ്റുന്നതിനോ ആയിരിക്കരുത്. നാമൊന്നിനു പുറപ്പെടുമ്പോൾ
അതിന്റെ പ്രയോജനോദ്ദേശങ്ങൾ മുൻകൂട്ടി കരുതേണ്ടത് അത്യാവശ്യ
മാണ്. ധർമ്മമാർഗ്ഗങ്ങൾ മൂലം ഹിതമായുള്ള ഫലം ഉണ്ടാകുമെന്ന സൂക്ഷ്മ
മുള്ളപ്പോൾ മാത്രം അതിനുദ്യമിക്കേണ്ടതും, അഹിതമോ അനർത്ഥമോ
ആണ് ഫലമെന്നവരികിൽ ഉടനെ അതുപരിത്യജിക്കേണ്ടതുമാകുന്നു.
അതാണ് വിവേകികളുടെ ലക്ഷണം... ആരംഭശൂരകളാകാതെ ഉദ്ദിഷ്ടം
സാധിക്കുന്നതുവരെ സർവ്വഥാ യഥാശക്തി എല്ലാവരും ഐകമത്യത്തോട്
കൂടി പ്രയതിക്കേണം. ഇടക്കത്തിൽ അനിഷ്ടങ്ങളോ നിരൂപിക്കാത്തതോ
ആയ മുടക്കങ്ങൾ വന്നുകൊണ്ടിരുന്നാലും അതൊന്നും വകവയ്ക്കാതെ
സ്വധർമ്മമെന്ന കരുതി തെല്ലും പിന്മാറാതെ യതിക്കണം. എഴുന്നേറ്റ
നടക്കാൻ അംഗങ്ങൾക്ക് ശേഷിവയ്ക്കുമുമ്പ്, കുട്ടികൾ ചാടിപിടിച്ച നടക്കാൻ
പണിപ്പെടുന്നതിലെന്നപോലെ, ആദ്യശ്രമങ്ങൾ ലഘുവും സാവധാനവും
ആയിരിക്കയേ ഉള്ളൂ. ആയതിനാൽ നിരാശപ്പെടാതെ പ്രയതിച്ചുകൊ
ണ്ടിരുന്നാൽ കാലക്രമേണ സകല ഉദ്ദേശങ്ങളും പ്രബലമായി ഫലപ്പെടും.
അനാവശ്യമെന്നോ നിരർത്ഥകമെന്നോ, അനർത്ഥകമെന്നോ തോന്നുന്ന
യാതൊന്നിലും പരിശ്രമിക്കയുമരുത്. എല്ലാറ്റിലും മുഖ്യമായി വേണ്ടത്
ജീവകാരുണ്യവും സകലരിലും ശുഭഭാവനയുമാണ്. ഇവയുണ്ടായാൽ
ഇടപെടുവാൻ ഇടയാവുന്നവർക്കുക്കൂടി നല്ലുയവരുവാൻ മാർഗ്ഗമായിത്തീ
രും. അതുകൊണ്ട ഓരോരുത്തരും വെവ്വേറെ അല്ലെന്നും എല്ലാവരുംകൂടി
സമഷ്ടിമൂലപ്രകൃതി ശക്തിയാണെന്നും കേവലം അബലകളല്ല, പ്രബലകൾ
തന്നെയാണെന്നും ഉള്ള ബോധത്തോട്ടുക്കൂടി ധർമ്മങ്ങൾ അനുഷ്ഠിച്ച്
സർവ്വോൽകൃഷ്ടസ്ഥാനം ലഭിക്കുന്നതിലേയ്ക്കു ആ പരാശക്തിയുടെ ഓരോ

വ്യഷ്ടി രൂപം മാത്രമായിരിക്കുന്ന സ്ത്രീകളെയെല്ലാം ആ ലോകമാതാവായ സമഷ്ടി പരാശക്തി തന്നെ അനുഗ്രഹിക്കുമാറാകട്ടെ.

●

കുറിപ്പുകൾ

1. മൂലപ്രകൃതിയെയും ബ്രഹ്മത്തെയും കുറിച്ച് 'അദ്വൈതചിന്താപദ്ധതി' കുറിപ്പ് 6ൽ കൊടുത്തിട്ടുള്ളതു നോക്കുക.

2. കൂടുതൽ വിവരത്തിനു 'നിജാനന്ദവിലാസം' സദനഭവനിരൂപണപ്രകരണം നോക്കുക.

3. പ്രജാവർദ്ധന= സന്തതിവർദ്ധന.

4. മനുസ്മൃതി(9.3)യിലെ വാക്യമാണിത്. സ്ത്രീക്കു സ്വാതന്ത്ര്യം പാടില്ല എന്നർത്ഥം.

5. ദുർവാരം= തട്ടുക്കാനാവാത്തത്.

6. ഭർത്താവ്= ഭരിക്കുന്നവൻ.

7. അബല= ബലമില്ലാത്തവൾ.

8. ഭാര്യ = ഭരിക്കപ്പെടേണ്ടവൾ.

9. ജായ= യാതൊരുവളിൽ ജനിക്കുന്നുവോ (ഭർത്താവുപുത്രനായി) അവൾ.

10. ദേശേ ദേശേ കളത്രാണി= നാട്ടുതോറും ഭാര്യമാർ.

11. ശരീരാന്തരം = മറ്റ ശരീരം.

12. ശരീരപാതം = മരണം

13. കിട്ടാത്തതു കിട്ടുന്നതു യോഗവും കിട്ടിയതു പരിരക്ഷിക്കുന്നതു ക്ഷേമവും.

14. അമ്മയും ജന്മനാട്ടം സ്വർഗത്തേക്കാൾ മഹത്തരങ്ങളാണ് എന്നർത്ഥം.

15. ജഗദംബ= ലോകത്തിന്റെ അമ്മ.

16. ക്ഷേത്രം= വാസസ്ഥാനം.

17. അരിഷ്ടം= പ്രയാസം

18. ക്ഷുദ്രബുദ്ധിജങ്ങൾ= അല്പബുദ്ധിയിൽ നിന്നു ജനിക്കുന്നവ.

19. അഹർവൃത്തിക്ക് = നിത്യച്ചെലവിന്

20. കണ്ടം= കഷണം.

21. സർവസമ്മാന്യം= എല്ലാവരാല്യം പ്രശംസിക്കപ്പെട്ടുന്നത്.

●